AA000485

अंतर्बाह्य

रत्नाकर मतकरी

मनोविकास प्रकाशन

Antarbahya
Ratnakar Matkari

अंतर्बाह्य
रत्नाकर मतकरी

© प्रतिभा मतकरी
राधा निवास, टिळक रोड,
दादर, मुंबई ४०० ०१४.
मो. ९८२००५०७१३

ISBN
978-93-80264-81-3

प्रकाशक
अरविंद घन:श्याम पाटकर
मनोविकास प्रकाशन,
फ्लॅट नं. ३/ए, चौथा मजला,
शक्ती टॉवर्स, ६७२ नारायण पेठ,
पुणे – ४११०३०.
दूरध्वनी : ०२०-६५२६२९५०

www.manovikasprakashan.com
manovikaspublication@gmail.com

मुखपृष्ठ
चंद्रमोहन कुलकर्णी
अक्षरजुळणी
गणराज उद्योग
मुद्रक
बालाजी एन्टरप्रायजेस
पहिली आवृत्ती
२१ एप्रिल २०११
दुसरी आवृत्ती
१० मे २०१२
तिसरी आवृत्ती
१ जानेवारी २०१४
चौथी आवृत्ती
२६ जानेवारी २०१७

मूल्य । ₹ १८०

योगेश चांदेकर
आशिश पाडलेकर
सौमीन पटेल
या, जगभरच्या ग्राफिक नॉव्हेलचा व्यासंग करणाऱ्या,
तरुण लेखक–चित्रकार मित्रांना.

प्रथम प्रसिद्धी :
अंतर्बाह्य – जनप्रवाह, दिवाळी २००७
सावळी – कथाश्री, दिवाळी २००९
कोळसा – सामना, दिवाळी २००५
हे सारे... पूर्वी कधीतरी – कथाश्री, दिवाळी २००५
ती गेली – जनप्रवाह, दिवाळी २००९
दुसऱ्यासारखा एखादा – दक्षता, दिवाळी २००४
पत्ता – अक्षर, दिवाळी २००६
जन्मोजन्मी – महानगर, १३–२०–२७ एप्रिल १९९१
हॉन्टेड हाउस – शब्द, दिवाळी २००९
शेला – हंस, मार्च १९६८

प्रस्तावनेच्या निमित्ताने

कथासंग्रहाला, म्हटले तर, प्रस्तावनेची गरज नाही.

तरीही, मी माझ्या जवळजवळ प्रत्येक कथासंग्रहाला प्रस्तावना लिहीत आलो आहे. कारण, मी ज्या प्रकारच्या कथा लिहितो, त्याविषयी आपल्याकडे फारच थोडा विचार केला गेला आहे. प्रस्तावनेच्या निमित्ताने चार शब्द सांगितले गेले, तर त्याचा, साहित्याविषयी विचार करणाऱ्या सर्वांनाच फायदा होईल, असे वाटते.

माझ्या कथांची प्रामुख्याने प्रसिद्धी आहे, ती 'गूढकथा' म्हणून. मी अजिबात गूढ नसलेल्या कथाही अनेक लिहिल्या आहेत. 'स्वप्नातील चांदणे' (मेहता), 'हसता हसविता' (नवचैतन्य) आणि 'दहाजणी' (मॅजेस्टिक) या संग्रहांमध्ये त्या आलेल्या आहेत. त्यातल्या काही, इतक्या समृद्ध आहेत, की त्यांच्यावर 'खोल... खोल पाणी', 'जादू तेरी नजर', 'कर्ता करविता' इत्यादी पूर्ण लांबीची नाटकेदेखील मी करू शकलो; काहींची दूरदर्शन–रूपांतरेदेखील झाली. पण हे पूर्णपणे विसरून माझ्या गूढकथाच तेवढ्या लक्षात ठेवल्या गेल्या. कां?... माहीत नाही!

गूढकथांविषयी विचार करताना, मराठी साहित्यात आणखी एक घोटाळा केला गेला. गूढकथेमध्ये संदेह (सस्पेन्स) असतो.

कधीकधी भयकल्पनेचाही कमी-जास्त अंश असतो. त्यामुळे, (अधिक विचार न करता) गूढकथा आणि भयकथा या एकच, असे समजण्याची चूक केली गेली. वास्तविक भयकथेमध्ये प्रमुख तत्त्व 'भय' हेच असते. ज्या गोष्टी भयोत्पादक आहेत, मग त्या पारलौकिक, अतींद्रिय, परग्रहसंबंधित असोत की मानवी, त्यांना भयकथेमध्ये स्थान दिले जाते. कथेची मांडणीही अशी असते, की त्यातून भयाचीच निर्मिती व्हावी. जगभरच्या वाङ्मयात अशा उत्तम भयकथा पुष्कळ आहेत, त्यांच्यावर अनेक ग्राफिक नॉव्हेल्स, चित्रपट वगैरेही आलेले आहेत. आपल्याकडे नारायण धारपांनी 'चंद्राची सावली'सारख्या अनेक उत्कृष्ट दीर्घ भयकथा लिहिल्या आहेत.

गूढकथेमध्ये, कधीतरी, अनपेक्षित म्हणून गूढ असलेल्या भीतीचा वापर अवश्य केला जातो; पण तिच्यात अशा इतर अनेक तत्त्वांचा समावेश होतो, जी अनोळखी, नेहमीच्या वास्तवापेक्षा वेगळी असल्यामुळे अतर्क्य आणि गूढ असतात. उदाहरणार्थ, मंत्रचळेपणा. कुलूप पक्के लावलेले आहे, हे माहीत असताही परत परत ओढून पाहणे, एक जिना उतरल्यावरही परत वर जाऊन पाहण्याचे कष्ट घेणे, हे नेहमीच्या सवयींपैकी दिसणारे आहे. माणूस असे कां वागतो?- उत्तर नाही. ते गूढ आहे; पण ते भयप्रद नाही. भय कां वाटते याचा शोध, हाही गूढ आहे; पण भयप्रद नाही. जे समजण्याच्या पलीकडे आहे, अतर्क्य आहे, ते सारे गूढ आहे. नेहमीच्या पाहण्यातले नाही, त्याची कदाचित भीती वाटू शकेल: पण ते मूलतः भीतिदायक नाही, ते गूढ आहे. ते वास्तव असू शकते. तरीही नव्या आणि वेगळ्या दृष्टिकोनातून पाहिल्यामुळे ते वेगळे वाटते, अनाकलनीय वाटते, गूढ वाटते.

माझी, या प्रकारची पहिलीच आणि खूप गाजलेली गूढकथा 'खेकडा'. माझा मुद्दा स्पष्ट करण्यासाठी तिचेच उदाहरण घेऊ. 'खेकडा'मध्ये एका पुरुषाला आपल्या प्रेयसीशी लग्न करायचे आहे. त्याला, आधीच्या, (आता हयात नसलेल्या) पत्नीपासून जन्मलेली, हातापायांच्या काड्या झालेली एक अपंग मुलगी आहे. गृहस्थाच्या प्रेयसीची लग्नासाठी अट अशी, की त्याने त्या मुलीला - जिला ती 'खेकडा' म्हणते - आपल्या संसारातून बाजूला करावे. त्याप्रमाणे तो मन घट्ट करून एका रात्री मुलीला झोपेच्या गोळ्या देतो. मात्र त्या मुलीचा, तिच्याच वयाचा छोटा मित्र तिच्याशी खेळायला आलेला असताना त्याने, तिला जागे करू नये म्हणून, मुलीचा बाप त्याला, राणीने मारून

टाकलेल्या खेकड्याची एक विचित्र गोष्ट सांगतो, जी त्या मुलाला विचारात टाकते. दुसऱ्या दिवशी मुलगी मेल्यानंतर प्रेयसी घरात येते. तिला बिछान्यावर खेकडा दिसतो. बेडरूममध्ये सर्वत्र खेकडे फिरताना दिसतात. असल्या लहान वळवळत्या, डंख करणाऱ्या प्राण्यांना मुळातच अति घाबरणारी ही दुर्बल हृदयाची नाजूक स्त्री, मुलीचाच खेकडा होऊन तो आपले पारिपत्य करायला येतोय, या भयाने हृदयक्रिया बंद पडून मरते. मात्र, बिछान्यातला खेकडा किंवा खोलीतले खेकडे हे केवळ खरेखुरे खेकडेच असतात... त्या छोट्या मुलाने सोडलेले, आपल्या पद्धतीने न्याय करावा, म्हणून!

आता या कथेत मानवी स्वभावातल्या काही गूढ गोष्टी आहेत. बापाचे मुलीवर प्रेम असतानाही त्याने तिला मारून टाकणे आणि छोट्या मुलाने आपल्या पद्धतीने केलेला न्याय, ही दोन्ही आहेतच; पण केंद्रभूत आहे ते त्या स्त्रीचे जिवंत मुलीला 'खेकडा' म्हणणे आणि खेकड्यामध्ये मृत मुलीला पाहणे – सोबतीला स्वतःचा अपराधगंड! आणि हेच मानवी स्वभावातले गूढ आहे, ज्यासाठी या कथेला 'गूढकथा' ही संज्ञा द्यावी, असे. भय आहे, ते वाचकाला दाखवलेले नाही, तर स्त्रीच्या मनातले – अपराधगंडातून तयार झालेले आहे. तिच्यापुरते ते त्या छोट्या मुलाने तयार केलेले आहे – त्याला जे साधन सहजपणे (किनाऱ्यावर राहात असल्यामुळे) उपलब्ध आहे, ते हाताशी धरून. कथा, म्हटलेच तर त्या मुलाने केलेल्या न्यायाची आहे, भयाची नाही.

गूढकथा ही अनेक स्तरांवर पटण्याजोगी, मूलतः चांगली लिहिलेली कथा–दर्जेदार साहित्य असायला हवी. सर्वप्रथम ती पात्रे, प्रसंग, मांडणी, त्यामागील आशय, वातावरण, भाषाशैली या सर्वच दृष्टींनी एक परिपूर्ण कथा असावी लागते. मानवी जीवनातील गूढता सांगणे हे तिचे कार्य असते. त्याला पोषक अशी तिची निवेदनशैली असावी लागते. वाचकाला घाबरवणे किंवा धक्का देणे हा तिचा मूळ हेतू नसतो. कित्येकदा या कथांमध्ये शेवटची कलाटणी धक्कादायक असते खरी; पण चांगल्या गूढकथेत, नीट पाहिले तर, आधी कुठेतरी सूचना देऊन अशा कलाटणीला एक तार्किकता बहाल केलेली असते!

भयकथेचे सामर्थ्य मात्र, ती वाचताना किंवा पडद्यावर पाहताना किती भीती वाटेल, यामध्येच असते. स्वामित्व गाजवू पाहणाऱ्या वाईट शक्ती, त्यांनी निर्माण केलेले मायाजाल, त्यांचे भयप्रद आकार, त्यांचे माणसाला पछाडणे, माणसाने मंत्रतंत्रादी गोष्टींच्या साहाय्याने त्यातून

करून घेतलेली सुटका इत्यादी गोष्टींमुळे दुष्ट शक्तींचे अत्यंत शक्तिशाली जगच भयकथालेखक उभे करत असतो. अशी अतिवास्तववादी वातावरणनिर्मिती करण्यासाठी भाषेवरही उत्तम पकड असावी लागते. या कथांमध्ये अशा अमानवी शक्तींशी सामना देणारा मानवच असतो, त्यामुळे त्यांमध्ये मानवी भावभावना येणे अपरिहार्य असते; परंतु प्रमुख भर अतिमानवी शक्तींचे भयकारी विश्व निर्माण करण्यावर असतो.

अशा रीतीने, गूढकथा आणि भयकथा यामध्ये कितीतरी फरक आहे, हे थोडासा विचार केला, तरी लक्षात येईल. परंतु दुर्दैवाने, आपल्याकडे या दोन्ही प्रकारच्या कथा एकूण कथावाङ्मयाच्या तुलनेत इतक्या थोड्या आहेत, की शेवटी त्या एकाच कप्प्यात टाकल्या जातात. या दोन्ही प्रकारात ज्यांनी लिहिले, त्यांनी अत्यंत निष्ठेने व सातत्याने लिहिले. परंतु आपल्याकडे मुळातच असे लेखक अगदी हाताच्या बोटावरच मोजण्याइतके असल्यामुळे, त्या संख्येने कमीच भरल्या. अधिक लेखक या दोन्ही प्रकारच्या लेखनाकडे वळले नाहीत, याचे कारण, या कथा मुळात रचायला खूपच अवघड असतात. केवळ एखादा विचार, एखादा भाव, पूर्वसूरींनी मान्यता दिलेल्या चटपटीत शैलीबाजपणाच्या आवरणात बांधून, या कथा सिद्ध होत नाहीत, तर त्यांच्या मागे, निश्चित रचना आणि वेगळा, तरीही तर्कशुद्ध असा विचार असावा लागतो. हे जमणे कठीण असल्यामुळे बहुसंख्य लेखकांनी, आणि अर्थातच त्यांच्यावर अवलंबून असलेल्या समीक्षा-लेखकांनी या प्रकारांवर बहुजनरंजनात्मक - अतएव दुय्यम दर्जाचे, असे लेबल लावून आपली प्रथम लेखन-वाचनाच्या व नंतर मूल्यमापनाच्या जबाबदारीतून सुटका करून घेतली. त्यामुळे नव्या, हौशी आणि ज्यांच्यातून कदाचित (अवघडपणा लक्षात घेता, क्वचित) चांगले गूढकथालेखक, समर्थ भयकथालेखक निर्माण होऊ शकले असते, अशा होतकरू लेखकांनीही दुय्यमपणाच्या शिक्क्याच्या भीतीने तिकडे पाठ फिरवली. (लेखक, त्यावर अवलंबून समीक्षक, पुन्हा त्यावर अवलंबून लेखक, अशी ही साखळी मजेदार आहे!) गूढकथा व भयकथा, या अत्यल्प प्रमाणात स्वतंत्र आहेत, मोठ्या प्रमाणात अनुवादित आहेत, हीदेखील वस्तुस्थिती आहे.

मात्र, गूढकथा दर्जेदार ठरण्यासाठी स्वतंत्र हवी. याचे कारण असे, की जे चांगल्या कथेत असते, ते चांगल्या गूढकथेतही यायला हवे, ते काय, तर लेखकाचे व्यक्तिमत्त्व. दुसऱ्या व्यक्तीविषयी आणि एकूण मानवसमाजाविषयीच्या त्याच्या भावना, त्याच्या स्वभावातील

सहानुभूती, करुणा इत्यादी भाव, त्याचा प्रामाणिकपणा, या साऱ्या गोष्टी स्वतंत्र कथेतच उतरू शकतात. माझ्यापुरते बोलायचे तर, माझ्या कथांपैकी बहुतांश कथांवर जरी 'गूढकथे'चा शिक्का बसला असला, तरी त्या, मुळात मला जो आशय सांगायचा आहे त्यातून जन्मलेल्या आहेत. त्या लिहिण्याआधीच्या काळात मी लिहिलेल्या एकांकिकांमध्येही नकळत काही 'गूढ' वाटण्याजोग्या गोष्टी आपोआपच आल्या, त्या माझ्या व्यक्तिमत्त्वातील गूढतेच्या जाणिवेमुळेच. तीच जाणीव पुढे कथेत जेव्हा सातत्याने आली तेव्हा 'गूढकथा' म्हणून तिची खास दखल घेतली गेली, तिला संज्ञा दिली गेली, एवढेच. तरीही, राम कोलारकरांनी जेव्हा 'सर्वोत्कृष्ट कथां'च्या त्यांच्या वार्षिक संग्रहांमध्ये काही वेळा माझ्या कथांचा समावेश केला, तेव्हा त्यांची भूमिका 'गूढकथा' घेण्याची नसून त्या वर्षीची 'सर्वोत्कृष्ट' कथा घेण्याचीच असायची. आजही कन्नड, गुजराती, उर्दू अशा भाषांत जेव्हा माझ्या कथा भाषांतरित केल्या जातात, तेव्हा अनुवादकांना कुठे माहीत असतो 'गूढकथा' हा साहित्य प्रकार? या कथा, ते कथा म्हणूनच आवडल्यामुळे अनुवादित करतात! 'माणूस', 'हंस', 'किर्लोस्कर', 'किस्त्रीम', 'दीपावली', 'शब्द' अशा दर्जेदार दिवाळी अंकांमधून आग्रहपूर्वक माझ्या कथा छापल्या गेल्या, तेव्हाही त्यांच्याकडे केवळ गूढकथा म्हणून पाहिले गेले नाही.

स्वतंत्र गूढकथा सुचणे हे अवघड असल्यामुळे मागणी असूनही मी दर वर्षी ४-५ च कथा लिहू शकलो. सातत्याने पन्नासेक वर्षे लिहिल्यामुळे दोनेकशे कथा जमल्या, एवढेच. मात्र, माझ्या व्यक्तिमत्त्वात कालांतराने होत गेलेल्या बदलाप्रमाणे माझी कथाही हळूहळू बदलत गेली. तिच्यातला सामाजिक आशय हा अधिकाधिक ठसठशीत होत गेला. गूढता आणि सामाजिक विचार एकत्र आला आहे, अशा माझ्या कितीतरी कथा आहेत. त्यात प्रतीकात्मकता आहे. 'किडे' (१९७८) या कथेत कीड वाटणाऱ्यातून विषारी साप फुत्कारू लागतो, ही कथा आदिवासींच्या उठावाची आहे, तर अलीकडच्या (२००३) 'निर्मनुष्य'मध्ये मृत्यूनंतरची शांतता आणि हरताळामुळे बंद पडलेले शहर, यांच्यातील साम्य आले आहे. अशी कितीतरी उदाहरणे देता येतील. गूढता बाजूला ठेवूनही माझ्या कथांचा कथा म्हणून अभ्यास व्हायला हवा, हे खरेच आहे!

सामाजिक आशयाबरोबरच मी, गूढता कशाकशात असते, याचाही समांतर शोध चालूच ठेवला आहे. मनुष्याचे व्यक्तिमत्त्व अंतर्बाह्य कसे बदलते, हा माझ्या निरीक्षणाचा एक विषय असतो. काळ ही गोष्ट अत्यंत

गूढ आहे. माझ्या काही कथांत काळ उलटासुलटा करून पाहिलेला आहे. पर्यायी विश्व ('असे झाले असते तर' हे खरेच झाले तर) याही कल्पनेशी मी खेळलो आहे. माणसाच्या व्यक्तिमत्त्वाच्या अनेक बाजू मला आकर्षित करतात. राजकारण्यांच्या लपवा-छपवीचेही खरोखरीच्या गूढात मी परिवर्तन केलेले आहे. ('व्हायरस', २००४) नेहमीचीच निरीक्षणे, पण लेखकाच्या व्यक्तिमत्त्वाने त्यांना गूढ आकार येऊ शकतो. सांगितले ते एवढ्यासाठीच, की गूढकथेची व्याप्ती लक्षात यावी. भय सोडून इतर कितीतरी गोष्टी तिच्यात येतात, हे कळावे. तिच्यातला लेखकाच्या व्यक्तिमत्त्वाचा भाग स्पष्ट व्हावा. त्यामुळे स्वतंत्र गूढकथेचे महत्त्व पटावे.

गूढकथेविषयी विश्लेषणात्मक लिहावे तेवढे थोडेच आहे. खरोखरच फार थोडे आहे. कारण प्रा. सुधा जोशी ('कथा : निर्मिती व समीक्षा' या ग्रंथातील एक दीर्घ प्रकरण) सारखा एखाद-दुसरा अपवाद सोडता फार कोणी या विषयाचा अभ्यास केलेला नाही. आपल्याकडील कामचुकार समीक्षा पाहता, तो पुढेही केला जाण्याचा संभव कमी, कारण साहित्याचे पारंपरिक मापदंडच मानणे आपल्या सोयीचे जाते; नवीन अभ्यासाचा त्रास वाचतो. मात्र, कुठल्याही पारंपरिक समीक्षेचे ओझे मनावर न बाळगता आजची तरुण पिढी या साहित्यप्रकाराचा स्वतंत्रपणे विचार करून आस्वाद घेऊ लागली आहे, असेही दिसते - हे सुचिन्ह!

माझ्या कथांसाठी सुभाष अवचट आणि चंद्रमोहन कुलकर्णी या दोन चित्रकारांनी (त्यांच्या) सुरुवातीपासूनच उत्कृष्ट कथाचित्रे आणि संग्रहांसाठी मुखपृष्ठे काढली. वास्तव हे गूढतेच्या अंगाने कसे मांडावे, याची या दोन चित्रकारांना इतकी चांगली समज आहे, की त्यांनी माझ्या कथांसाठी काढलेल्या चित्रांचेच एक खास प्रदर्शन भरवले जावे, असे अनेकदा मनात येते. मी त्यांच्या रेखाटनांसाठी त्यांचा ऋणी आहे.

हे पुस्तक आकाराला येण्यात प्रकाशक आशिश पाटकर, यांच्यासोबत हृषिकेश गुप्ते आणि मुकुंद कुळे या त्यांच्या सहकाऱ्यांचाही वाटा आहे. त्यांना मन:पूर्वक धन्यवाद!

- रत्नाकर मतकरी

रत्नाकर मतकरी यांचे कथासंग्रह

१.	खेकडा	१९७०	१४.	अवचिन्ह	१९९३
२.	निजधाम	१९७२	१५.	विलक्षण	१९९३
३.	सोनेरी मनाची परी (स्वप्नातील चांदणे)	१९७३	१६.	संदेह	१९९३
			१७.	ऐक, टोले पडताहेत!	१९९४
४.	फाशी बखळ	१९७४	१८.	अपरात्र	१९९५
५.	कबंध	१९७५	१९.	अंश	१९९५
६.	रंगांधळा	१९७७	२०.	हसता हसविता	१९९९
७.	संभ्रमाच्या लाटा	१९७८	२१.	झपाटणाऱ्या गोष्टी	१९९९
८.	मध्यरात्रीचे पडघम	१९८०	२२.	गहिरे पाणी	२००१
९.	रत्नाकर मतकरींच्या निवडक गूढकथा संपा. शांता शेळके	१९८२	२३.	रंगयात्री	२००१
			२४.	बाळ, अंधार पडला!	२००३
			२५.	बारा पस्तीस	२००३
१०.	मृत्युंजयी	१९८३	२६.	निर्मनुष्य	२००५
११.	दहाजणी	१९८५	२७.	माणसाच्या गोष्टी-१	२००५
१२.	फॅन्टॅस्टिक	१९८५	२८.	माणसाच्या गोष्टी-२	२००७
१३.	एक दिवा विझताना	१९८६	२९.	अंतर्बाह्य	२०११

अंतर्बाह्य

बिल्डर याळगींनी आपल्या एकुलत्या एका मुलाला आर्किटेक्ट्स फर्म काढून दिली होती... तिचे उद्या उद्घाटन होते. त्या निमित्ताने आज गावातल्या प्रतिष्ठित जिमखान्याच्या मैदानावर कॉकटेल पार्टी होती.

मला पार्टीमध्ये हातात ग्लास घेऊन फिरायला आवडत नाही. हातात ग्लास धरूनच, पण एक टेबल पकडून बसून राहणे मी पसंत करतो. ज्यांना माझ्याशी बोलावेसे वाटते, ते लोक आपणहून माझी चौकशी करत येतात; आणि गावातल्या किंवा छोट्या शहरातल्या म्हणा, प्रमुख पोलीस स्टेशनच्या इनचार्ज असलेल्या पोलीस अधिकाऱ्याशी कुणाला ओळख वाढवावीशी वाटणार नाही? त्यामुळे मला एकट्याने पीत बसणे कितीही आवडले, तरी माझ्या टेबलभोवती लोकांचा घोळका जमतोच!

मिसेस याळगी जातीने माझी सरबराई करत होत्या. नुकताच त्यांनी मला ग्लास भरून आणून दिला होता. मी त्यांना क्षणभर बसण्याचा आग्रह केला. एकट्या पुरुषाचा आग्रह बायका सहसा मोडत नाहीत. मंद संगीताच्या साथीने आमच्या गप्पा रंगू लागल्या. एवढ्यात दारातून राणीने प्रवेश केला. राणीला मी शेवटचे पाहिले, त्याला पाच-सहा तरी वर्षे झाली असतील; पण तिच्यात काहीही फरक पडला नव्हता. उलट ती अधिक

तरुण आणि सुंदर दिसत होती. अर्थात, त्याचे मला फारसे आश्चर्य वाटले नाही. राणीसारख्या, सुस्थितीतल्या बुद्धिमान स्त्रिया स्वत:च्या शरीराची सतत काळजी घेतच असतात.

मात्र तिच्याबरोबरच्या पुरुषाला पाहिले, आणि मी चमकून उभा राहिलो.

"काय झालं? दचकलात कां असे?" मिसेस याळगींनी विचारले.

"काही नाही– काही नाही..." म्हणत मी खाली बसलो आणि स्कॉचचा एक घसा जाळणारा मोठा घोट घेतला. काय सांगणार होतो मी मिसेस याळगींना? राणीबरोबरच्या रणजीत सरदेसाईला मी पाच वर्षांपूर्वी मृतावस्थेत पाहिले होते– ट्रकने धक्का दिल्यामुळे डोके फुटून मेंदू बाहेर आलाय असे... हे?

माझी चलबिचल मिसेस याळगींनी ओळखली. ती, राणीला पाहिल्यामुळे झाली, हेही त्यांच्या ध्यानात आले. त्या म्हणाल्या, "तिला ओळखता वाटतं तुम्ही?"

"राणीच ना ती?"

"हो. मिसेस राणी दानवे."

"माझी तिची ओळख त्या आधीची. मध्यंतरी भेट नाही; पण तिनं लग्न केल्याचं कानावर आलं होतं माझ्या."

"आणि तिच्याबरोबर आहेत ते..."

"रणजीत सरदेसाई. मी चांगलं ओळखतो..." म्हणतानाच मी जीभ चावली. हा माणूस रणजीत कसा असेल? रणजीत तर जिवंतच नाहीये ना?

मिसेस याळगीही माझ्याकडे चमत्कारिक नजरेने पाहू लागल्या. हा गृहस्थ असे काय बोलतोय? (पुढचा पेग त्या बहुधा देणार नाहीत मला!)

"राणीबरोबर आहेत ते तिचे मिस्टर, श्रीप्रसाद दानवे."

"सॉरी, मला भास झाला कुणातरी दुसऱ्याच माणसाचा..."

एवढे म्हणेपर्यंत राणी आणि दानवे आमच्या टेबलाशी आले, होस्टेस मिसेस याळगींना भेटायला.

"बसा ना. मी ओळख करून देते तुमची." मिसेस याळगी म्हणाल्या. ती दोघे आमच्या टेबलशी बसली. "हे इथले पोलीस चीफ –"

"मी ओळखते त्यांना. पुण्याला होते ना, तेव्हापासून." राणी म्हणाली. तिच्या बोलण्याकडे लक्ष देणे मला कठीण जात होते. कारण ती पूर्वीचीच दिसत असूनही काही कारणाने आता पूर्वीची वाटत नव्हती. स्त्रीचे वय वाढते तसतशी तिच्या चेहऱ्यावरची निरागसता कमी होते, हे एक कारण; पण दुसरे म्हणजे, तिच्या व्यक्तिमत्त्वाला काहीतरी गूढता आली होती. ती तिच्या डोळ्यांत होती, स्मितात होती, तशी एकंदर वागण्यातच होती. कुणातरी अत्यंत वेगळ्या

(आणि ते वेगळेपण काय आहे, हेही सांगणे कठीण होते!) व्यक्तीशी आपण बोलत आहोत, असे वाटत होते.

आश्चर्य म्हणजे दानवे माझ्याशी, अगदी पूर्वीची ओळख असल्याप्रमाणे नि:संकोचपणाने वागत होते. मी तर त्यांना रणजीत सरदेसाईच समजत होतो. रणजीत हा एक तरुण प्ले-बॉय होता. एकटाच होता. वडील गडगंज श्रीमंत होते. अचानक अटॅक येऊन ते वारले. मात्र, जाण्यापूर्वी त्यांनी आपले स्पोर्ट्स मटिरिअलचे प्रसिद्ध दुकान तिशीच्या रणजीतच्या स्वाधीन केले होते. वडिलांच्या पुण्याईने ते आपले आपणच चालत होते, म्हटले तरी चालेल. रणजीत त्याकडे थोडेफार लक्ष द्यायचा, अगदीच नाही असे नाही; पण दुकानाची एकंदरीत फार काळजी न करताही त्याला मजेत राहता येत असे. क्लबवर पत्ते खेळत बसावे, कधी एखाद्या उंची बारमध्ये जावे, मित्र-मंडळींना खाऊ-पिऊ घालावे, सुंदर मुलींशी मैत्री जमवावी, असे त्याच्या देखण्या रूपाला, भरदार शरीराला आणि उत्तम सांपत्तिक स्थितीला शोभेलसे त्याचे जगणे होते. त्यातच कधीतरी त्याने राणी मानकामे या, सुंदर आणि हुषार मुलीला गटवले. आता कधीही त्यांचे लग्न होईल, अशी परिस्थिती असतानाच अचानक एका अतर्क्य अपघातात रणजीतचा बळी गेला होता. तो कारच्या ड्रायव्हर्स सीटमधून बाहेर पडला आणि अचानक भरधाव आलेल्या एका ट्रकने कारचे दार तर फोडून दूर भिरकावलेच; पण रणजीतलाही लांबवर फेकले. जागच्या जागीच त्याचा प्राण गेला.

या क्षणी जणू तोच रणजीत, दानवे म्हणून माझ्यासमोर बसला होता. तसेच काळेभोर कुरळे केस, तशीच हनुवटीवर छोटीशी दाढी, अंगात कपडेही रणजीत घालायचा तसेच, जीन्स आणि डार्क शर्टवर लेदर जॅकेट असे फॅशनेबल.

दानवे म्हणाला, "डार्लिंग, व्हाय डोन्ट वुइ सेट्ल हिअर?"

राणीने एक गंभीर स्मित केले. मिसेस याळगी माझी दानवेंशी औपचारिक ओळख करून देऊन निघाल्या. जाताना त्यांनी विचारले, "प्लीज - व्हॉट विल यू हॅव?"

"ओन्ली पाइन ॲपल ज्यूस." राणी म्हणाली.

"स्कॉच ऑन रॉक्स." रणजीत म्हणाला.

मी पूर्वी एकदाच रणजीतबरोबर बारमध्ये बसलो होतो. तेव्हाही त्याने स्कॉच ऑन रॉक्सच घेतली होती! - अर्थात, यात विशेष काही नव्हते. इट्स अ फेअरली कॉमन ड्रिंक!

"हे काय करतात?" दानवेच रणजीत असल्याचा भास डोक्यातून काढून टाकण्याचा प्रयत्न करत मी विचारले.

"पूर्वी प्राध्यापक होते. इथल्या कॉलेजात इकनॉमिक्सचे!" राणी म्हणाली.

प्राध्यापक? मी चमकलो. समोर बसलेला, जीन्स, जॅकेट घातलेला माणूस कुठल्याच अंगाने इकनॉमिक्सचा प्राध्यापक वाटत नव्हता.

''पण आता मी सगळं इकनॉमिक्स विसरून गेलोय... आम्ही एक स्पोर्ट्स मटिरिअलचं दुकान काढलंय.''

स्पोर्ट्स मटेरिअलचं दुकान?... रणजीतसारखं?... मी पुन्हा चपापलो.

''छान चाललंय.'' दानवे म्हणाला, ''भराभर वाढतंय. आता आम्ही शेजारची जागा पण घेतोय दुकान मोठं करण्यासाठी.''

मनगटाला खाज येऊ लागली, म्हणून मी घड्याळ काढून टेबलवर ठेवले. राणी माझ्याकडे पाहत होती. तिच्या नजरेत किंचित मिश्किलपणा असावा. माझी तारांबळ पाहून तिच्या मनात काय विचार येत असतील, ते सांगणे कठीण!

''आर यू अन्‌कम्फर्टेबल?'' दानवेने मला विचारले. त्याचा आवाज... प्रश्न विचारण्याची शैली... डिट्टो रणजीत!

''नाही – तसं काही नाही. एवढंच, की तुम्हाला पाहताना, तुमचं बोलणं ऐकताना मला एकसारखी दुसऱ्या एका माणसाची आठवण होतेय!''

''रणजीतची ना?'' राणी सहजपणे म्हणाली. ''खूपच साम्य आहे, दोघांच्यात!''

साम्य नाही... हा रणजीतच आहे! मी मनाशी म्हटले. पण ते कसे शक्य आहे? आहे तरी काय हे रहस्य?

रात्री मला झोप लागेना. डोक्यात एकसारखे राणी आणि रणजीतचेच विचार येत होते!... मनातल्या मनातसुद्धा मी त्या माणसाचे नाव 'दानवे' म्हणून घेऊ शकत नव्हतो. तो बोलत होता रणजीतसारखा, हसत होता रणजीतसारखा, पीत होता रणजीतसारखा; आणि दिसत तर होता (अगदी हनुवटीवरच्या छोट्या दाढीसकट) शंभर टक्के रणजीतसारखा! हे कसे शक्य होते? राणीचा प्रियकर मरतो, आणि तिचे ज्याच्याशी लग्न होते, तो डिट्टो तिच्या प्रियकरासारखा निघतो? इतका मोठा योगायोग शक्य तरी आहे का?

रणजीत जर अपघातात मेला, हे सर्वांनाच मान्य असलेले चक्षुर्वैसत्य नसते, त्याचा मृत्यू ही सांगोवांगीची गोष्ट असती, तर मी म्हटले असते, की प्रत्यक्षात त्याचा मृत्यू झालाच नाही. राणी आणि रणजीत यांनी मिळून दानवेचा खून केला आणि नंतर रणजीतने दानवेची जागा घेतली! पण रणजीत मेलेला सर्वांनीच पाहिला होता. त्यानंतर चांगले तीन वर्षांनी राणीचे लग्न दानवेशी झाले होते. दानवेचा काटा काढावा, अशी काही त्याची इस्टेट नव्हती; उलट रणजीतचे मूळचे मोठे दुकानच त्याच्या मृत्यूनंतर त्याच्या चुलत भावाकडे गेले होते आणि

तरीही... आता दानवेने पुन्हा स्पोर्ट्स मटेरिअलचेच दुकान काढावे?... माझ्या पोलिसी मेंदूलादेखील कशाची काही टोटल लागू शकत नव्हती!

मी दोन दिवसांची रजा मिळवली, आवश्यक त्या अरेंजमेंट्स केल्या आणि पुण्याला गेलो. आमच्या पुणे रेकॉर्ड ऑफिसमधल्या एका विश्वासू कर्मचाऱ्याकडून, पाच वर्षांपूर्वीच्या अपघातांच्या फाईल्स काढून घेतल्या. अपघाताची तारीख बरोबर होती. अपघातात दगावलेल्याचे नाव रणजीत सरदेसाई होते. अपघाताचे एक स्थळ-छायाचित्र फाइलला लावलेले होते. त्यात थोड्या तर्कानेच, पण रणजीत ओळखूही येत होता!... केसवर कोणताही नवीन प्रकाश पडत नव्हता.

"तुला आठवतोय कुलकर्णी तो अपघात?"

"होय साहेब. अख्खं पुणं हळहळलं, रणजीतसारखा उमदा राजबिंडा तरुण असा गेला, म्हणून! 'सकाळ'मध्ये फोटोसुद्धा आला होता त्याचा निधनाच्या बातमीबरोबर!... सरदेसाई स्पोर्ट्स तीन दिवस बंद होतं. नंतर बघा, रयाच गेली त्या दुकानाची!... कशासाठी सर ही चौकशी? काही प्रॉब्लेम झालाय?"

"नाही; मेलेल्या माणसाचा कसला प्रॉब्लेम?"

"कां? एखादा तोतया पुढे येऊ शकतो - मी रणजीत सरदेसाई, म्हणत!"

इथे नेमका उलटा प्रॉब्लेम झालाय!... रणजीत सरदेसाई म्हणतोय, मी दानवे म्हणून! मी मनाशी म्हटले. अर्थात कुलकर्णीला हे काही सांगून उपयोग नव्हता. मी आपले सहज विचारले - "कुलकर्णी, त्या सरदेसाईला जवळून ओळखणारे कुणी माहितेय का?"

"तसे त्याचे नातेवाईक नाहीत कुणी; पण एक बाई आहेत. सुरभी गोरे म्हणून. प्रकाशक आहेत."

"असं! ...काय नाव प्रकाशनाचं?"

"रणजीत प्रकाशन."

मी चमकलो - "रणजीत प्रकाशन?"

"होय सर, रणजीत गेल्यानंतर काढलं त्यांनी ते, त्याच्या नावानं."

"बाई खरोखरच जवळची दिसतेय. त्यांचा... पत्ता, फोन काही आहे?"

थोडीफार फोनाफोनी करून कुलकर्णीने पत्ता मिळवला. प्रकाशनाचा पत्ता मिळणे काय कठीण असणार?

मी 'रणजीत प्रकाशन'मध्ये गेलो. समोरच रणजीतचा मोठा हसरा फोटा टांगलेला होता. मला पुन्हा एकदा दानवेची आठवण झाली. सुरभी गोरे ऑफिसमध्ये नव्हत्या; पण कधीही येणे अपेक्षित होते. ऑफिस नीटनेटके होते. पुस्तके कपाटांमधून आकर्षकपणे रचलेली होती. तिघा-चौघांचाच स्टाफ होता;

पण कर्तव्यदक्ष दिसला. माझे आगत-स्वागत करून त्यांनी मला सुरभीच्या केबिनमध्ये बसायला सांगितले. माझ्यासाठी कॉफी पाठवली. तेवढ्यात सुरभी आलीच.

ऑफिसवरून ते चालवणाऱ्या बाईची जी कल्पना मी केली होती, तशीच सुरभी होती. अत्यंत व्यवस्थित. राणीच्याच वयाची. तिच्याइतकी देखणी नसली, तरीही तशी सुस्वरूप. मी माझी ओळख करून दिली. पोलीस म्हटल्यावर ती एकदम सतर्क झाली. मी म्हटलं, ''डोन्ट वरी. पोलीस अधिकारी म्हणून अजिबात आलेलो नाही. मी एक साधं कुतूहल भागवण्यासाठी आलोय.''

''बोला - व्हॉट कॅन आय डू फॉर यू?'' तिने शांतपणे विचारले.

''रणजीतविषयी तुम्हाला विशेष आस्था दिसतेय.'' मी तिच्या टेबलवरच्या फोटोकडे पाहत म्हटले.

''हो, तो अगदी जवळचा मित्र होता माझा.'' सुरभी म्हणाली. ''माझं प्रेम होतं त्याच्यावर.'' तिच्या या स्पष्टोक्तीने मी चकित झालो. ती किंचित हसून पुढे म्हणाली, ''तशा बऱ्याच जणी प्रेमात होत्या त्याच्या; पण त्याचं प्रेम मात्र राणीवरच होतं. इतर मुलींशी त्याचं आपलं माइल्ड फ्लर्टिंग चालायचं, पण ते तेवढंच. माझ्याशी मात्र खास मैत्री होती त्याची. प्रत्येक गोष्ट तो मला येऊन सांगायचा. कधी कधी राणीच्या आधी... मैत्री ही गोष्ट प्रेमापेक्षाही काही वेगळीच आहे, नाही का? वेल, मी मात्र त्याच्या प्रेमात होते... म्हणजे माझ्या बाजूनं त्याच्यावर एकतर्फी प्रेम करत होते... त्याला त्या दोघांचीही हरकत नव्हती. कारण मी बिलकूल पझेसिव्ह नव्हते. राणीचा मला कधीही मत्सर वाटला नाही. माझं प्रेम हे माझ्यापुरतं होतं. त्याचा दुसऱ्या कुणालाही उपद्रव होण्यासारखा नव्हता. मात्र, मी अत्यंत स्पष्ट होते माझ्या प्रेमाविषयी. आजही मी रणजीतवर तितकंच प्रेम करते. हे प्रकाशन म्हणजे माझ्या रणजीतची पूर्ण वेळ आठवण आहे. मी लग्न केलं नाही. तो जिवंत असता तर नसतंच केलं; पण आता, तो गेल्यानंतरही नाही!''

''राणीनं लग्न केलं?''

''हो. बेळगावच्या बाजूला प्राध्यापक आहे, दानवे म्हणून!... मी तिला दोष देणार नाही. गेल्या माणसाच्या आठवणीत सर्वांनीच आपलं आयुष्य वाया घालवावं, असं नाही!... आणि तिचं रणजीतवर काही कमी प्रेम नव्हतं. तो गेल्यानंतर ती कशी वेडीपिशी झाली, ते मी पाहिलंय! दिवसचे दिवस उपाशी राहायची, रस्त्यातून एकटीच भटकायची. मला काळजी वाटायची तिची! आणि एके दिवशी अचानक नाहीशी झाली; कुणालाही काहीही न सांगता!''

''तुम्ही पोलिसात नाही कळवलंत?''

"खरं तर हवं होतं कळवायला; पण असं काहीतरी वाटलं, की तिला तिचा मार्ग सापडला असेल, कुणा नातेवाईकाकडे गेली असेल – कोण जाणे! तिची कोणी फार काळजी केली नाही, एवढं खरं!"

"नंतर काही कळलं तिच्याविषयी?"

"एकदम दोन वर्षांपूर्वी. तिच्या लग्नाची पत्रिकाच आली. सोबत पत्र. तू आलंच पाहिजेस, असा आग्रह. मी गेले, मुख्यत: कुतूहलापोटी."

"मग?"

"ती मजेत दिसली. मी म्हटलं, गेली होतीस कुठे तू रणजीत गेल्यानंतर? म्हणाली, आफ्रिकेत माझे एक नातेवाईक आहेत, त्यांनी बोलावून घेतलं. अडीच–तीन वर्षांनी परत आले. मग दानवे भेटले."

"तुम्हाला दानवे कसे वाटले?"

"रणजीतच्या एकदम विरुद्ध. गंभीर, भारदस्त. वयानेही ते थोडे मोठे असावेत. केसांची एक बट पिकली होती!

माझ्या डोक्यात पुन्हा चक्रीवादळ सुरू झाले. दानवे मुळात रणजीतसारखा नव्हता... यात खरे तर आश्चर्य वाटण्यासारखे काहीच नव्हते; पण आता तो रणजीत कां दिसतो, हेच मोठे प्रश्नचिन्ह होते.

"थांबा. मी तुम्हाला त्यांचा फोटोच दाखवते." सुरभीने खोलीतले गोदरेज कपाट उघडले. त्याच्या सेफमधून एक फोल्डर काढला. तो बहुधा पर्सनल कागदपत्रांचा असावा. यातून तिने एक कागदी पाकीट काढले. आत छायाचित्रे होती. त्यातली दोन छायाचित्रे मला दाखवत ती म्हणाली, "राणीने मी परतल्यानंतर मला आठवणीने पाठविले हे फोटो, लग्नाला आल्याबद्दलच्या आभाराच्या पत्राबरोबर."

फोटो लग्नातले होते. दोन्हीमध्ये सुरभी होती आणि नवपरिणीत दाम्पत्य. दानवेमध्ये आणि रणजीतमध्ये कसलेच साम्य नव्हते. दानवेच्या केसांची एक बट पांढरी झाली होती आणि चेहऱ्यावर एक गंभीर भाव होता.

"सांगावं की नाही, ते मला कळत नाही." सुरभी म्हणाली. "फोटोत लक्षात नाही येणार... पण दानवेंमध्ये एक छोटंसं व्यंग आहे. त्यांचं डावं पाऊल वाकडं आहे. म्हणजे आपलं पाऊल उभं असतं, तर यांचं किंचित आडवं. अगदी फार खटकत नाही, पण आहे!"

"सुरभी..." बऱ्याच विचारानंतर मी म्हणालो, "तुला रणजीत सरदेसाईला भेटायचं आहे?"

"काय म्हणालात?" ती जवळजवळ ओरडलीच.

"मी परवाच राणी आणि दानवे यांना भेटलो. दानवे तू सांगितलंस तसा

नाही. तो वेगळाच आहे. तो रणजीत सरदेसाई आहे.''

''तुम्ही काय म्हणताय ते मला समजतच नाही!''

''मलाही नाही. ते एक मोठंच कोडं आहे. कदाचित तू त्याचा अर्थ लावू शकशील. म्हणून विचारतो, तू माझ्याबरोबर येशील? रणजीत सरदेसाईला भेटशील?''

संध्याकाळ शहरावर हळूहळू पसरत होती. सुरभी मला म्हणाली, ''प्लीज, मी राणीच्या घरी एकटीच जाऊ शकते का?''

''बाय ऑल मीन्स!'' मी सहज परवानगी दिली. ''आफ्टर ऑल, मी तुमच्यात परका आहे. ऑड मॅन आऊट! तुम्ही तिघं मित्र आहात.''

''असंच काही नाही.'' सुरभी गंभीरपणे म्हणाली. ''तो जर रणजीत नसून दानवे असेल, तर आम्ही मित्र कसे?''

''एका अटीवर मी तुला जाऊ देतोय. आल्यावर मला शब्दश: माहिती दिली पाहिजे काय झालं त्याची. काहीही हातचं राखून न ठेवता.'' मी म्हटले.

''पोलीस चीफ शोभता खरे.'' सुरभी हसून म्हणाली आणि निघून गेली. मात्र ती शब्दाला जागली. आल्यानंतर तिने मला, जे काय घडले, ते शब्दश: सांगितले.

सुरभी दानवेंच्या घरी पोहोचली, तेव्हा राणी बाहेर गेली होती. दानवे एकटाच टी.व्ही. पाहत बसला होता. हातात स्कॉचचा ग्लास होता. दार लोटलेले होते. सुरभीने बेल वाजवली आणि ती दार लोटून आत गेली.

बेलचा आवाज ऐकून दानवे उठून उभा राहिला.

खोलीत एकच स्टँडिंग लॅम्प जळत होता. त्याचा प्रकाश दानवेच्या आकृतीवर पडला होता. बाकीची खोली काळोखात बुडून गेली होती.

सुरभीचा आपल्या डोळ्यांवर विश्वास बसेना.

काळोखातून पुन्हा प्रकाशात आलेली ती आकृती तिच्या सर्वात प्रिय माणसाची होती. शंकाच नव्हती... तो रणजीत होता. ती धावत गेली आणि तिने त्याला मिठी मारली. एकदम तिला रडू फुटले. जणू इतके दिवस मनावर वाहिलेला भार एकदम हलका झाला. हुंदके देऊन देऊन ती रडू लागली. दानवेने तिच्या पाठीवर थोपटून तिला हळूहळू शांत केले. तिला शेजारच्या सोफ्यावर बसवले. रिमोटने टी.व्ही. ऑफ केला.

हळूहळू तिला भान आले... आपण ज्याला मिठी मारली, तो राणीचा नवरा दानवे असणार, हे जाणवले.

"सॉरी" ती म्हणाली, "माझा संयम सुटला!"

"सुरभी, कशी आहेस तू?"

"तुम्ही मला ओळखलंत?"

"तू... लग्नाला आली होतीस, नाही का? त्यावेळी काढलेले तुझे दोन फोटोजसुद्धा आहेत आमच्याकडे! फारसा फरक नाही पडलेला तुझ्यात!" दानवे म्हणाला.

"तुमच्यात मात्र प्रचंडच बदल झालाय!" सुरभी म्हणाली, "हा चमत्कार कसा झाला?"

"ते मलाही नाही सांगता येणार; पण मी आता दिसतोय तसा झालोय खरा. तसं मला थोडंफार आठवतं, मी पूर्वी कसा होतो ते. पण कसं कोण जाणे, माझं शरीर भरदार होत गेलं, केस काळे झाले, कुरळे झाले, दाढी ठेवावीशी वाटायला लागली... आणि त्याच वेळी मला जाणवलं, की माझ्यात आणखी एक माणूस वस्तीला आलाय. आपलं सामानसुमान, बाडबिस्तरा घेऊन. सगळ्या आवडी-निवडी, आठवणी, सवयी सारं सारं घेऊन. त्याच वेळी आधीचा मी पुसट होत जायला लागलो... पण पुरता गेलो नाही. तुला कसं सांगू सुरभी, माझ्यात झालेला हा बदल इतका सहज आहे, की त्याला बदल म्हणताही येणार नाही. जणू पहिल्यापासून मी असाच आहे... मी दुसरा नाही. मी पहिलाच आहे... त्या दिवशी पार्टीत मी पोलीस इन्स्पेक्टरना ओळखलं... आज मला आठवतायत, तुझ्या-माझ्यात झालेल्या साऱ्या गप्पागोष्टी, मी तुला येऊन सांगितलेल्या माझ्या अडचणी..."

"आताही तू तेच करतोयस... तुझा प्रॉब्लेम मला सांगतोयस रणजीत!"

"नाही नाही - मी रणजीत नाही... रणजीत अपघातात वारला ना? मग मी रणजीत कसा? मी श्रीप्रसाद आहे - मी दानवे आहे!"

"एका परीनं तुझं बरोबर आहे रण... बरं, दानवे म्हणते. कारण तुझं नाव हे आमच्यासाठी. आम्ही तुला रणजीत म्हणतो - किंवा दानवे म्हणतो... तू स्वत:ला काहीच म्हणत नाहीस. तुझ्या दृष्टीनं तू फक्त तू आहेस..."

"हो... मी मी आहे... काही आठवणी, सवयी यांचा बनलेला मी..."

"तू अंतर्बाह्य बदललायस दानवे, म्हणूनच तुला बदलल्याचं जाणवतही नाही... प्रश्न असा आहे, की हे झालं कसं?"

...माझ्याशी बोलताना सुरभी पुन:पुन्हा हाच प्रश्न विचारत राहिली... हे झालं कसं?

मी तिला म्हटलं, "हे बघ, असं कोणी बदललं, तर आपण म्हणतो,

त्याला त्याचा पुनर्जन्म आठवला; पण पुनर्जन्मात काही माणूस जसंच्या तसंच राहत नाही... आणि रणजीत वारला त्याला अवघी सहा वर्षं झालीयेत. त्यानं पुनर्जन्म घेतला, तरी तो आज पाच वर्षांपेक्षा अधिक वयाचा असणार नाही!''

''आपण भुताखेतांवर विश्वास ठेवायचा का?'' सुरभी म्हणाली- ''म्हणजे असं म्हणायचं का, की मेल्यानंतर रणजीतचा आत्मा भटकत राहिला आणि त्यानं जो कोणी त्याच्या प्रेयसीशी लग्न करील, त्याला झपाटायचं ठरवलं?''

''तसं असतं तर दानवेचं वागणं बदललं असतं. आवाज बदलला असता; पण रूप, ते कसं बदललं असतं? इथं तर तो शरीरानंही पुरता रणजीत झालाय! भुतानं पछाडलं तर माणूस असा शरीरानं कसा बदलेल?''

असे उलटसुलट विचार आम्ही किती वेळ करत बसलो असतो, कोण जाणे! पण तेवढ्यात दारावरची बेल वाजली. सुरभीने दार उघडले - पाहतो तर, दारात राणी! दोघींनी एकमेकींना मिठीच मारली.

''किती दिवसांनी दिसतेयस!'' राणी म्हणाली.

''दोन वर्षांनी. तुमच्या लग्नात नव्हते का आले मी?''

''अग मघाशी आपली थोडक्यासाठी चुकामूक झाली. तू आत्ताच येऊन गेलीस, असं श्री म्हणाला. सरांकडे उतरलीयेस, असं कळलं. म्हटलं, लगेच जाऊन यावं!''

''बरं झालं आलीस! तुझी भेट झाली नसती तर मलाही चुटपुट लागून राहिली असती!''

''तसं मला सरांना भेटायचं होतंच! हे घड्याळ देण्यासाठी!''

''माझं घड्याळ? तुझ्याकडे कसं आलं?''

''परवा पार्टीत तुम्ही सहज काढून ठेवलंत आणि ते टेबलवर तसंच विसरून उठून गेलात. हरवू नये म्हणून मी पर्समध्ये टाकलं, तुम्हाला नेऊन द्यावं म्हणून!''

''थँक्स व्हेरी मच. हे घड्याळ माझं फार आवडतं आहे. इतक्या वर्षांच्या एकनिष्ठ वापरामुळे असेल; पण माझं त्याच्याशी एक नातंच तयार झालंय! ते हरवलं म्हणून फार बेचैन झालो होतो मी!'' घड्याळ बांधत मी म्हटले. ''बसा दोघी गप्पा मारत. मी चहा घेऊन येतो.''

''तुम्ही कशाला - मी करते ना!'' असे म्हणत सुरभी उठली; पण मी दाद दिली नाही. माझे चहा करण्याचे कष्ट वाचवण्यापेक्षा सुरभीने राणीकडून रणजीत प्रकरणात अधिक माहिती मिळवणे महत्त्वाचे होते!

चहा-बिस्किटे घेऊन बाहेर येऊन पाहतो तर काय, दोघीही गायब! मग लक्षात आले, की दोघी माझ्या अपार्टमेंटची पाहणी करतायेत!... बेडरूममध्ये मी त्यांना गाठले आणि हॉलमध्ये हाकलले.

“एकटेच राहत असून किती छान ठेवलंय घर तुम्ही!” राणी म्हणाली.

“अशी अचानक कशी आलीस पण तू?” आल्या आल्या विचारायचा प्रश्न राणीने आता सुरभीला विचारला.

“रणजीतला भेटायला!” सुरभी सरळपणे म्हणाली.

“दानवेच्यां निमित्तानं माझा रणजीतच मला परत मिळाला!” राणी गंभीरपणे म्हणाली. “अजून तो थोडासा दानवेसारखा वागतो... पण बाकी नव्वद टक्के रणजीत!... तुला आलाच असेल अनुभव!”

“हे जमलं कसं, ते तरी सांग!” सुरभी म्हणाली.

“मी कशी सांगू? या सगळ्या नशिबाच्या न् वेळाकाळाच्या गोष्टी आहेत.” असे म्हणून राणी उठली आणि जायला निघाली. मग दारातच थांबून तिने पर्स उघडली आणि आतून एक ‘मार्लबरो’ सिगरेट्सचा मोठा पॅक काढून माझ्या हातात ठेवला. म्हणाली, “इथं पहिल्यांदाच येताना रिकाम्या हातानं येणं बरोबर वाटलं नाही मला. आणि तुम्ही स्मोक करता हे परवा पाहिलंच होतं मी!”

मी तिचे आभार मानले. ती गेली. तिच्या बोलण्याने सिगारेटची आठवण करून दिली होती; पण पाहिले तर पाकीट रिकामे होते. मी ते वेस्ट पेपर बास्केटमध्ये फेकून दिले. योगायोगाने नवीन पाकीट हजर झाले होतेच; मी मार्लबरोंच्या नव्या पॅकचे उद्‌घाटन केले. एक सिगारेट काढली. पेटवली आणि जोरदार झुरका मारला.

दुसऱ्याच क्षणी खोकल्याची प्रचंड ढास लागून माझा जीव कासावीस झाला. सुरभीने धावत जाऊन पाणी आणले. मार्लबरो काही फार कडक सिगारेट नव्हे; पण यावेळी काय झाले कोण जाणे, कितीतरी वेळ मला खोकला येतच राहिला. सुरभी घाबरून गेली. मलाही नेहमीपेक्षा वेगळे, काहीतरी विचित्रच घडत असल्यासारखे वाटत होते. समोरच्या आरशात चेहरा लालबुंद झालेला दिसत होता. आता जसे काही त्या खोकल्याच्या उबळीने नाकाडोळ्यांतून रक्त बाहेर पडणार असे वाटत होते. दोन-पाच मिनिटेच टिकली असेल ती उबळ; पण तेवढ्या वेळातही मला ब्रह्मांड आठवले.

“तुम्ही या पॅकमधल्या सिगारेट्स नका ओढू सर!” सुरभी धास्तावल्याप्रमाणे म्हणाली.

“वेडी आहेस का?” मी हसून म्हणालो. पहिल्या झुरक्याला ठसका लागला, म्हणजे सगळा पॅक खराब?

यावर सुरभी काहीच बोलली नाही. “उद्या परत जाते मी.” तिने थोड्या वेळाने जाहीर केले. तिला थांबवून घ्यावे, असे मला वाटत होते. मघापासून

मला एक विचित्र बेचैनी जाणवू लागली होती. आपण कुठेतरी अधांतरी वावरत आहोत, असे वाटत होते. त्यात ती खोकल्याची उबळ... एकदम अतिशय विकल वाटू लागले होते. एरवी कधीच मला असे वाटत नाही. उलट शक्तीने जरा जास्तच मुसमुसल्यासारखे वाटते. पोलीस खात्याला आपले शरीर अगदी योग्य आहे, असे वाटते. मग आताच हे काय होतेय?... मी कधी कोणावर अवलंबून राहत नाही; मग आताच सुरभीने मला एकटे सोडून जाऊ नये, असे मला कां वाटतेय? पण आता तिला थांबवून घ्यायचे ते तरी कुठल्या निमित्तावर?

रात्री झोप अजिबात लागली नाही, म्हटले तरी चालेल. अधूनमधून ग्लानी आल्याप्रमाणे जी काय अवस्था व्हायची तेवढेच. ज्यांना भास म्हणता येईल, इतपत खरी वाटणारी स्वप्ने पडत होती. अतिशय असंबद्ध अशी. मधेच मला एक कॉलेज दिसले, मग विद्यार्थ्यांची झुंड दिसली. मधेच तीन काळी मांजरे दिसली. त्यातले एक उंचच उंच होत गेले. त्यातून, काळी साडी नेसलेल्या राणीची आकृती तयार झाली. त्या आकृतीचे डोळे मात्र मांजरासारखे तिरके, पिवळ्या रंगाचेच राहिले. भरलेल्या वर्गाला मी काहीतरी शिकवतोय असे दिसले. मग घड्याळातले टोले ऐकू आले. आश्यर्च म्हणजे ते चक्क मनगटावरच्या घड्याळात पडत होते. त्या टोल्यांनी माझ्या हाताला झिणझिण्या आल्या. हातातून आलेल्या कळेने मी जागा झालो... पुन्हा डोळे लवले... बगलेत एक जाड पुस्तक धरून मी कुठेतरी जाऊ लागलो; पण पाऊलच उचलेना. मग पाहतो तर डावे पाऊल नाहीसेच झालेले. मी भीतीने किंकाळी फोडली, तर तोंडातून आवाजच येईना...

कसाबसा जागा झालो. चाचपून पाहिले, तर दोन्ही पावले जागेवर होती. सुटकेचा नि:श्वास टाकला. अंथरुणाजवळचे मार्लबरोचे पाकीट काढले. सिगारेट पेटवली. एक झुरका मारला. परत ठसका लागला. खोकल्याची उबळ आली; पण ती आधीच्या मानाने थोडी सौम्य होती. बाहेरून सुरभीचा आवाज आला – ''पुन्हा खोकला आला सर? मी येऊ का?'' म्हटले, ''नको. आता बरं आहे. तू झोप.'' पाणी प्यायलो. परत झोपलो. पुन्हा वेडेविद्रे भास सुरू झाले... रात्र अशातच गेली.

पहाटे पहाटेकडे थोडीशी झोप लागली. सकाळी उठायला थोडा उशीरच झाला. सुरभीने चहा बनवला. मी वर्तमानपत्रे चाळत बसलो. एकदम लक्षात आले – आज आपण 'अर्थ वृत्तांत' मधील टिपणे वाचली, जी एरवी आपण फार फार तर मथळे वाचून सोडून देतो. आज आपण गुन्हेगारीच्या बातम्या 'त्यात काय वाचायचे?' म्हणून सोडूनच दिल्या...

चहा प्यायलो; पण बेचैन वाटतच होते. अधांतरी असल्याची जाणीव पुन:पुन्हा होत होती. कां कोण जाणे, पाउले टाकताना त्रास होत होता. मी तसाच बेडरूमकडे जाऊ लागलो, बिछान्यात अंग टाकावे म्हणून. वाटेत सुरभी उभी होती. मला म्हणाली, ''सर, तुम्ही असे कां चालताय?''

''असा म्हणजे?''

''म्हणजे... तुमचं डावं पाऊल सरळ नाही टाकत आहात तुम्ही.''

मी खाली पाहिले. ती म्हणत होती त्यात तथ्य होते. मी काही बोललो नाही. तसाच चालत बिछान्याशी गेलो. उश्या सोयीच्या होतील अशा रचू लागलो.

एका उशीच्या खाली मला एक पांढरी मऊ वस्तू सापडली. तिच्याखाली एक चुरगळलेला कागद! मी तो सरळ केला. तो एक लहानसा फोटो होता. फोटोतल्या माणसाच्या केसांची एक बट पांढरी होती. डोळ्यांवर चष्मा होता. तो बहुधा दानवे असावा – प्राध्यापक श्रीप्रसाद दानवे!... पण त्याचा फोटो इथं कसा आला? माझ्या उशीखाली?

मी सुरभीला हाक मारली. माझ्या स्वरातली भीती तिला बहुधा जाणवली असावी. ती धावतच आत आली. ''काय झालं, सर?''

''हे – हे काय आहे?'' मी तिला तो पांढरा मऊ केसाळ पदार्थ दाखवला.

''हे सशाचं शेपूट आहे सर... ते तोडायचं म्हणजे – हाऊ क्रुएल!''

''डोन्ट वेस्ट युअर सिम्पथी, ते कदाचित मेलेल्या सशाचंही असू शकेल! आणि हा फोटो?''

क्षणभर सुरभी विचारात पडली. ''हे काल राणीनं ठेवलं असणार! घर बघूया, म्हणून ती मला काल या बेडरूमध्ये घेऊन आली, तेव्हा मला थोडं नवलच वाटलं! पण माझ्याही नकळत तिनं शिताफीनं हे उशीखाली ठेवलं, म्हणजे–''

''पण हे सारं कशासाठी?''

''तुमच्या लक्षात नाही आलं सर? राणीनं आणून दिलेलं घड्याळ तुम्ही हाताला बांधलंत! तिनं आणून दिलेली सिगरेट तुम्ही ओढलीत! हे सशाचं शेपूट आणि दानवेंचा फोटो – हे उशीखाली म्हणजे डोक्याखाली ठेवून तुम्ही एक रात्र झोपलात!... या साऱ्या वस्तू – ज्या तुम्ही वापरल्यात, त्या साऱ्याच्या साऱ्या मंतरलेल्या असू शकतील!''

''मंतरलेल्या? यू मीन...''

''येस सर. राणी तुमच्यावर चेटूक करतेय!''

''माझ्यावर चेटूक? कशासाठी?''

“ते राणीलाच विचारायला हवं. अर्थात, तिनं आधी चेटूक केल्याचं कबूल केलं तर!”

आमचा आरोप ऐकल्यावर राणी मोठमोठ्याने हसली.

“डू आय लुक अ विच?– मी चेटकी दिसते तरी का?” तिने विचारले.

“व्हाय नॉट? आय ॲडमिट दॅट यू आर द मोस्ट ब्युटिफूल विच आय हॅव एव्हर सीन. चेटकी नेहमी कुरूप, म्हातारी, गलितगाय अशीच असायला हवी का?” मी म्हटले. “आजच्या काळात तुझ्यासारख्या स्मार्ट, एफिशिअंट, सुंदर चेटक्या असतीलच.”

“तुमचा विश्वास आहे, चेटूक विद्येवर?”

“आतापर्यंत नव्हता.” सुरभी म्हणाली; “पण खरं सांगू राणी... काल सरांच्या घराच्या दारात मी तुला पाहिलं ना, तेव्हा मला तुझ्यात काहीतरी वेगळं जाणवलं. काय ते सांगता नाही येणार; पण काहीतरी... अमानुष!”

“अमानुष झालेच आहे मी सुरभी.” दिवाणावर बसत राणी म्हणाली. “रणजीतला अपघात झाला, त्या दिवसापासून!... मला खाणंपिणं सुचत नव्हतं. झोप येत नव्हती. काम करवत नव्हतं. एकच विचार–सततचा! मला रणजीत परत हवाय... रणजीत परत हवाय... जवळजवळ वेडीच झाले होते मी त्या विचारानं!... गेलेलं माणूस परत कसं मिळणार? असं जवळची माणसं विचारायची. त्यांना वाटायचं, काळ जाईल तशी हिची समजूत पटेल... पण तसं झालं नाही. माझ्या डोक्यातली जिद्द वाऱ्यावरच्या विस्तवासारखी वाढतच चालली होती... मी रणजीतला परत मिळवीनच...!

नॅशनल जिऑग्राफिक चॅनलवर एकदा मी दक्षिण आफ्रिकेतल्या एका छोट्या गावातल्या एका जमातीविषयीचं फीचर पाहिलं. या जमातीतले लोक माणसावर चेटूक करून, त्याचं मूळ माणूसपण काढून घेऊन त्याचा वेगळा माणूस बनवतात, अंतर्बाह्य वेगळा. घरातला कर्ता पुरुष मेला, तर दुसऱ्या एखाद्या माणसाला हुबेहूब त्या माणसासारखा बनवून ते, कुटुंब चालू ठेवू शकतात. एक प्रकारचं क्लोनिंग म्हणा ना! फक्त शास्त्राऐवजी चेटकाच्या माध्यमातून आणि तेही माणसाची अत्यंत उत्कट गरज पुरवण्यासाठी. त्यांच्या पिढ्यान्‌पिढ्या या प्रकारचं चेटूक करत आल्या!... या जमातीची आणखी माहिती मी इंटरनेटवरून मिळवली; आणि जमतील तेवढे पैसे एकत्र करून आफ्रिकेला गेले...

ते गाव, ती जमात आणि चेटूक करणारी ती माणसं शोधून काढणं खूप कठीण होतं; पण रणजीतचं नाव घेऊन मी तो खडतर प्रवास केला. ही माणसं

आपली विद्या कुणालाच शिकवायला तयार नसतात; पण मी केवळ प्रेमासाठी हे धाडस करतेय आणि त्याचा उपयोग पैशांसाठी करणार नाही, याची खात्री पटल्यानंतर त्यांचा म्होरक्या मला शिकवायला तयार झाला. अत्यंत खाष्ट, रूक्ष असा माणूस होता तो; पण माझं शिक्षण होईपर्यंत, म्हणजे जवळ जवळ दोन वर्षात तो मला मुलगी मानायला लागला. या दोन वर्षांत मी कुठल्या कुठल्या कष्टातून गेले ते विचारूच नका... असल्या, मरणावर मात करून नवा माणूस घडवण्यासारख्या अलौकिक साधना, कशा अशक्य वाटण्याइतक्या कठीण असतात, माहीतच आहे तुम्हाला!... परत आल्यावर मी लग्न केलं. कुठलाही नवरा मला चालणार होता, कारण अखेरीस मी त्याचा रणजीतच करणार होते. दानवे माणूस चांगला होता. विद्वान होता; पण मला रणजीतच हवा होता. मी दानवेला बदललं. रणजीतचा फोटो, त्याच्या वस्तू, चेटूकविद्येतल्या काही वस्तू... आणि माझ्याकडचे दोन वर्ष जिवापाड परिश्रम करून मिळवलेले जालीम मंत्रतंत्र – यांच्या साहाय्यानं मी दानवेचा रणजीत केला... मात्र अजूनही तो थोडासा दानवे आहे. मी त्याच्यातलं तेवढंही दानवेपण काढून टाकीन – आता दुसऱ्या कुणाला तरी दानवे करून!''

''दुसऱ्या कुणाला... म्हणजे मला?'' मी एकदम भानावर आलो.

''हो. परवा अचानक मला हा निर्णय घ्यावा लागला. अनायासे तुम्ही घड्याळ विसरून गेलात! पण तुमच्या संशयित नजरेनं मला सांगितलं, की एक पोलीस अधिकारी म्हणून तुम्ही या प्रकारातलं सत्य शोधायचा प्रयत्न करणार! आपल्याकडे चेटूक करणाऱ्यांचा बंदोबस्त करण्यासाठी काय कायदेकानून आहेत, ते मला माहीत नाही – पण काही तरी असतीलच... म्हणून मी ठरवलं, तुम्हालाच–''

''तुला यांच्यावरचं चेटूक काढून टाकलं पाहिजे राणी!'' सुरभी म्हणाली. ''एका चांगल्या माणसाला आयुष्यातून उठवण्याचा अधिकार नाही तुला!''

''ही अगदी सुरुवात आहे, म्हणून हे काढून टाकता येईल; पण आणखी थोडे दिवस गेले असते ना, तर ते अशक्यच होतं! चेटूक उलटवण्याच्या प्रयत्नात मग माझाच प्राण गेला असता!''

''मग? यांच्यावर काही परिणाम होणार नाही... हा तुझा पक्का शब्द समजू मी?'' सुरभीने अधीरपणे विचारले.

''एका अटीवर – यांनी पोलीस चौकशी सुरू करता कामा नये!''

''डन!'' मी म्हटले.

''दुसरं काही नाही हो! कायदा माझी भावना समजू शकणार नाही! त्याला मी केलेलं चेटूक समजेल!... पण रणजीतच्या प्रेमानं माझ्या सबंध जन्मावरच जे

चेटूक केलंय, ते त्याला कसं कळणार?'' – आणि ती चेहरा झाकून अनपेक्षितपणे रडू लागली.

घरी परतल्यानंतर, आम्ही दोघेच असताना मी आरशात पाहून, केसातल्या पांढऱ्या बटेवर हात फिरवत मिश्किलपणे सुरभीला म्हटले, ''तू कशाला सांगितलंस माझ्यावरचं चेटूक परतवायला? मला आवडलं असतं अर्थशास्त्राचा भारदस्त प्राध्यापक व्हायला!''

''नाही हं, मला तुम्ही आहात, तसेच आवडता!'' सुरभी नकळत बोलून गेली... आणि मग एकदम लाजली.

सावळी

ती बातमी वाचून मोहना प्रथम चकित झाली; नंतर संतप्त.

श्रियानच्या पुढच्या चित्रपटाचा चारच दिवसांनी मुहूर्त होता. हे मोहनाला आधीच ठाऊक होते. चित्रपटाचे नाव असणार होते 'मिडनाइट'; हेही तिला ठाऊक होते. शूटिंग लगेच सुरू होणार होते; हेही तिला ठाऊक होते.

तिला ठाऊक नव्हते ते हे, की 'मिडनाइट' मध्ये तिच्याऐवजी मुदिता सुनावालाला नायिका म्हणून घेतलेले आहे! मात्र, बातमीत तसे चक्क म्हटलेले होते. 'श्रियानने हिरॉइन बदलली' हाच मुळी बातमीचा मथळा होता.

श्रियानच्या गेल्या तीन हिट सिनेमांची हिरॉइन मोहना होती. त्यातल्या पहिल्या पिक्चरच्या आधी मोहना कोणीच नव्हती. म्हणजे या ना त्या दिग्दर्शकाच्या हाताखाली ती, मिळतील त्या भूमिका करतच होती; पण ही भूमिका नेहमी एक देखणी बेबी डॉल, अशी असायची. मात्र, श्रियानकडच्या पहिल्याच चित्रपटात तिला स्वत:ची आयडेंटिटी सापडली. खेळकर, पण स्वाभिमानी आणि समर्थ अशा स्वावलंबी मुलीची ती भूमिका प्रेक्षकांना एकदम आवडली. तरुणींना, आपणही असे असावे, असे वाटले. तरुणांना, आपली मैत्रीण अशी असावी, असे वाटले. तिच्या त्या भूमिकेवर पुष्कळ लिहून आले, बरीच चर्चा झाली. चित्रपट

उत्तम चालला. आधी दोन-तीन मोडकेतोडके सिनेमे करून इंडस्ट्रीत कसेबसे टिकून राहण्याचा प्रयत्न करणाऱ्या श्रियानचाही या चित्रपटाने एकदम जम बसला. लागोपाठ दुसरा आणि तिसराही सिनेमा त्याने केला. प्रत्येक चित्रपटाबरोबर यशाची कमान चढती राहिली. श्रियान हिंदीतला मोठा निर्माता-दिग्दर्शक समजला जाऊ लागला. अर्थात, त्याच्या या यशाचे श्रेय मोहनालाही दिले गेले. प्रत्येक चित्रपटातली तिची खंबीर नायिका प्रेक्षकांच्या-समीक्षकांच्या डोळ्यांत भरली. तिची आणि श्रियानची जोडी हिट मानली गेली.

अर्थात, 'मिडनाइट'ची नायिका आपणच असणार, याविषयी मोहनाला कुठलीही शंका येण्याचे कारण नव्हते.

पण बातमी काही वेगळेच सांगत होती. तिच्याऐवजी मुदिता - छे!

मुदिता सुनावालाला तिने धड पाहिलेही नव्हते. ती कधीतरी मोहनाच्या सेटवर आली असेल, तिचा ऑटोग्राफ घेऊन गेली असेल, नाही असे नाही; पण ती लक्षात राहिली नव्हती; म्हणजे डोळ्यांत भरावे आणि मनात राहावे, असे तिच्यात काही नसावेच. परवा कुठल्यातरी रिॲलिटी शोला श्रियान परीक्षक होता, त्यामध्ये तिने नाच केल्याचे वर्तमानपत्रात...

अच्छा... म्हणजे परवा त्या शोमध्ये पाहून श्रियानने तिची निवड नायिकेसाठी केली...!

स्टुपिड! नाच केला असेल साधारण; पण ॲक्टिंग काय करणार ही फाटकी पोर?... आणि तेही प्रेक्षकांना 'मिडनाइट'मध्ये मोहनाच्या अभिनयाची अपेक्षा असताना?

नाही... श्रियान इतका खुळा नक्कीच नाही. हा या बातमीदाराचा खुळचट अंदाज आहे किंवा त्याने जाणूनबुजून खोडसाळपणा केला आहे!... असल्या अपमानकारक बातम्या देणाऱ्या वृत्तपत्रांवर केसच करायला हवी!

मोहनाने शैलेशला फोन लावला. शैलेश जरी 'श्रियान फिल्म्स'चा मॅनेजर असला, तरी मुळात तो श्रियानचा जवळचा मित्र होता!... आणि त्यामुळेच मोहनाचा पण! - नुसता मित्रच नाही; तिचा चाहता, तिची काळजी घेणारा, तिचा हितचिंतक!

"शैलेश... तू आजचा टाइम्स पाहिलास?"

"हो... आपल्या मुहूर्ताची न्यूज आहे..."

"ती खरी आहे?"

"साधारण बरोबर आहे... थोड्या चुका असणारच!"

"ही बातमी चुकीची आहे?... मुदितावाली..."

"नाही... तशीऽ" शैलेश घुटमळला.

“आय गेट इट. बातमी बरोबर आहे!”

“लिसन.”

मोहनाने फोन कट केला; आणि गाडी काढली.

श्रियान अजून ऑफिसात आला नव्हता. (लोळत असेल उशिरापर्यंत! लोकप्रियतेबरोबर त्याचा आळसही वाढतोय!) मोहना त्याची वाट पाहत बसली.

समोरच ‘मिडनाइट’चा मोठा पोस्टर (नवा कोरा – अगदी कालपरवाच तयार झालेला) लावला होता. उडते वटवाघूळ, अर्धा चंद्र यांच्या खाली कृश अंगयष्टीची एक तरुण मुलगी मोकळ्या केसांमागे अर्धा चेहरा झाकून उभी होती. ही मुदिता? अर्थातच! नाहीतर दुसरी कोण?

आता मोहनाचे लक्ष आपल्या थेट पाठीमागच्या म्हणजे श्रियानच्या टेबलाच्या बरोबर समोरच्या भिंतीकडे गेले. ती भिंत मुदिताच्या विविध आकारांतल्या आणि अवतारातल्या फोटोंनी भरून गेली होती. अगदी गेल्या आठवड्यापर्यंत या भिंतीवर मोहनाचा एक ब्लॅक अँड व्हाइट लाइफ साइज फोटोग्राफ तेवढा होता! गेली तीन वर्षे तो तिथे होता... आणि आता अचानक त्या भव्य छायाचित्राच्या जागी हे फुटकळ फोटो...

वर्तमानपत्रातली बातमी वाचताना जशी मोहनाच्या अंगातून गेली होती, तशीच संतापाची लाट पुन्हा एकदा येऊन फुटली!

मोहना उठली आणि एसी ऑफिसचे बंद दार ढकलून बाहेर पडली. अचानक समोरून श्रियान आला. तिला पाहून तो काहीसा चमकला, तरीही चलाखीने सहजपणा आणत हसून म्हणाला, “व्हॉट अ सर्प्राइज! तू कशी इथं?”

“एक्सक्यूज मी.” त्याला बाजूला करण्याचा प्रयत्न करत मोहना म्हणाली, “मला जाऊ दे.”

“कुठं जायचं नाहीस तू.” तिचा दंड पकडून तिला केबिनच्या दिशेने नेत श्रियान म्हणाला, “वुइ शाल हॅव लंच टूगेदर... ओके?”

आत आणून त्याने तिला खुर्चीवर बसवले. या खुर्चीवरून तिला दोन्ही भिंती स्पष्ट दिसत होत्या. मुदिताच्या पोस्टरची आणि मुदिताच्या फोटोंची. ती ताडकन उठली.

“हे बघ... तू रागावली असशील; पण मी सांगतो ते शांतपणे ऐकून घेतलंस, समजून घेतलंस, तर तुला माझं पटेल. ‘मिडनाइट’मध्ये मुदिताला मेन रोल दिला, याचाच राग आलाय ना तुला?”

“तो रोल माझा आहे!” मोहना राग दाबून धरत म्हणाली.

“नाउ, देअर यू आर मिस्टेकन. मी दिग्दर्शक आहे. चांगला दिग्दर्शक आहे! मला कळतं. हा रोल तुझा नाहीये. इट बिलाँग्स टू अ मच यंगर गर्ल!...

नुकत्याच ॲडल्ट झालेल्या, जेमतेम अठरा वर्षांच्या कोवळ्या मुलीचा रोल आहे हा! आणि तू, मला वाटतं, परवाच्या वाढदिवसाला तिशी ओलांडलीस!''

मोहनाच्या रागाला पारावार उरला नाही. आपलं वय काढण्याइतक्या हलक्या थराला श्रियान जाईल, याची तिला कल्पनाच नव्हती. गेली तीन वर्षे आपण सतत ज्या पुरुषाबरोबर राहिलो, त्याची खरोखरची नजर कळून यायला असा काहीतरी अवघड प्रसंग यावा लागावा, हे किती भयंकर!

श्रियानचा अंदाज चुकला होता. मोहनाची समजूत घालण्याच्या भरात तो नको ते बोलून बसला होता.

मोहना मग तिथे थांबलीच नाही. बसल्या जागेवरून उठून एका झेपेतच तिने दार गाठले. श्रियान उठून उभा राहिला; पण मधे असलेल्या टेबलमुळे त्याला चटकन पुढे होऊन तिला थांबवणे जमले नाही. तो नुसता हताशपणे तिच्या पाठमोऱ्या आकृतीकडे पाहत राहिला.

'तिला थांबव' असे इंटरकॉमवरून वॉचमनला सांगेपर्यंत ती गाडीत बसली होती. वॉचमन दाराशी पोहोचेपर्यंत गाडी गेटमधून बाहेर पडली होती.

डोळ्यात पुन:पुन्हा जमून येणाऱ्या पाण्यामुळे मोहनाला समोरचा रस्ता दिसणेदेखील कठीण जात होते. या क्षणापर्यंतचे सारे आयुष्य वेडेवाकडे आकार घेऊन तिच्या डोळ्यांसमोर येत होते. विशेष चांगल्या भूमिका न मिळाल्यामुळे आधीची फुकट गेलेली वर्षे, त्यानंतर योगायोगानेच कधीतरी श्रियानशी पडलेली गाठ, त्याने दाखवलेला प्रचंड आदर, तिची प्रतिमा बदलण्याचा मनापासून केलेला प्रयत्न, त्याच्याबरोबरच्या पहिल्या चित्रपटाचे ते उन्मादक दिवस, त्याने सतत तिचे मन जपण्याचा केलेला प्रयत्न... हळूहळू वाढत गेलेले शारीरिक आकर्षण... एका आउटडोअरच्या वेळी जंगलात, युनिटपासून दूर, एकत्र घालवलेली रात्र, त्यानंतर शक्य असेल तेव्हा तेव्हा, कधी उघड, कधी चोरटेपणाने, एकत्र येण्यासाठी केलेल्या प्रयत्नांमधली गंमत, त्या प्रयत्नांवर कळस चढवणारा तो समागमाचा आनंद... कोण काय म्हणेल, याची बिलकूल पर्वा न करता, श्रियान कायम आपली काळजी घेईल या भरवशावर त्याच्या हाती आपलं भविष्य पूर्णपणे सोपवणे... समाजानेही या कलावंत जोडीला मनापासून मान्यता देणे, सभासमारंभांना त्यांना जोडीनेच बोलावणे... त्याच्याबरोबरच्या दुसऱ्याच फिल्मला फिल्मफेअर अवॉर्ड आणि तिला सर्वोत्कृष्ट अभिनेत्रीचा पुरस्कार मिळणे, तो घेताना, सारं श्रेय श्रियानला देताना भरून आलेला कंठ... आनंदाने गाठलेली ती परिसीमा –

आणि अचानक आज त्या शिखरावरून कोणीतरी... कोणीतरी नव्हे, प्रत्यक्ष श्रियाननेच तिला उपेक्षेच्या खोल दरीत ढकलून देणे...

असे होईल, याची कधीच कुणालाही कल्पना येणे शक्य नव्हते. तरीही एक-दोन वेळा मनात शंकेची पाल चुकचुकली होती... एक-दोनदा त्याने भेटण्याची टाळाटाळ केली होती; आणि भेटू न शकण्याची जी कारणे दिली होती, ती पूर्णपणे पटण्यासारखी नव्हती. एक-दोनदा, श्रियान आपल्यापासून काहीतरी लपवतोय असा भास झाला होता... आणि सर्वात भयंकर, ज्याची तिला स्वत:लाही लाज वाटली होती ते दोनच प्रसंग, जेव्हा एकदा तो बिछान्यात येऊन पडल्या पडल्या, 'आज खूप दमलोय', असं सांगून तिच्याकडे पाठ करून झोपला होता आणि दुसऱ्या वेळी जेव्हा त्यानं अर्ध्यावरच माघार घेत, ओशाळल्या स्वरात, 'साला आज दारू जास्त झाल्यामुळं असं होतंय की काय', असं म्हणत कपडे घालायला सुरुवात केली होती... त्यावेळी तिला तो आपल्या स्त्रीत्वाचा पराजय वाटला होता... आता लक्षात येत होतं, की तो श्रियानच्या स्वभावात होऊ लागलेला बदल होता...

या साऱ्यांचा एकाएकी पण पूर्णपणे अर्थ लागल्यामुळेच ती आज अशी विलक्षण घायाळ झाली होती... प्रश्न 'मिडनाइट'मध्ये नव्या मुलीनं काम करण्याचा नव्हता. प्रश्न होता, तो या निमित्ताने श्रियानने तिच्याकडे पाठ फिरवल्याचा; प्रश्न होता, तो यापुढे इंडस्ट्रीत तिची छी:थू होणार, याचा; प्रश्न होता, तो अचानकपणे तिच्या भविष्याचं दार बंद झाल्याचा...

आणि या साऱ्याला जबाबदार होता, तो श्रियान; कोवळी मुलगी दिसताच साऱ्या निष्ठा गुंडाळून ठेवून, तिच्या दिशेनं धावत सुटणारी त्याची पुरुषी वासना, मोहनाचे यापुढे काय होईल याचा जरासुद्धा विचार न करण्याची त्याची बेपर्वाई, चार दिवसांत आपण एका नटीला फेकून देऊन दुसरीला घडवायला लागू शकतो, हे दाखविण्याची हलकट मुजोरी -

या सगळ्याची किंमत तुला चुकवावी लागेल श्रियान. तू असा-तसा सुटणार नाहीस! मला सहज सोडता येईल असा विचार तू केलास... पण मी तुला इतक्या सहजपणे यातून सुटू देणार नाही! तू पाहशील! तू पाहशील...

विचारांच्या आवेगात, कमी-जास्त वेगात, कधी सिग्नल पाहात तर कधी सिग्नल तोडत, आजूबाजूच्या रहदारीची अजिबात जाणीव न ठेवता, बेभानपणे चालत, मात्र नशिबाने अपघात टाळून, मोहनाची गाडी कशीबशी घरी येऊन पोहोचली. आसमंतात सगळीकडे एकच एक धून भरून राहिली होती -

"तू असा-तसा सुटणार नाहीस श्रियान! पाहशील तू... तू... पाहशील!"

'मिडनाइट'चा मुहूर्त दणक्यात झाला. श्रियान फिल्म्सचे यश आणि उत्पन्न जसजसे वाढत होते तसतसे त्यांच्याभोवतीचे माणसांचे मोहोळही फुगत चालले

होते. त्यामुळे आतापर्यंतच्या चित्रपटांच्या मुहूर्तांपेक्षा कितीतरी अधिक गर्दी या वेळी हजर होती. सगळ्यांकडे लक्ष देता देता शैलेश मेटाकुटीला आला होता. त्यातून, आपल्या परीने खाजगीपणे त्याच्याकडे मोहनाची चौकशी करणारी मंडळीही कमी नव्हती. प्रत्यक्ष श्रियानला मोहनाविषयी विचारण्याचे धाडस कुणालाच होत नव्हते. मग कुतूहल शमवण्यासाठी शैलेशलाच वेठीला धरले जात होते. मोहनाविषयीच्या त्या कुजबुजीने शैलेशचे कान किटले होते. इंडस्ट्रीतले लोक, पत्रकार आणि इतर गणेगंप्ये एकच प्रश्न त्याला आणि एकमेकांना विचारत होते – ''मोहना नाही आली मुहूर्ताला?'' प्रत्यक्षात त्यांना विचारायचे असे – ''मोहना कशी नाही या चित्रपटात?''

अर्थात, या प्रश्नाचे उत्तर तिथे एकदम टेचात उभे होतेच. योग्य तिथे वाढ झालेली, आणि एरव्ही शाळकरी मुलीइतकी कृश दिसणारी मुदिता सुनावाला आल्या-गेल्याचे लक्ष जाईल अशा ठिकाणी मादक कटाक्ष टाकत सस्मित वदनाने उभी होती. मुहूर्ताला हे शोभते का? असा प्रश्न पडेल इतका तोकडा, पण झगझगीत जरीकाम केलेला 'ड्रेस' तिच्या अंगावर होता. केस पोस्टरवरच्या इतके नाही, तरीही चेहऱ्याचा काही भाग झाकेल असे मोकळे सोडलेले होते. ते मागे करण्याच्या मिशाने, पाच बोटांतल्या अंगठ्या आणि अर्धा हात भरून टाकणाऱ्या बांगड्या ती प्रदर्शित करत होती. एवढे मात्र खरे, की या सगळ्या फॅशन आणि दाखवेगिरीतूनही तिच्या चेहऱ्यावरचा बालिश गोडवा लपत नव्हता; आणि तोच खरे तर आकर्षित करणारा होता.

माननीय मुख्यमंत्र्यांच्या पत्नीने 'मिडनाइट'च्या पोस्टरला हार घातला आणि या शॉटसाठी मुख्यमंत्र्यांनी क्लॅप दिला. प्लेअरवर, चित्रपटाच्या 'थीम म्युझिक'ची आर्त धून वाजवण्यात आली. मुहूर्तप्रसंगी चित्रपटातला एखादा शॉट घेण्याच्या नेहमीच्या रूटीनला या वेळी श्रियानने फाटा दिला, कारण शॉट नव्या नायिकेवरच घेतला जावा, अशी प्रेक्षकांची अपेक्षा असणार होती; आणि मुदिताचे अभिनयकौशल्य हे सध्या तरी श्रियानला गुलदस्त्यात ठेवायचे होते!

मुहूर्त संपला; आणि मुदिता, पत्रकारांना, थोडे स्मार्ट इंग्रजीतले इंटरव्ह्यूज आणि चॅनल्सना तसेच बाइट्स देऊन झाल्यानंतर, श्रियानच्या गाडीतून 'गिनिपिग'वर ठेवलेल्या खास मित्रांच्या पार्टीसाठी गेली. ही मित्रमंडळी श्रियानच्या इतकी जवळची होती, की त्यांनी श्रियानच्या भावना दुखावतील, या भीतीने मोहनाचा विषयदेखील काढला नाही. आणि तरीही, या सगळ्या उत्साही वातावरणातसुद्धा, मोहना मुहूर्ताला आपणहून तर आली नाहीच; पण शैलेशदेखील तिला आणू शकला नाही, हे श्रियानला ठुसठुसत राहिलेच.

'गिनिपिग'मधली पार्टी 'मिडनाइट'नंतरही बराच वेळ चालली. शेवटी

अजून पाच-दहा पिवय्ये पीत बसले असतानाच श्रियान आणि मुदिता उठली आणि श्रियानच्या घरी गेली, नेपियन सी रोडवरच्या 'ला बुलिवर्ड'च्या अठराव्या मजल्यावरच्या पेंट हाऊसमध्ये.

पहाटेकडे श्रियानला खाडदिशी दचकून जाग आली.

बेडवरच्या या दोन अर्धवस्त्रावृत आकृत्यांकडे कुणीतरी पाहत होते.

कसलाही आवाज झालेला नव्हता. तरीही ती नजरच इतकी धारदार होती, की जशी काही त्या नजरेचीच चाहूल लागून तो जागा झाला होता.

तो भास नव्हता. खरोखरच, बेडरूमच्या खिडकीतून आत येणाऱ्या, पहाटेच्या प्रकाशात, खोलीच्या कोपऱ्यात कोणीतरी उभे असल्याचे दिसत होते. श्रियान उठून बसला. त्याने डोळे ताणून पाहिले. तेवढ्यात, कोपऱ्यातली ती आकृतीदेखील थोडी पुढे सरकली.

ती मोहना होती. श्रियान चमकला. मोहना... ही कशी आली इथं?

ती काही बोलत नव्हती. नुसतीच रोखून, टक लावून पाहत होती. मात्र, त्या नजरेत पेटता अंगार होता. ती नजर आपल्या आत-आतपर्यंत जाळत जातेय, असे श्रियानला वाटले.

"तू काय करतेयस इथं?" स्वत:ला सावरण्याचा प्रयत्न करत त्याने विचारले. शेजारचा बेडलॅम्प लावला.

भानावर येता येता आणखी एक गोष्ट त्याच्या लक्षात आली. आज मोहना नेहमीसारखी गोरी दिसत नव्हती. दिव्याच्या प्रकाशातसुद्धा ती चक्क सावळी दिसत होती.

तिची विखारी नजर टाळत त्याने स्वरात सहजपणा आणून म्हटले, "बस ना; पण आता, या वेळी कशी काय आलीस तू इथं?"

ती काहीच बोलली नाही. नुसती पाहत राहिली.

"आणि काल का नाही आलीस, मुहूर्ताला?"

तरीही ती गप्पच होती. फक्त आता तिची नजर, अंगावरचे पांघरूण अस्ताव्यस्त झालेल्या मुदितावर लागली होती, इतकेच.

"अशी गप्प का तू? बोल ना काहीतरी." श्रियान म्हणाला.

"तुला जिवंत राहण्याचा अधिकार नाही. तू मेलं पाहिजेस. मी मारीन तुला." मोहना म्हणाली; पण हा आवाज तिच्या लाखो चाहत्यांना आवडणारा गोड, मधाळ आवाज नव्हता. संतापाने शिगोशिग भरलेला हा आवाज काहीसा कोरडा आणि खरखरीत होता.

आवाजाचे राहू दे - पण शब्दांचे काय? त्यातल्या अर्थाचे काय? मोहना कधीतरी आपल्याशी असे बोलू शकेल का? आपल्यावर जिवापाड प्रेम करणारी

मोहना स्वप्नात तरी आपल्या मरणाचा विचार करू शकेल का?

कां नाही?... आपण तिला सोडून मुदिताला जवळ केल्यानंतर...

काय म्हणाली ती?... ''तू मेलं पाहिजेस. मी मारीन तुला.''

ती वळली आणि शांतपणे खोलीबाहेर निघून गेली. जाताना एकदाच तिने त्याच्याकडे वळून पाहिले... मघाच्याच पेटत्या, संपूर्ण द्वेषाने धगधगत्या नजरेने... आणि ती खोलीबाहेर निघून गेली.

आता उजाडू लागले होते. कोवळ्या किरणांचा एक पट्टा खोलीत आला. मघा मोहना उभी होती, तो अंधारा कोपरा आता उजळून गेला.

तरीही, श्रियान अजून त्या कोपऱ्याकडेच पाहत होता. काय भयंकर भास हा!... पण तो भास नसला, तर ते अधिकच भयंकर! खरोखरच, मोहना येऊन आपल्याला मरणाचा धाक घालून गेली का?... खरोखरच ती वर्णाने अशी सावळी दिसायला लागली होती का?... त्याला घाम फुटला.

मुदिता त्याच्या शेजारी उठून बसली. ''काय झालं?'' तिने विचारले. ''आर यू ऑल राइट?... आणि कोपऱ्यात काय बघतोयस?''

त्याने काहीच उत्तर दिले नाही. झाला तो भासच होता; त्याविषयी कुणालाही काही सांगायचे नाही आणि स्वत:ही ते विसरून जायचे, असे त्याने ठरवले होते.

'मिडनाइट'चे शूटिंग सुरू झाले. मात्र पहिल्या दोन दिवसांत, ठरवले होते तेवढे काम झाले नाही. निम्म्यानेदेखील नाही. शिस्तीने काम आटोपणाऱ्या श्रियानला या गोष्टीचा खूप राग आला; पण चूक कोणाची होती, ते कळत नव्हते. सगळे तंत्रज्ञ स्वत:चे काम व्यवस्थित करत होते. नाही म्हणायला मुदिताचे ॲक्टिंग फारच फ्लॅट होत होते. युनिटमध्ये तिच्या कामाविषयी किंचित असंतोष जाणवत होता; पण श्रियानला त्याची काळजी नव्हती. नवीन मुलगी, प्रथमच कॅमेऱ्यासमोर आलेली, आल्याआल्याच सराईतपणे कशी वावरणार? सुधारेल चार दिवसांत, अशी तो स्वत:ची समजूत घालत होता. मात्र, त्याला खरी काळजी वाटत होती, ती स्वत:चीच. त्याचे स्वत:चेच शूटिंगमध्ये नीटसे लक्ष लागत नव्हते. शूटिंगमध्येच कां, त्याच्या अपार्टमेंटमध्ये जळत्या नजरेची ती सावळी मोहना दिसली, त्या पहाटेपासून त्याचे कशातच लक्ष लागत नव्हते. आपली मन:स्थिती ही फार काळ अशीच राहिली, तर शूटिंग रद्द करावे लागेल, सगळ्या शेड्यूलचा चुथडा होईल आणि पैशांचे नुकसान होईल, ते होऊ देता कामा नये, हे त्याला कळत होते; पण काय करणार? लक्ष लागत नव्हते, हे तर खरेच!

दोन दिवसांनी, श्रियानने शूटिंग एक दिवस बंद ठेवले. ऑफिसमध्ये कुणालाच पाठवू नकोस, असे वॉचमनला सांगितले; आणि चित्त पूर्ण एकाग्र करून स्क्रिप्टचा अभ्यास करत एकट्यानेच ऑफिसमध्ये बसायचे, असे ठरवले. तासभर स्क्रिप्ट वाचण्यात, त्याच्यावर तांबड्या पेनने सूचना लिहिण्यात, शॉट्सचे स्केचेस काढण्यात तो रंगून गेला. विचार करता करता त्याने मधेच डोके वर केले, तर शेजारच्या खुर्चीवर मोहना बसलेली!

तो दचकला. मोहनाने मात्र काहीच हालचाल केली नाही. ती इतक्या विलक्षण एकाग्र खुनशी नजरेने श्रियानच्या समोरच्या भिंतीवर लावलेल्या फोटोंकडे पाहत होती, की सूर्यकिरण एकत्रित झाल्यावर जसा जाळ तयार होतो, तशी तिच्या नजरेच्या एकाग्रतेने भिंत पेट घेईल, असे वाटत होते. ऑफिसमध्ये बऱ्यापैकी उजेड होता, तरीही आजसुद्धा ती चांगलीच सावळी दिसत होती. त्याच्या मनात विलक्षण भीती दाटून आली; पण जणू ती भीती झटकण्यासाठीच म्हणावे, तसे त्याने खोट्या सहजपणाने म्हटले, ''गुड मॉर्निंग. तू कधी आलीस? माझ्या लक्षातच नाही आलं. कामात होतो ना मी?''

''कशाला काम करतोस?'' मोहना खरखरीत आवाजात म्हणाली. ''नाही तरी हे पिक्चर पुरं होणारच नाहीये. त्याआधीच तू मरणारेयस. मी मारून टाकणारेय तुला.''

''लुक हिअर – मोहना – थट्टा फार झाली. इनफ इज इनफ!'' असे काहीतरी तो बोलू लागला; पण ते ऐकण्याची गरज नसल्याप्रमाणे ती उठली आणि दाराबाहेर पडली. तो ताडकन जागच्या जागी उभा राहिला आणि एवढ्यात –

त्याच्या समोरच्या भिंतीने पेट घेतला. अंगाला धग लागली म्हणून तो चटकन सरकला. त्याच्या पाठीमागची भिंतही पेटली होती. तो ओरडत ऑफिसबाहेर जेमतेम आला, एवढ्यात टेबलवरचे स्क्रिप्ट पेटले, आणि त्याच्या पाठोपाठ टेबल. पाहता पाहता सगळे केबिन धडाडून जळू लागले.

ऑफिसच्या बाहेर फार कुणी नव्हते; पण जी कोण चार-दोन माणसे येत जात होती, त्यांनी केबिनवर वाळूच्या बादल्या फेकायला, बाथरुममधून बादल्यांनी पाणी भरून आणायला सुरुवात केली. श्रियानला, काय चाललेय हे समजेनासेच झाले होते; तरीही यांत्रिकपणेच त्याने सिक्युरिटीला फोन लावला.

पाच मिनिटांत एकच धांदल सुरू झाली. पाय लुळे पडल्याप्रमाणे श्रियान तिथल्या तिथेच खाली बसला. एक-दोघे त्याच्याजवळ धावले. लिफ्टचा स्विच ऑफ केलेला होता. त्यांनी श्रियानला धरून पायऱ्यांवरून खाली आणले. एव्हाना बिल्डिंग रिकामी केली गेली होती; आणि फायर ब्रिगेड येऊन पोहोचली

होती. अशा वेळी कोण कोणाला कसे कळवते, कुणास ठाऊक! पण दहा-पंधरा मिनिटांत वाहिन्यांचे बातमीदार, कॅमेरामन आणि पत्रकार व त्यांचे फोटोग्राफर्सदेखील तिथे हजर झाले. सगळा रस्ता गर्दीने फुलून गेला.

त्या गर्दीतून वाट काढत, थांबलेल्या वाहतुकीतून मार्ग काढत शैलेश गाडी घेऊन आला. ती मिळेल तिथे पार्क करून तो ऑफिस बिल्डिंगच्या दिशेने धावत सुटला. फुटपाथवरच, रुमालाने तोंड दाबून हुंदके परतवणारा श्रियान त्याला दिसला. त्याने धावत जाऊन श्रियानला मिठी मारली. वाहिन्यांचे प्रतिनिधी श्रियानला एकच प्रश्न पुन:पुन्हा विचारत होते, ''तिनं हे केलं, म्हणजे कोणी?... मोहनानं?... यू मीन यू ॲक्च्युअली सॉ हर?... ती इथं आली होती?... ही आग तिनं...''

प्रतिनिधी–पत्रकार यांच्या कोंडाळ्यातून श्रियानला बाहेर काढणे कठीण होते; पण या क्षणी त्याचीच गरज होती. बेभानपणे श्रियान काहीतरी बोलून बसलेला दिसत होता. बोलणे कठीण जात असतानाही 'हुंऽऽ हू' करून मान हलवत होता, आणि ते, त्यांना पाहिजे ते लिहून घेत होते. अशा परिस्थितीत श्रियानला पत्रकारांसमोर बसू देणे धोक्याचे होते. शैलेशने आपला मजबूत हात श्रियानच्या खांद्याभोवती टाकला आणि त्याला, गच्च धरून, त्यांना अडवणाऱ्या मंडळींमधून, त्यांच्या शारीरिक प्रतिकाराला बळाने तोंड देत, बाहेर काढले. कसेबसे आपल्या गाडीपर्यंत आणले. गाडीत घातले आणि गाडी सुरू केली... एसी ऑन केला...

''तू काय सांगितलंस त्यांना?... या आगीशी मोहनाचा संबंध आहे, असं?... काहीतरीच काय!''

''काहीतरीच नाही.'' गाडी जसजशी थंड व्हायला लागली, तसा थोडा थोडा शांत होऊ लागलेला श्रियान म्हणाला, ''ती आली होती ऑफिसात.''

''ऑफिसात?... कशासाठी?''

''हेच. हेच करायला. ही आग...''

''प्लीज टॉक सेन्स. ती काय म्हणाली तुला?''

''ती म्हणाली, की पिक्चर पुरं होणार नाही. त्याआधी ती मला मारून टाकणारेय.'' शक्य तेवढ्या शांतपणे श्रियान म्हणाला. नंतर त्याने ग्लोव्ह कंपार्टमेंटमधून पाण्याची बाटली काढली आणि तो घटाघटा पाणी प्यायला.

मात्र, शैलेशची शांतता श्रियानचे हे बोलणे ऐकून पार ढासळली. कसेबसे रस्त्यावर लक्ष ठेवून तो म्हणाला, ''तू काय वेडाबिडा झालायस का वाट्टेल ते बरळायला? मोहना आली आणि तुला जिवाची धमकी देऊन गेली?... मोहना? ती असं कधीतरी करील?''

''याआधीही एकदा म्हणाली होती. हेच.'' इतके दिवस शैलेशपासूनदेखील लपवलेली गोष्ट त्याला सांगितल्यामुळे श्रियानला एकदम सुटल्यासारखे वाटले. ''कधी माहितेय? मुहूर्ताच्या रात्री... रादर, पहाटे.''

''तुझ्या डोक्यात खूपच गोंधळ उडालाय.'' रस्त्यावर लक्ष केंद्रित करत शैलेश म्हणाला, ''मी डॉक्टर शहांची अपॉइंटमेंट घेतो, या एक-दोन दिवसातली.''

दुपारपासून दूरचित्रवाणीच्या वाहिन्यांवर ही एकच महत्त्वाची 'ब्रेकिंग न्यूज.'

श्रियान फिल्म्सचे प्रख्यात निर्माते-दिग्दर्शक श्रियान यांच्या ऑफिसला आग... प्राणहानी नाही... मात्र आगीमागे सुप्रसिद्ध अभिनेत्री मोहना हिचा हात असल्याचा संशय! त्याला जोडून क्षणचित्रे. आगीत जळलेल्या ऑफिसची. रस्त्यावर हुंदके दाबत बोलणाऱ्या श्रियानची. ''ती माझ्या ऑफिसात आली होती... तिची पाठ वळताच आग लागली...''

रात्री उशिरापर्यंत दूरचित्रवाणीवर ही बातमी पुन:पुन्हा दाखवली जातच होती. वर तिला जोडून, श्रियान आणि मोहना यांचे संबंध अलीकडे कसे बिघडले होते याचे चर्वितचर्वण, आणि ही दोघेही मुलाखतीसाठी उपलब्ध नसल्यामुळे मुदिताच्याच हसऱ्या-लाजऱ्या मुलाखती, शिवाय श्रियानच्या आधीच्या चित्रपटातील मोहनाच्या भूमिकांची दृश्ये, वगैरे वगैरे.

सकाळच्या वृत्तपत्रांनी तर यावर कडी केली. एकूण प्रकारावरच्या लोकांच्या प्रतिक्रिया, श्रियान-मोहना यांच्यावरचे लेख, त्या निमित्ताने दिग्दर्शक आणि अभिनेत्री यांच्यातील संबंधांचे किस्से, चित्रव्यवसायातील नैतिकता, अशा अनेक गोष्टींनी आणि अर्थातच बातमीच्या खऱ्याखोट्या तपशिलांनी, वृत्तपत्रे दुथडी भरून वाहू लागली होती...

सकाळी आठ वाजता शैलेश फोनच्या घंटेनेच जागा झाला. त्याने घड्याळ पाहिले. फोन घेतला. बाप रे! फोन – मोहनाच्या डॅडींचा!

''गुड मॉर्निंग डॅडी... कसे आहात?''

''प्रचंड अपसेट! तुम्हा एकेकांना गोळ्या घालाव्यातशा वाटताहेत!'' डॅडी रिटायर्ड कर्नल होते. ''आजचे पेपर्स पाहिलेस का?''

''नाही, आताच झोपून उठतोय.'' हे या प्रश्नाचे उत्तर होते; पण शैलेशला पेपर्स पाहाण्याची गरज नव्हती. कालचा टीव्ही पाहिलेला असल्यामुळे आज वर्तमानपत्रात काय आले असेल, याचा अंदाज तो करू शकत होता!

''माझ्या पोरीची काय बदनामी चालवलीये तुम्ही?'' डॅडी संतापाने उकळत होते. ''तिनं काय त्याच्या ऑफिसला आग लावली म्हणतो, तो हरामखोर?...

अरे, इन्शुरन्सचे पैसे मिळवायला तुम्ही ऑफिसला आग लावा – नाहीतर स्टुडिओला; पण त्यात माझ्या मुलीला कशाला गुंतवताय?''

''नाही डॅडी... काहीतरी गैरसमज झालाय. श्रियान बोलला एक आणि पत्रकारांनी छापलं भलतंच. मी उद्याच सगळ्या वर्तमानपत्रांमधून दिलगिरी छापून आणतो. मग तर झालं? हवं तर मी स्वत: जाऊन मोहनाची माफी मागायला तयार आहे... चालेल?''

''नो... यू कान्ट डू दॅट. ती इथं नाहीये.''

''म्हणजे? कुठं गेलीये ती?''

''मला माहीत नाही.''

''असं कसं?'' चकित होऊन शैलेशने विचारले.

''ती माझ्या घरात राहत नाही, स्वतंत्र राहते – तुला माहीतच आहे. ते तिच्याही सोयीचं आहे – माझ्याही. मला तिची डे टू डे इन्फर्मेशन नसते. त्याची गरजही नाही. ती चुकीचं काही करणार नाही, यावर माझा विश्वास आहे. जनरली ती कुठंही जाताना मला सांगून जाते. अगदी शूटिंगसाठी आउट ऑफ टाउन जायचं असलं तरी, कधी जाणार, कधी येणार, सगळं नीट सांगून ठेवते...''

''मग या वेळी...''

''शी हॅजन्ट इन्फॉर्मड मी. दोन दिवसांपूर्वी तिचं पत्र आलं, तेव्हा मला कळलं. पत्र कसलं? चिठ्ठीच होती छोटीशी. कोणाबरोबर तरी पाठवलेली. 'डोन्ट वरी. आय ॲम ओके.' अशी. कुठे आहे कोण जाणे! फोनदेखील स्वीच ऑफ केलाय.''

डॅडींची आणखी थोडी समजूत घालून शैलेशने फोन ऑफ केला. खरे तर आज स्वत:च माफी मागण्याच्या निमित्ताने मोहनाला भेटून तो श्रियानच्या डोक्यात झालेल्या गोंधळाविषयी तिला सांगणार होता. शक्य झाल्यास तिला श्रियानकडे घेऊनच जाणार होता... आणि सगळे भ्रम मिटवून टाकणार होता; पण आता तीच कुठेतरी निघून गेली आहे, म्हटल्यानंतर...

''एक गोष्ट स्वच्छ आहे.'' दुपारी श्रियानला बांद्र्याच्या छोट्या 'मार्टिन्स पब'मध्ये भेटल्यानंतर शैलेश श्रियानला म्हणाला, ''ज्या अर्थी ती मुंबईत नाही – आणि कुठे आहे हे प्रत्यक्ष तिच्या डॅडींनाही माहीत नाही – त्या अर्थी, तू दोन वेळा ती दिसली म्हणतोस, ते शक्यच नाही – राइट?''

''राइट.'' श्रियान निर्विकारपणे म्हणाला. त्याने मार्टिनला हाक मारली आणि आणखी एक बीअर मागवली.

दुपारच्या वेळी 'मार्टिन्स पब' बंदच असायचा; पण मार्टिनची आणि

श्रियानची, तो यशस्वी निर्माता होण्याच्या आधीपासूनची मैत्री होती. मार्टिन राहायचा तिथेच, पबच्या पाठीमागच्या बाजूला. तेव्हा श्रियान कधीही आला, तरी मार्टिन त्याला पबच्या मागल्या दाराने प्रवेश द्यायचा. बाजूची एक छोटी खोली उघडून द्यायचा. अधूनमधून दुपारच्या वेळी निवांतपणे बीअर प्यायला श्रियान आणि शैलेश इथे यायचे.

''तुला माझं पटत नाहीये.'' शैलेश म्हणाला, ''पण तूच सांग. समजा, मोहना तुला भेटली, तरी ती काय एखाद्या राक्षसिणीसारखी तुला ठार मारायच्या गोष्टी करणारेय का?... तिच्यासारख्या विचारी, सेन्सिटिव्ह मुलीच्या कॅरॅक्टरबरोबर हे असलं वागणं जात नाही, हे तुझ्या, तू इतका मोठा कलावंत असून लक्षात येत नाही? शी वुड नेव्हर ॲक्ट दॅट वे...''

''मग?... हे झालं हे काय आहे?''

''शॉर्ट सर्किट. आग शॉर्ट सर्किट होऊन लागली, असं फायर इंजिनिअर्सनी सांगितलं.''

''त्याबद्दल बोलत नाहीये मी.''

''समजलं. ती कां दिसली दोन वेळा, हे तुला हवंय. मला वाटतं, ते सांगायला माझी गरज नाहीये. तुझं तुलाही ते कळतंय.''

''नाही कळत. अरे, तुला कल्पना नाही मी किती भयंकर अनुभवातून जातोय, त्याची.'' श्रियान तळमळून म्हणाला, ''तिची ती नजर आठवली ना, तरी थरकाप होतो माझा. रात्री-बेरात्री मी झोपेतून दचकून उठतो!... ऑफिसला आग लागली, या निमित्तावर आपण शूटिंग बंद ठेवलंय म्हणून!... नाहीतर तिथं जाऊन एक शॉट नाही घेता येणार मला. म्हणजे हे तिच्या मनासारखंच होतंय - हे पिक्चर पुरं होणार नाही, असं तिनंच सांगितलंय!''

''कशी सांगणार ती? तिला काय भविष्य समजतं?'' शैलेशचा आवाज थोडा चढला. ''हे सगळे मनाचे भास आहेत. तुझा गिल्ट कॉम्प्लेक्स आहे!... आपण मोहनाला अचानक सोडून दिलं - मुदिताला जवळ करून मोहनावर अन्याय केला, असं वाटतंय तुला! त्यासाठी गिल्टी वाटतंय!''

''डॅम धिस सायकॉलॉजिकल होकस पोकस!'' लाकडी टेबलवर हात आपटून श्रियान ओरडला.

त्यासरशी टेबलवरची बीअरची बाटली आडवी झाली आणि घरंगळत खाली येऊन पडली. तिचे दोनच नेटके तुकडे झाले. आवाज ऐकून मार्टिन आत आला. त्याने खांद्यावरच्या नॅपकिनने टेबल पुसून घेतले, खाली वाकून बाटलीचे तुकडे उचलले आणि तो शांतपणे निघून गेला.

''तूच सांग-'' श्रियान म्हणाला, ''कां वाटावा मला गिल्ट कॉम्प्लेक्स?...

मोहनासाठी मी काही कमी केलं नाही आजवर. तिला चांगले रोल दिले... इमेज दिली... नाव मिळवून दिलं... तिच्यावर प्रेमदेखील केलं!... अरे, पण म्हणजे मी काय कायम स्वत:ला तिच्याशी बांधून घेऊ? आय हेट दॅट मिडलक्लास लॉयल्टी अँड बॅकवर्ड मोरॅलिटी! कलावंत म्हणून मला अनेक प्रयोग करून बघायचेत! अनेक आर्टिस्ट्स घडवायचेत! त्यात रिस्क असेल तर तेही घ्यायचंय!... कां नको ठेवू मी मुदिताशी संबंध? अजून माझं खूप तारुण्य बाकी आहे!... सो, आय ॲम पर्फेक्टली जस्टिफाइड इन व्हॉट आय ॲम डुइंग!... तेव्हा सांगतो, ते गिल्ट कॉम्प्लेक्स वगैरे तुझ्याकडेच ठेव! मला अजिबात गिल्टी वाटत नाहीये!''

''फाइन!... तुला जर मोहनाला तोडून टाकण्यात आपण काही गैर केलं असं वाटत नसेल, तर तू तिला खुशाल विसरून जाऊ शकतोस!... पण तेच तर नेमकं तू करत नाहीयेस!'' शैलेश बिलाचे नि टिपचे पैसे ॲल्युमिनियमच्या थाळीत ठेवत म्हणाला, '''मिडनाइट'मध्ये मोहना नाहीये... आता तू तिचा विचार डोक्यातून काढून टाक. आपण पुढच्या सोमवारपासूनचं शेड्यूल ठेवू... मात्र तू शूटिंगवर... आणि फार फार तर मुदितावर, फुल्ली कॉन्सन्ट्रेट करायचंस... प्रेस-बिस काय ते मी सांभाळीन! ओके?''

श्रियान काहीच बोलला नाही. तो मुकाट्याने उठला आणि पबच्या बाहेर पडला. परत आलेल्या नोटा खिशात टाकत शैलेश त्याच्या पाठोपाठ गेला.

गैरसमज दूर झाल्याचा आणि आपला मोहनावर कसलाही राग नसल्याचा किंवा तिच्यावर कुठलाही आरोप करायचा हेतू नसल्याचा जंगी खुलासा शैलेशने व्यक्तिश: श्रियानच्या आणि एकंदर श्रियान फिल्म्सच्या वतीने वर्तमानपत्रांमधून दिला. टीव्हीवरही तशा मुलाखती दिल्या. बऱ्याच परिश्रमांनी त्याने ते वादळ एकदाचे शांत केले आणि शूटिंग परत सुरू केले.

मधल्या प्रकारांनी हादरलेली मुदिता परत थोडीफार सावरली. तिच्या अभिनयातही थोडीशी सुधारणा झालेली दिसली. सेट्वरचे वातावरण मात्र अजून थोडेसे दबलेलेच राहिले. श्रियान फिल्म्सचे ऑफिस जोवर पूर्वीसारखे होणार नव्हते, तोवर वातावरणात एक ताण शिल्लक राहणारच होता.

बऱ्याच दिवसांनी प्रथमच श्रियान मुदिताला एकटीला घरी घेऊन चालला होता. दहापर्यंत काम केल्यामुळे तो चांगलाच दमून गेला होता. आता घरी जाऊन स्कॉचचा एखादा पेग टाकून मग मुदिताबरोबर मनमुराद...

''लुक आउट!'' मुदिता ओरडली. गाडीच्या प्रकाशात समोरच निश्चल

उभी असलेली मोहना भयंकर दिसली. क्षणभरच!... तिला चुकवण्यासाठी श्रियानने गाडी अगदी नव्वद अंशात वळवली.

धाडकन मोठा आवाज झाला; श्रियान आणि मुदिता या दोघांचीही शुद्ध गेली...

झाडावर आपटलेल्या गाडीचा चेंदामेंदा झाला होता.

रस्ता तसा वैराणच होता. मात्र, पलीकडे झोपडपट्टी होती. सारे शांत होते. दोन घरांमध्ये काहीतरी बाचाबाची चालली होती, तेवढाच आवाज!

त्या शांततेत, गाडी ठोकल्याचा आवाज केवढातरी मोठा वाटला. मंडळी क्षणभर स्तब्ध झाली. मग तीन-चार तरुण आणि दोन आगाऊ पोरे आवाजाच्या दिशेने धावत निघाली.

गाडीचा डावा दिवा फुटून चक्काचूर झाला होता. उजवीकडच्या एकाच दिव्याचा प्रकाश रस्त्यावर पडला होता.

गाडीच्या काचा बंद होत्या. एसी थांबला होता. मंडळींनी मुदिताच्या बाजूची काच फोडली आणि दार उघडले. कारण श्रियानही तिच्याच अंगावर कलंडला होता. दोघांनाही गाडीतून बाहेर काढून झोपडपट्टीत पोहोचविण्यात आले.

झोपडपट्टीत एकच गडबड उडाली. काहीतरी नाट्यपूर्ण घडले होते. एक तरुण आणि एक तरुणी... पटापट सगळीकडचे दिवे लागले. कुणातरी एकाला श्रियानला टीव्हीवर पाहिल्याचे आठवले. मग आणखी एकाला नुकताच त्याचा फोटो पेपरात पाहिल्याचे आठवले. मग त्या मुलीलाही कशाच्यातरी जाहिरातीत पाहिल्याचे आठवले. ही माणसे कोणी विशेष आहेत, हे लक्षात आले. श्रियानच्या खिशात हात घालून किती पैसे आहेत हे पाहणाऱ्याचा हेतू आता बदलला. खिशात मिळालेले कार्ड वाचून त्यावरून त्या दोघांची ओळख पटवण्याचा प्रयत्न सुरू झाला.

हे सगळे चालू असताना दोघांना शुद्धीवर आणण्याचे प्रयत्न चाललेच होते. तोंडावर पुन:पुन्हा पाण्याचे सपकारे मारले जात होते. बराच मुका मार बसला असावा. रक्त मात्र फार गेले नव्हते. मुदिताच्या डोक्याला पडलेली खोक तेवढी भळभळत होती. कोणीतरी ती पुसून डेटॉल लावून, त्यावर पट्टी बांधली. खिसे शोधणाऱ्याने त्याला मिळालेल्या कार्डवरचे नंबर लावून पाहिले; एक नंबर लागला...

...शैलेश त्या जागी पोहोचला, तेव्हा मुदिता शुद्धीवर आली होती. मात्र, श्रियान अजून शुद्धीवर यायचा होता.

शैलेशने हॉस्पिटलला फोन केला. ओळखीच्या मेकॅनिकला फोन केला

आणि त्यालाच टो व्हॅन घेऊन यायला सांगितले.

प्रत्येक चित्रपटाच्या शूटिंग शेड्यूलमध्ये शैलेशला नाना प्रकारची कामे आजवर करावी लागली होती; पण या वेळचा प्रकारच काही वेगळा होता. सतत काही ना काही अपघात घडत होते; आणि त्यानंतर परिस्थिती काबूत ठेवावी लागत होती. जवळच मरण उभे आहे, ते आपल्यापर्यंत पोहोचू पाहात आहे आणि आपण त्यापासून जमेल तितके दूर पळण्याचा प्रयत्न करत आहोत, असे त्याला वाटत होते. श्रियानने सांगितलेले, मोहनाचे शब्द त्याला आठवत राहिले. 'पिक्चर पुरं होणार नाही.' त्याच्या आधीच श्रियान...

हॉस्पिटलमध्ये, डोळे उघडल्यावर श्रियानने समोर बसलेल्या शैलेशला पाहिले आणि म्हटले, ''तू म्हणत होतास, की मोहना ही माझ्या कल्पनेतच आहे. मला गिल्टी वाटतं, म्हणून मला ती दिसते. एरव्ही ती काही प्रत्यक्षात समोर येत नाही!''

''हो... मग?'' शैलेशने विचारले.

''या अपघातात माझ्या आधी मुदितानं तिला पाहिलं. ''लुक आऊट!'' असं ती ओरडली आणि मगच मी मोहनाला वाचवण्यासाठी गाडी वळवली... आता तू काय म्हणशील याला?... भास... माझा गिल्ट कॉम्प्लेक्स... की आणखी काही?''

या वेळी शैलेशकडे उत्तर नव्हते. तो गप्पच बसला.

श्रियानच्या गाडीला झालेल्या अपघाताची बातमी मिडियामध्ये ताबडतोब आणि जोरदारपणे आली. विशेषत: या वेळी गाडीत त्याच्यासोबत त्याची नवी नायिका मुदिता होती, हा तर मीडियाच्या दृष्टीने फारच चमचमीत तपशील होता. सुदैवाने या वेळेस सगळा प्रकार शैलेशने हाताळला, त्यामुळे अपघाताला कारण, 'मोहनेचे अचानक गाडीसमोर उभे राहणे', हे होते, हा तपशील मीडियाला कळला नाही. शैलेशलाही तो बऱ्याच उशिरा, म्हणजे मुदिता आणि श्रियान हॉस्पिटलमध्ये, बोलण्याच्या परिस्थितीत आल्यावर मगच कळला होता...

रात्री डॅडींचा फोन आला, ''शैलेश, आय ॲम टेरिबली सॉरी... आता कशी आहे त्या दोघांची प्रकृती?''

''ठीक आहे.'' डॅडींचा राग निवळल्याचे पाहून शैलेशला खूपच सुटल्यासारखे वाटले. ''मुदिताच्या डोक्याला जखम झालीय; पण ती फॉर्च्युनेटली, खोलवरची नाही. आणखी दोन-तीन जखमा आहेत... पण एकंदर फार सिरियस नाही. दोन-तीन दिवसांत डिस्चार्ज मिळेल तिला!''

''...आणि श्रियान?''

''ही इज फाइन. मुका मार आहे... पायाला हेअर लाईन फ्रॅक्चर आहे... पण डोकं, स्पाइन वगैरे क्रुशिअल पार्ट्स ठाकठीक आहेत. बोलणंही तसं कोहेरन्ट आहे. त्याला बघायला माणसांची गर्दी लोटतेय हिंदुजावर; पण आम्ही तिथे सुरक्षा कडक ठेवली आहे.''

''तुला म्हणून विचारतो...'' गरज नसतानाही आवाज खाली आणून डॅडींनी विचारलं, ''वॉज ही ड्रन्क? गाडीवरचा ताबा सुटला, तेव्हा श्रियान प्यायलेला होता का? ऑर वर्स स्टिल, गाडी चालवताना त्याचे मुदिताबरोबर काही चाळे चालले होते का?... मी त्याला दोष द्यावा म्हणून विचारीत नाहीये... तसा अधिकारच नाहीये आम्हाला!... मला फक्त सत्य जाणून घ्यायचंय!''

''तर मग तुम्हाला म्हणूनच सांगतो... कारण मीडियामध्ये पुन्हा एकदा मोहनाची बदनामी होऊ नये, यासाठी आम्ही हे सत्य कुणालाच सांगितलं नाहीये!... गाडीसमोर अचानकपणे मोहना उभा राहिली, म्हणून श्रियानला गाडी एकदम वळवावी लागली!''

''बुल शिट!'' डॅडी रागावून म्हणाले, ''मोहना मुंबईतच नाहीये!''

''कोण जाणे!'' शैलेश प्रथमच करड्या स्वरात म्हणाला, ''तुम्ही सांगताय हे तरी खरं कशावरून?''

''व्हॉट नॉन्सेन्स!'' डॅडी भलतेच संतापले. ''तुझ्या त्या श्रियानचं डोकं फिरलंय त्या नव्या पोरीपायी, म्हणून त्याला वाटेल तसले भास होताहेत!''

''भास नाहीये हा!'' त्याच करड्या स्वरात शैलेश म्हणाला, ''मुदितानंही तिला पाहिलंय!... मोहना नक्कीच मुंबईत आहे... आणि ती श्रियानला घाबरवण्याचा प्रयत्न करतेय!... केवळ त्यांचं बिनसलं म्हणून! धिस इज नॉट फेअर!... आणि डॅडी, तुम्हालाही, वेळीच मोहनाला आवरावं आणि पुढे होणारा विनाश टाळावा असं वाटत असेल, तर प्लीज मला मोहनाचा पत्ता द्या... मी तिला ताळ्यावर आणायचा प्रयत्न करतो...''

''मी आधीच सांगितलंय तुला.'' डॅडी म्हणाले, ''मोहनाचा पत्ता मला ठाऊक नाही.'' – आणि फोन बंद झाला.

'मिडनाइट'चे शूटिंग परत सुरू होण्याचे लक्षण नव्हते.

श्रियान आता हिंडायला-फिरायला लागला असला, तरी अजून त्याचा पाय पुरता बरा झाला नव्हता, त्यामुळे तो किंचित लंगडत चाले. मुख्य म्हणजे त्याचे चित्त अजून थाऱ्यावर आले नव्हते, नाहीतर लंगडत लंगडतही त्याने

शूटिंग चालू ठेवलेच असते. शूटिंगवर पोट असणारे सारे युनिट त्रासून गेले होते. पहिल्यापासूनच या सिनेमाल पनवती लागलीये, असे त्यांचे म्हणणे होते; आणि या पनवतीचे खापर ते मुदिताच्या डोक्यावर फोडत होते. श्रियानसाहेबांना या नटीचा नाद धरण्याचे कारणच नव्हते, असे ते आपापसात बोलत असत.

रात्रीचे नऊ वाजले होते. श्रियान हल्ली फारसा बाहेर जात नसे. गेला तरी लवकर घरी परतत असे. त्यानंतर कधी शैलेश त्याच्याकडे येत असे, तर कधी तो एकटाच ड्रिंक्स घेत डीव्हीडीज् लावून पाहत बसत असे. अधूनमधून मुदिताचा फोन यायचा; पण प्रत्यक्ष भेट क्वचित व्हायची.

आता मुदिताच फोनवर होती. तिचा आवाज घाबरल्यासारखा येत होता. ''प्लीज श्रियान... आपल्याला भेटता येईल का कुठे?''

''अग घरीच ये ना. इथल्यासारखी प्रायव्हसी दुसरीकडे कुठे मिळणार?... फार दिवस झाले, तुला जवळून पाहिलं नाहीये!''

''सॉरी श्रियान... मी त्या मूडमध्ये नाहीये... पण आपण लगेच भेटायला हवं. मला तुला काहीतरी सांगायचंय... तू असं कर. अर्ध्या तासात 'मार्टिन्स पब'मध्ये येऊन पोहोच. मी तुझी तिथे वाट पाहते. पाठच्या बाजूच्या तुझ्या स्पेशल रुममध्ये.''

श्रियान काही बोलण्याच्या आधीच तिने फोन खाली ठेवला होता. श्रियानने डीव्हीडी प्लेअर बंद केला आणि तो तयारीला लागला.

अर्ध्या तासात तो 'मार्टिन्स पब'मध्ये पोहोचला, तेव्हा मुदिता तिथे नव्हती. त्याने व्हिस्कीचा क्वार्टर मागवला आणि तो तिची वाट पाहत बसला. बाटली आणि ग्लासेस येईपर्यंत ती हजर झाली.

मघाच्या आवाजातल्या घबराटीचे चिन्हही तिच्या देहावर दिसत नव्हते. चेहरा आणि पोशाख, नेहमीसारखेच, नटीला शोभतील असे 'गॉर्जस' होते. टेबलवर टांगलेल्या गोल दिव्याच्या प्रकाशात तर ती फारच सेक्सी दिसत होती. ''मानलं आपण हिला!'' श्रियान मनाशी म्हणाला... अभिनय जेमतेम असला, तरी या असल्या चलाखीमुळे ही पुढे जाईल इंडस्ट्रीत!

''बोल... घरी कां नाही आलीस?'' ती थोडी स्थिरस्थावर झाल्यानंतर त्याने विचारले.

''आले होते. साधारण पावणेनऊच्या सुमाराला.'' मनगटावर नजर टाकून मुदिता म्हणाली, ''लिफ्टमधून उतरले आणि तुझ्या पेंटहाऊसकडे जाणार छोटा जिना चढायला लागले, तर...'' भीतीने मुदिताच्या अंगावर शहरा आला.

''तर काय?''

"ती वाटेत उभी होती. मोहना. त्या दिवशी गाडीसमोर दिसली होती, तशीच. चेहऱ्यावर भयंकर खुन्नस घेऊन. काही बोलली नाही. नुसती हात चोळत माझ्याकडे टक लावून पाहत होती. तिचं ते हात चोळणंही इतकं भयंकर होतं..." पुन्हा मुदिताच्या अंगातून एक शिरशिरी गेली. "असं वाटलं, की हे हात आता कुठल्याही क्षणी पुढे होतील आणि माझा गळा आवळतील! आणि कसं कोण जाणे; पण त्या काळ्यासावळ्या हातांकडे पाहताना असं वाटत होतं, की त्यांच्यात प्रचंड शक्ती आहे!... या हातांनी जर आपला गळा आवळला, तर अर्ध्या मिनिटात आपला प्राण जाईल!"

"काम् डाउन. ड्रिंक घेणार?... आतासुद्धा किती घाबरलीयेस? शांत हो!"

"ते नुसतं माझं वाटणं नव्हतं. ती खरोखरच माझ्या दिशेने पुढे होत होती... माझा गळा दाबायला!"

"मग...?"

"मी तशीच मागे झाले... एक-दोन पायऱ्यांवर धडपडले आणि तशीच पळत पळत लिफ्टपाशी आले. लिफ्टची बेल दाबली... ती माझ्यामागून पायऱ्यांवरून संथपणे उतरत होती. नजर सगळा वेळ माझ्यावर लावलेली. खाली न पाहताच ती पायऱ्या उतरत होती... आता जर क्षण दोन क्षणात लिफ्ट आली नाही तर ती माझा गळा दाबू शकेल, असं वाटण्याएवढ्या अंतरावर ती येऊन ठेपली.

त्याच क्षणी लिफ्ट येऊन पोहोचली आणि मी दार उघडून आत शिरले. दार ओढून घेतेय तोवर मोहना दारापर्यंत येऊन पोहोचली होती. मी तिला चुकवू शकले खरी; पण लिफ्टमधून बाहेर पडेन, तेव्हा ती समोरच उभी असेल, असा वेड्यासारखा विचारही त्या क्षणी मनात येऊन गेला... सुदैवाने तसं काही झालं नाही. मी बाहेर पडले आणि कारमध्ये बसले. कारमधूनच तुला फोन केला."

श्रियानला यावर काही बोलण्यासारखे नव्हते. तो नुसताच व्हिस्की पीत बसला. मार्टिन येऊन, मुदिता काही घेणार का, याची चौकशी करून गेला. तिने नुसते पाणी आणायला सांगितले.

"मुळात तू काहीतरी सांगायला म्हणून घरी येत होतीस..." श्रियान अचानक आठवण झाल्याप्रमाणे म्हणाला.

"हो... त्यासाठीच तुला इथं बोलावलं मी."

"इतकं अर्जंट आहे?"

"हो. उद्याच शिवप्रसाद सिंघानीचं पिक्चर साइन करतेय मी. चांगला

रोल आहे. डिरेक्टर डेब्यू आहे; पण तीन-चार वर्षं चीफ असिस्टंट म्हणून काम केलंय त्यानं.''

श्रियानला हा धक्काच होता. 'मिडनाइट' लांबत चालले होते खरे; पण मुदिता आपल्या प्रेमात पडली आहे आणि तिच्याकडून काही अडचण होण्याचा संभव नाही, असे त्याने गृहीतच धरले होते.

''पण तू कॉन्ट्रॅक्ट साइन केलंयस तीन पिक्चर्सचं.'' तो म्हणाला.

''हो... त्याची कॉपी दाखवली मी माझ्या लॉयरला. तो म्हणाला, यातली पहिलीच अट मोडलेली आहे. आजपासून एक महिन्यात त्यातलं पहिलं पिक्चर पोस्ट प्रोडक्शन होऊन कम्प्लीट व्हायचं होतं... होणारेय का मिडनाइट एक महिन्याच्या आत पुरं?''

''त्यात काय झालं? अडचणींमुळे पिक्चर मागे-पुढे होऊ शकतं. कायदासुद्धा हे समजायला तयार असतो...''

''प्लीज, कायद्याचा प्रश्नच नको आणूया आपण यात. 'मिडनाइट' सध्या होत नाहीये; आणि माझ्या तारखा फुकट घालवण्यापेक्षा मी काहीतरी काम करायचं म्हणतेय. पिरियड!... माझ्या करिअरच्या दृष्टीनं, एक जवळचा मित्र म्हणून तू काय ॲडव्हाइस देशील?... कमॉन, बी अ गुड फ्रेंड. हे कॉन्ट्रॅक्ट-बिनट्रॅक्ट बाजूला ठेव ना... तुझं पिक्चर सुरू झाल्यावर तू बोलावशील तेव्हा मी धावत येईन... अर्थात, मोहनानं मला येऊ दिलं तर!''

एक पिक्चर करायच्या आधीच ही मुलगी इतक्या पुढेपर्यंत पोहोचली असेल, याची त्याला कल्पना नव्हती. मोहना त्याच्याशी कधीच अशी चलाखीने बोलली नव्हती. तिने त्याच्यावर नेहमीच पूर्ण विश्वास टाकला होता. आज प्रथमच त्याला तिची चांगल्या संदर्भात आठवण झाली. नाहीतर अलीकडे तिच्या आठवणीने मनात फक्त भीती...

मुदिताचे तरी काय चुकले होते?... तिला नको असेल तर, या विलक्षण भयामध्ये आपल्याबरोबर तिने कां वाटेकरी व्हावे? अगदी थोड्याच वेळापूर्वीचा तिचा अनुभव...

''ठीक आहे.'' थकल्याप्रमाणे तो म्हणाला, ''मी काही अडचण येऊ देणार नाही. तुला पाहिजे ते करायला तू मोकळी आहेस.''

त्यानंतर त्या दोघांमध्ये एक विचित्र शांतता पसरली. जसे काही आता बोलण्यासारखे काही शिल्लक उरलेच नव्हते.

मुदिता म्हणाली, ''थँक यू फॉर एव्हरीथिंग. मी निघते.''

''मी येतो तुला सोडायला.'' असे म्हणून श्रियान उठला आणि तिच्या-बरोबर, पबपाठीमागच्या बोळातून, तिच्या पार्क केलेल्या गाडीपर्यंत गेला.

नुसते दाराशी पोहोचल्यानंतर त्याने मागे वळून पाहिले असते, तरी त्याला दिसले असते, की टेबलाशी एक आकृती उभी आहे...

मुदिताच्या पाठीमागे लिफ्टपर्यंत गेलेली मोहना 'ला बुलिवर्ड'मध्येच होती...

मुदिताचा फोन आल्यानंतर श्रियान घाईघाईने निघून गेला, तेव्हा ती शांतपणे त्याच्या घरात शिरली.

बाथरूममधले त्याचे औषधांचे कपाट तिच्या चांगलेच ओळखीचे होते. तिने ते उघडले आणि आतून त्याच्या नेहमीच्या झोपेच्या गोळ्यांची बाटली काढली. जवळ-जवळ पाऊण बाटली भरलेली होती. तिने गोळ्यांची पूड केली आणि ती परत बाटलीत भरली.

मुदिता आणि श्रियान 'मार्टिन्स पब'मधून बाहेर पडायच्या आधीच आत येऊन ती त्यांच्याकडे पाहत राहिली होती. ती गेली तेव्हा मोहना त्यांच्या टेबलाशी आली. श्रियानच्या व्हिस्कीच्या, पाऊण भरलेल्या ग्लासमध्ये तिने गोळ्यांची पूड असलेली बाटली रिकामी केली आणि तिथे पडलेल्या चमच्याने ढवळले. रिकामी बाटली तिथेच ठेवून ती निघून गेली...

श्रियान परत आला आणि टेबलवर डोकं ठेवून बसून राहिला. त्याचा पाय दुखत होता, पिक्चर थांबले होते, मीडियाने कुचेष्टा आरंभली होती, आणि आज मुदिताही त्याला सोडून गेली होती. हे सारे कुठवर जाणार, समजत नव्हते; मात्र ज्या अर्थी पिक्चर पुरे होणार नाही हे भविष्य खरे ठरण्याची शक्यता तयार झाली होती, त्या अर्थी मोहनाची दुसरीही ताकीद – ''तू मरशील... मी मारून टाकीन तुला...'' ही –

विचार असह्य झाले. श्रियानने समोरचा व्हिस्कीचा ग्लास उचलला आणि तोंडाला लावला. पाणी प्यावे तसे घटाघट पिऊन त्याने अर्धाअधिक ग्लास संपवला. विसरायला हवं च्यायला, सारं काही विसरायला हवं... ही मुदिता साली दीड दमडीची... माझ्यापुढे भाव खाते... ती मोहना... मी तिला मोठं केलं; आणि आता ती...

समोरच्या एका वस्तूकडे लक्ष जाऊन त्याच्या मनात काहीतरी आले; पण ही आपलीच झोपेच्या गोळ्यांची बाटली आहे हे लक्षात येण्यापूर्वीच त्याची शुद्ध गेली होती...

श्रियान आणि मुदिता यांना भरपूर एकांत द्यायला हवा, या कल्पनेने मार्टिन बराच वेळ फिरकला नव्हता; पण खूपच वेळ सगळे शांत आहे म्हणून तो,

चालले आहे तरी काय, ते बघायला भीत भीत आत आला. एकटाच श्रियान आणि तोही टेबलवर डोकं टेकून पडलेला पाहून तो पुढे झाला. श्रियानला दारू फार चढत नसे... म्हणून आश्चर्य वाटून तो त्याला उठवू लागला. एवढ्यात त्याचे लक्ष झोपेच्या गोळ्यांच्या बाटलीकडे गेले आणि तो धसकला. त्याने ताबडतोब हॉस्पिटलला फोन केला... श्रियानचे नाव सांगितले... एकूण परिस्थिती सांगितली...

...या खेपेस माध्यमांनी आत्महत्येचा तर्क लावला; पण संध्याकाळी मात्र त्यांचा सूर बदलला. या प्रकाराच्या आधीच मुदिता येऊन गेल्याचे आणि त्यांची थोडीफार बोलाचालीदेखील झाल्याचे मार्टिनने पत्रकारांना सांगताच, आत्महत्येचा संशय विषप्रयोगात बदलला...

शैलेशला मात्र हे सगळे मोहनाचेच काम आहे, याविषयी शंका नव्हती. आपण तरी इतके कसे बदललो? - तो स्वत:ला विचारू लागला. सुरुवातीला, हे सगळे श्रियानचे भास आहेत असे आग्रहाने म्हणणारे आपण, आता मोहनाचा संशय घेतो तरी कसे? अशाने आपल्याला विचार करून करून वेड लागेल; पण मोहना अशी कशी बदलली, या प्रश्नाचे उत्तर मिळणार नाही!

तिकडे श्रियान आय.सी.यू.मध्ये प्राणांसाठी झुंजत होता. मार्टिनने त्याला परस्परच हॉस्पिटलमध्ये पोहोचवले नसते, तर त्याची काही आशाच नव्हती! काय अघोरी आहे ही मुलगी! आपला शब्द खरा केल्याशिवाय ती राहणार नाही. आज ना उद्या श्रियान हे जग सोडून...

शैलेशचा फोन वाजला. त्याने तो घेतला.

एक खोल आवाज त्याला ऐकू आला – "शैलेश, मी मोहना बोलतेय."

"मोहना?" शैलेश तीन ताड उडाला!

"आवाज तुझा वाटत नाहीये मोहना." तो म्हणाला.

"मला फार वेळ नाहीये. मी देते त्या पत्त्यावर ये आणि मला सोडव..."
सोडव?... म्हणजे, हिला कुणी अडकवून ठेवलंय की काय?

विचार नंतर करता येईल. स्पष्टीकरणही नंतर मिळेल!... त्याने घाईघाईने तिने सांगितलेला पत्ता लिहून घेतला. फोन बंद झाला.

रात्रीचे अकरा वाजून गेले होते.

झोप येत नाही म्हणून श्रियान अठराव्या मजल्यावरच्या पेंट हाउसच्या प्रशस्त बाल्कनीच्या ठेंगण्या कठड्याशी, हातात ग्लास घेऊन उभा होता. अजून महिनाभर तरी झोपेच्या गोळ्यांना हात लावायचा नाही आणि दारूवर तर कधीच गोळी घ्यायची नाही, अशी डॉक्टरांची सक्त ताकीद होती.

आजूबाजूच्या इमारतींमधले दिवे मालवले होते. रस्ता जवळजवळ निर्मनुष्य होता. पलीकडे समुद्राचा पट्टा चांदण्यात मंद लकाकत होता.

ग्लासमधली व्हिस्की संपली. ग्लास परत भरण्यासाठी श्रियान वळला; आणि मोहना काळोखातून पुढे आली.

"कुठे चाललास? मागे हो. कठड्याशी चल." ती करड्या स्वरात म्हणाली.

तो जाम घाबरला होता. मात्र, ते दिसू न देता तो पुन्हा अपार्टमेंटच्या दिशेने निघाला; पण खांद्यावर पडलेल्या तिच्या हाताने त्याला थांबणे भागच पडले. किती वजनदार हात होता तो! जसा काही पोलादी पंजा! मोहनाचा हात इतका जड कसा?

त्या हातानेच त्याला ढकलत ढकलत कठड्याशी आणले, "चढ, वर चढ." मोहना म्हणाली, "इतके दिवस तुला कोणी ना कोणी सोडवत आलं. आता कोण सोडवतंय ते बघूया. हं, चढ त्या कठड्यावर."

तिनेच त्याला हाताला धरून कठड्यावर चढवले. लटलटत्या पायांनी तो उभा राहिला. खाली पाहवत नव्हते. एक कार सर्रकन डावीकडून उजवीकडे निघून गेली. बाकी रस्ता शांतच होता! इथून उडी मारायची - अठराव्या मजल्यावरून!... म्हणजे बहुधा फरशीवर रक्तबंबाळ होऊन पडण्याआधी हवेतच अटॅक येणार! मीडिया म्हणणार... दोन-तीन वेळांपासून आत्महत्येचा प्रयत्न करतोय बापडा... या खेपेस यशस्वी झाला!

"थांबू नकोस. उडी टाक."

"थांब!" एक खोल आवाज त्याच्याजवळ आला.

श्रियान वळला आणि जे दिसलं त्यानं हेलपाटला.

त्याच्यासमोर दोन मोहना होत्या. एक सावळी आणि दुसरी पांढरीफटक पडलेली!

जे दिसतेय त्याचा अर्थ लागायच्या आतच तो गडबडला. त्याला तोल सावरता येईना. क्षणभर त्याने जागच्या जागी हेलकावे खाल्ले, त्याचे हात हवेचा आधार घेत असल्यासारखे चाचपडले; आणि दुसऱ्याच क्षणी तो कठड्यावरून मागच्या मागे दिसेनासा झाला.

पांढरी फटक - गोरी मोहना "श्रियाऽन" असे ओरडत कठड्याशी गेली. तिच्याने धाववतदेखील नव्हते.

बाल्कनीच्या दारात शैलेश उभा होता.

"शैलेश" - रडत रडत गोरी मोहना म्हणाली, "आपण नाही वाचवू शकलो त्याला!"

शैलेश तिच्याजवळ गेला. त्याने तिच्या पाठीवरून सांत्वनाचा हात फिरवला. सावळ्या मोहनाकडे तो क्षणभर नवलाने पाहत राहिला. मग तो त्यांना घाईतच म्हणाला, ''तुम्ही दोघी बेडरूमच्या बाहेर पडूच नका आता. मी खायला काहीतरी आणून देतो. ते खा आणि स्वस्थ झोपून राहा... इथे आता पुष्कळ गोंधळ माजेल. तुम्ही काहीही झालं तरी बाहेर येऊ नका.''

त्याने त्यांना फळे आणि दूध किचनमधून आणून दिलं आणि तो घाईघाईनं खाली गेला. रस्त्यात पोलीस जमा झाले होते.

''मी मॅनेज केलं पोलिसांना. माझ्या भरपूर ओळखी आहेत पोलिसात.'' दुसऱ्या दिवशी सकाळी अकराच्या सुमाराला शैलेश डॅडींना सांगत होता. ''शिवाय श्रियानविषयीदेखील खूप आदर आहे पोलिसांना. त्याच्या सध्या आहेत त्याहून अधिक स्कँडल मीडियात येऊ नयेत, असं वाटतंय त्यांना. त्यामुळे त्यांनी अधिक खोलात न शिरता, नशेत कठड्यावरून पडून मृत्यू, असं लिहून घेतलंय. रातोरात मी त्यांना मेडिकल सर्टिफिकेटसुद्धा मिळवून दिलं.''

बोलता बोलता शैलेशने डॅडींना कॉफी बनवून दिली. फ्रिजमधून एक बीअरचा कॅन काढला आणि म्हणाला, ''फ्युनरलची व्यवस्था करायला पळालं पाहिजे मला. दोघाचौघांना आधीच कामाला लावलंय, म्हणून पाच मिनिटं तरी बोलत बसू शकतोय.''

''मोहना कुठं गेली होती? काही कळलं तुला?''

''हो, तिथूनच घेऊन आलो ना मी काल तिला!- 'मिडनाइट'पासून, श्रियान आपल्याला दुरावला, या कल्पनेनं पिसाळली होती ती!... तिच्याकडे कोणीतरी एक कार्ड देऊन ठेवलं होतं. ''शांती हवी असेल, तर आम्हाला भेटा.'' ती जाऊन भेटली. कर्नाळ्याच्या डोंगरात एका जंगलामध्ये एक आश्रम आहे. सिद्धानंद नावाचे गृहस्थ आणि त्यांचे दोन चेले तो चालवतात. ही मंडळी मुळात विज्ञानशाखेची; पण आता तंत्रमंत्र साधना करतात. त्यांच्यात – विशेषत: सिद्धानंदांमध्ये मंत्रसामर्थ्य आहे.''

मधेच शैलेशने मोबाईलवरून तीन-चार जणांना सूचना दिल्या. सर्वांना, ''मी आलोच!'' असे सांगितले. डॅडींना म्हणाला, ''पंधरा मिनिटांत निघायला हवं आपल्याला. साला या हमालीमध्ये मित्राच्या मरणाचं दुःख करायलादेखील वेळ नाही!''

''तू सिद्धानंदांबद्दल सांगत होतास!''

''त्यांनी इतकी वर्षं साधना करून एक प्रयोग केलाय. प्रत्येक माणसात चांगला अंश आणि वाईट अंश असे दोन्ही असतात. तशाच विशेष हेतूसाठी

एक अंश अधिक प्रभावी करता येतो आणि दुसरा दुबळा. फार नाही, आतापर्यंत असे तीनच प्रयोग केलेत त्यांनी. मोहनानं जेव्हा, मनाला शांती हवी असं सांगून आपले तपशील दिले, तेव्हा त्यांनी ठरवून टाकलं, की श्रियान मेला तरच त्याला या फसवणुकीचं प्रायश्चित मिळेल, आणि तिच्या मनाला शांती. चोवीस तास मोहनाला एका ट्रान्समध्ये ठेवून, मंत्रघोष करून - आणि काय काय केलं त्याचे तपशील मला माहीत नाहीत - पण त्यांच्या योजनेप्रमाणे सारं काही करून त्यांनी सत्प्रवृत्त आणि खलप्रवृत्त अशा दोन मोहना वेगळ्या केल्या. गोरी आणि सावळी. या अंशांना त्यांच्या हेतूंनी जणू पोलादी बळ दिलेलं असतं. म्हणजे इथे सावळीमध्ये विलक्षण बळ संचारलं. हे अंश म्हणजे खरीखुरी माणसं नसल्यामुळे त्यांना निसर्गनियम लागू होत नाहीत. कुठंही दिसणं, नाहीसं होणं, भिंतीतून, दारातून जाणं वगैरे वगैरे सारं त्यांना साधतं. योजनेप्रमाणे आपला हेतू साध्य करायला सावळी मोहना इथं हजर झाली...''

''आय डोन्ट बिलिव्ह! एकाच वेळी दोघीजणी - हे निसर्गाच्या नियमाच्या विरोधात...''

''... हो ना! शेवटी निसर्गानं प्रत्येक व्यक्तीचं अमुक इतकं सत्व ठरवून दिलेलं असतं. म्हणूनच एक अंश असा प्रमाणाबाहेर शक्तिमान झाला, की दुसरा दुबळा होतो... चांगली मोहना तर आश्रमात दिवसरात्र आजाऱ्यासारखी पडूनच राहायला लागली... आश्रम जंगलात, कोणाचं येणं नाही, जाणं नाही, दिवसरात्र मंत्रघोष... जगाचा संपर्कच नाही! तिचा मोबाईलदेखील काढून घेतलेला! हळूहळू मोहना खचत चालली. पण श्रियान मरेल तेव्हाच सावळी मोहना परत येणार... आणि ती आल्याशिवाय दोघी पुन्हा एकत्र कशा होऊ शकणार? त्या फार काळ वेगवेगळ्या टिकूच शकत नाहीत... आणि अशात एके दिवशी भस्माच्या पुडीबरोबर आलेला एक रद्दीचा तुकडा गोऱ्या मोहनाला मिळाला. त्यावर श्रियानला मारण्याचे प्रयत्न, शूटिंगचं अपयश वगैरेंसंबंधी छापून आलं होतं...''

फोन आला - शैलेशला ''लोक थांबलेत'' म्हणून कळवणारा. ''आलोच!'' असे त्याने कळवले.

''गोऱ्या मोहनाचा जीव कळवळला - पूर्ण चांगली असल्यामुळेच - तिला वाटायला लागलं, की आपण श्रियानला वाचवायला हवं!''

''रिअली?''

''घराच्या आवारातच, काहीतरी विकायला आलेल्या सेल्समनच्या मोबाईलवरून तिनं मला फोन केला. मी कर्नाळा पोलीस स्टेशनचे दोन पोलीस घेऊन सिद्धानंदांकडे गेलो. अटकेच्या भीतीनं त्यांनी तिला माझ्याबरोबर पाठवलं;

पण पुन:पुन्हा सांगत राहिले – घेऊन जाताय; पण ती दुसरी मिळाली नाही, तर ही मरून जाईल, हे लक्षात ठेवा.''

''आम्ही दोघे तसेच धावपळ करत नेपियन सी रोडला आलो. तिनं श्रियानला जिवंत पाहिलं; पण शेवटी व्हायचं ते झालं!... पण हेही खरं, की तो जर मेला नसता, तर सावळीच्या अस्तित्वाचा हेतूच पुरा झाला नसता आणि ती गोरीकडे कधीच परत जाऊ शकली नसती!''

''अकरा वाजून गेले!'' डॅडी अधीरपणे म्हणाले.

''किती वेळ झोपल्यायत या दोघी?''

''दोघी?'' शैलेशने त्यांना बेडरूमच्या दाराशी आणून आत डोकावायला सांगितलं.

डॅडींनी पाहिलं.

आत एकच मोहना शांत झोपली होती. निमगोऱ्या रंगाची.

को ळ सा

तिथले वातावरण काहीसे कोंदटलेले आहे. खरे तर ते ठिकाण माणसांना मोकळे करण्यासाठी आहे. तरीही ती एवढीशी जागा, एक संडास आणि चार मूत्रकूप यांनी जशी काही गच्च भरून गेलेली आहे.

नुसती जागाच नाही, हात पोहोचेल तिथवरच्या भिंतीदेखील.

त्या भिंतीवर कोळशाने लिहिलेला अभद्र मजकूर आहे. वेडीविद्री चित्रे आहेत. मानवी अवयवांची. लहानमोठ्या आकारातल्या.

तो मजकूर तिरस्काराने लिहिलेला आहे. ज्यांची नावे आहेत त्यांच्याविषयीचा. ती चित्रे कुचेष्टेने काढलेली आहेत. त्या मजकुरात, त्या चित्रात विलक्षण द्वेष भरून राहिलेला आहे. त्या द्वेषात त्या त्या व्यक्तीविषयीचा संताप आहे. ती जागा या संतापाने भारलेली आहे.

काळाकुट्ट संताप... कोळशातून व्यक्त झालेला कोळशासारखा काळाभोर संताप... तो त्या जागेत भरून राहिलेला आहे. कित्येक दिवसांपासून. दररोज साफ केल्यानंतरही त्या जागेतून न जाणाऱ्या दुर्गंधीइतकाच जुना. तितकाच निराकार.

हा संताप कोवळ्या मुलांचा आहे. त्यांच्या आजूबाजूच्या

जगाबद्दलचा. ही मुतारी एका मुलांच्या शाळेची आहे.

दप्तराचे ओझे सांभाळत अरुण शाळेला चालला होता.

खिशात कोळसा ठेवून आणि डोक्यात राख घालून.

बाबांचे काही खरे नाही. आता ते सकाळी सकाळीच प्यायला लागले आहेत. आईने त्यांच्यासाठी चहाचा कप भरला तर ते म्हणाले, नको चहा. आईने चमकून वर पाहिले, तर ते ग्लासात ओतलेल्या दारूमध्ये पाणी घालण्यासाठी तांब्या शोधत होते.

आईची नजर पाहून ते म्हणाले, ''ही एवढीच घेतोय. संपतच आलीये बाटली.''

''तरी पण... आता सकाळच्या वेळी...''

''काही नाही ग सकाळ न् दुपार!''

'नाही कसं? तुम्हाला ऑफिसला नाही जायचं?''

''अजून वेळ आहे! हे आत्ता पाच मिनिटांत आटपेल.''

''पण ही वेळ आहे का दारू पिण्याची?''

''हे बघ, नसता शहाणपणा शिकवू नकोस. मला चांगलं समजतं, पिण्याची वेळ कुठली असते ते!''

इथून भांडणाला सुरुवात झाली. मग सगळ्याचाच विचका! आईचे जेवणच वेळेत तयार झाले नाही, काहीतरी करपले, काहीतरी उतू गेले – अरुण न जेवताच शाळेला निघाला.

शाळा फार लांब नव्हती. तरी मैलभर सहज असेल. उन्हातून, उपाशीपोटी चालताना तेवढे अंतरही केवढेतरी वाटले. अरुणच्या घशाला कोरड पडली. डोळ्यांत पाणी आले. डोळे नुसते चिडचिडून गेले.

ती चीड मोकळी करण्याची एकच जागा अरुणला ठाऊक होती. खिशातला कोळसा त्याने पुन्हा एकदा चाचपून पाहिला.

शेजारच्या हॉटेलच्या पाठच्या दारी अरुणची थोडी ओळख होती. तिथल्या अवाढव्य शेगड्यांसाठी कोळसा लागायचा. तिथूनच कोळशाचे लहान लहान तुकडे अरुण आणायचा.

या कोळशाचा अरुणला मोठाच आधार वाटायचा.

अरुण पोहोचला तेव्हा शाळेची घंटा होऊन गेली होती. सगळी मुले आपापल्या वर्गात गेली होती. कुणीच बाहेर रेंगाळत नव्हते. सगळीकडे शांत शांत होते.

अरुण आपल्या वर्गात न जाता मुतारीमध्ये गेला. तिथे चिटपाखरूही

नव्हते. (यावेळी नसणार हे उघडच होते.) अरुणने खिशातून कोळशाचा तुकडा काढला आणि भिंतीवर लिहायला सुरुवात केली...

माझा बाप...

आणि एकदम त्याला भास झाला, की आपल्याजवळच काहीतरी पसरले आहे... काहीतरी खूप मोठे... अजस्र... त्याने चमकून पाहिले; पण त्याला कोणीच दिसले नाही...

मात्र कसा कोण जाणे, तो बिलकूल घाबरला नाही. पळत सुटावेसे त्याला वाटले नाही...

तो कोळशाने वेड्यावाकड्या अक्षरात लिहीत राहिला. – बेवडा आहे...

त्याच्या मनात असेही आले, की आपल्या पाठीमागे जे काही इकडून तिकडे पसरलेले आहे तेही गुपचूप राहून आपण लिहिलेले वाचत आहे... माझा बाप बेवडा आहे...

त्याचा राग आता थोडा कमी झाला. आपल्या मनातले कुणाकडे तरी बोलून दाखविल्यासारखे शांत वाटू लागले. नाहीतर बोलून दाखवायला होतेच कोण? खडूसपणा करणारे मास्तर... कुचेष्टा करणारी शाळेतली पोरे... पण कुणालाच सांगता येत नाही म्हणून सर्वांनाच त्याने आपल्या मनातले सांगून टाकले होते – त्या कुबट वासाच्या भिंतीवरून!... आता तो थोडा निवल्यासारखा झाला.

मग झपकन मुतारीच्या बाहेर आला.

पाहतो तर समोरच गणा उभा. शांतपणे अरुणला पाहत.

अरुण वैतागला. हा कां थांबलाय बाहेरच?... याला कळलंय की काय, आपण काय करत होतो ते? नक्कीच!

आपण मुतारीच्या भिंतीवर लिहितो हे कुणाला कळू नये, अशी अर्थातच अरुणची इच्छा होती – आता या गण्याला कळले की काय?

काय रे, बेल होऊन गेली ना? आणि तू इथे...

– गणा काहीच बोलला नाही. अरुण वर्गाच्या दिशेने घाईघाईने निघाला. गणाही त्याच्या मागोमाग चालू लागला.

"माझ्याकडे तक्रारी आल्यायत" – कोकाटे मास्तर वर्गाला सांगत होते – "मुतारीच्या भिंती कोळशाने लिहून लिहून खराब करून टाकल्यायत तुम्ही. घाण घाण लिहून ठेवलंय तिथं."

मुले अस्फुट हसली. मास्तरांची कमाल आहे! मुतारीच्या भिंतीवर घाण नाही लिहायचे तर काय रामनाम लिहायचे?

"बोला, कोण कोण लिहितं तिथे?"

मुलांना हसू आले; पण ते दाबून त्यांनी चेहरे निर्विकार ठेवले. असे कोणी सांगणार आहे का, मी भिंतीवर लिहितो म्हणून?... आपले नव्हेच, पण दुसऱ्याचेही नाव या बाबतीत कोणी सांगत नाही. मुतारीच्या भिंतीवर लिहिणाऱ्याला जणू नावच नसते. नाव सोडा, जणू त्याला अस्तित्वच नसते. कोणी पाहिले तरी आहे का कुणाला, मुतारीच्या भिंतीवर लिहिताना, किंवा चित्रे काढताना?

हे मास्तरांना ठाऊक कसे नाही? उगाच आपले तावातावाने सांगताहेत – "पुन्हा कोणी भिंतीवर लिहिताना दिसला तर खबरदार! मी वॉचमनला सांगून ठेवलंय! तो त्या लिहिणाऱ्याला तत्काळ प्रिन्सिपॉलकडे घेऊन जाईल... मग प्रिन्सिपॉल अशी शिक्षा –"

मास्तरांचे बोलणे हळूहळू पुसट होऊ लागले. अरुणच्या डोक्यात मास्तरांविषयीचा राग उकळू लागला. खदखदत राहिला. शिक्षा देणार? आम्हांला? कशासाठी? भिंती घाण करतो म्हणून? भिंती स्वच्छ ठेवायच्या, तर मनात साचत राहते ते कुठे टाकायचे? आमचे छळवादी बाप, त्यांचा छळ सहन करणाऱ्या दुबळ्या आया, येता-जाता शिक्षा करणारे मास्तर, कुचकट हसणारी पोरे, हिणवणारे शेजारी, त्यांची श्रीमंतीचा रुबाब मारणारी पोरे, कामे सांगणारे, येता-जाता टपलीत मारणारे गल्लीतले चिल्लर दादा – या सगळ्या सगळ्यांचे घाणेरडे वागणे कसे सहन करायचे? त्यांना शिव्या कुठे द्यायच्या? त्यांच्या तोंडावर तर देता येत नाहीत. दिल्या तर आणखी छळ होईल... मग? अरे, पण हे कुठेतरी बोलायला तर हवे?

भिंत... तीच तेवढी आमची. ती घाण होत नाही हो – ती आमच्या आजूबाजूची घाण पचवते. हा कोळसा – हा काळा नाही... हे लखलखते हत्यार आहे आमचे!

"पुन्हा कुणी कोळसा आणला शाळेत, तर बघा!... काढून टाकू शाळेतून!... तुमच्यापैकी कोण कोळसे आणतं?... तुम्ही स्वत: कबूल करणार नाही, हे माहितेय मला!... पण दुसरं कोण कोळसे घेऊन येतं, कोण भिंतीवर लिहितं, हे माहीत असलं तर सांगून टाका!"

हलकट आहे मास्तर! – पोरांना चहाड्या करायला शिकवतो!

"कोण लिहितं हे माहीत असलं तर सांगून टाका! या वेळेपुरती त्याला शिक्षा माफ! पण मला कळलं पाहिजे!"

सगळी मुळे चावाचूप. अरुणने गणाकडे पाहिले. गणा आपले नाव सांगेल का?... क्षणभर तो गलबलून गेला. प्रिन्सिपॉलकडे रिपोर्ट गेला तर? त्यांनी

शाळेतून काढून टाकले तर? मग बेवडा बाप आपल्याला बडव बडव बडवील! आई अधिकच टरकून जाईल! आजारीसुद्धा पडेल एखादवेळी!... गणा काय करील? साल्याला आधी कळलेच कसे आपण भिंतीवर लिहितो हे?... कशावरून आधी त्याला कळलेय?

तो कधी काही म्हणाला? – नाही, पण त्याला नक्कीच माहितेय! त्याशिवाय का समजल्यासारखा आपल्या तोंडावर बघत राहतो? आता बोलून बसला तर –

अरुणच्या गळ्याशी आवंढा आला.

पण गणा काहीच बोलला नाही. मख्ख बसून राहिला.

शाळा सुटल्यावर अरुण मुतारीच्या दिशेला गेला.

एका खांबाला टेकून वॉचमन आरामात तंबाखू चघळत उभा होता.

अरुण झटकन मागे झाला. कोपऱ्यात उभा राहिला.

काहीतरी हालचाल जाणवल्याप्रमाणे वॉचमनने त्या दिशेला पाहिले. मग भास झाला असेल, असे समजून तो पुन्हा निवांतपणे तंबाखू चघळू लागला.

या आडमाप काळ्याकभिन्न वॉचमनची अरुणला भीती वाटायची. सतत दात विचकून हसत असल्यासारख्या चेहऱ्याच्या या माणसाला, लहान मुलांच्या अंगचटीला जाण्याची सवय होती, म्हणून अरुण त्याच्यापासून लांबच राहायचा. शाळेच्याच पाठच्या दारी त्याचे एक खोपटवजा घर होते. झोपण्यापुरता तिथे, बाकी त्याचे कार्यक्रम – अगदी जेवणापर्यंत – शाळेतच आटपायचे. त्यामुळे तो शाळेच्या परिसरात कधीही, कुठेही दिसायचा.

मधेच घराची आठवण झाल्याप्रमाणे वॉचमन आपल्या खोपटाच्या दिशेने निघून गेला आणि अरुणचा रस्ता मोकळा झाला. तो इकडे तिकडे न बघत सरळ मुतारीत गेला.

मुतारीत आता बऱ्यापैकी अंधार होता. दिवा लावला तर कदाचित कुणाचे – कुणाचे का, वॉचमनचेच – तो जिथे कुठे असेल तिकडून लक्ष जाईल – या कल्पनेने तो क्षणभर थबकून उभा राहिला.

उघड्या दारातून बाहेरचा उजेड थोडासा आत येत होता. भिंतीजवळच्या एका कोपऱ्यात, भिंतीवर लिहिण्यापुरते दिसत होते. तिथे दिवा न लावताच लिहायचे असे अरुणने ठरवले.

आणि अचानक एका आवाजाने तो थबकला.

आवाज म्हटले तर एक होता, नाहीतर अनेक. अगदी हलक्या आवाजात

पुटपुटल्यागत अनेक आवाज एकाच वेळी बोलत राहावेत तसे काहीतरी ऐकू
येत होते. अत्यंत दबल्या सुरात ते सारे चालले होते. हे काय आहे? कोण
बोलतेय? काय बोलतेय? शब्द समजण्याइतके स्पष्ट काही नव्हते.
गुणगुणल्याइतपत सरमिसळ होते, मात्र मधेच 'माझा बाप बेवडा' असे शब्द
कानावर आल्यासारखे वाटले. मग आणखीही काही शब्द – भिंतीवर
वाचलेले... म्हणजे? तिथे लिहिलेले सारेच परत परत, एखाद्या जपासारखे
म्हटले जातेय की काय? त्या अर्धवट काळोखात, त्या मुतारीच्या भिंतींना
व्यापून राहिलेले ते काहीतरी, जागे झालेय की काय?

अरुण भानावर आला. इथे असा काहीतरी विचार करत राहण्याइतका
वेळ आपल्याला नाही, हे त्याला एकदम आठवले. वॉचमन केव्हाही फेरी मारील.
त्याच्या आत आपले काम पुरे व्हायला हवे! अरुणने खिशातून कोळसा काढला
आणि तो मोठ्ठ्या अक्षरात लिहू लागला – 'कोकाटे मास्तरच्या बैला...'

दाराजवळच हसण्या-खिदळण्याचा आवाज ऐकू आला. दोन-तीन पोरांचे
टोळके मुतारीजवळ आले होते. अरुण चटकन संडासात गेला आणि त्याने फार
मोठा आवाज होणार नाही अशा बेताने कडी लावून घेतली.

मुलांनी आत आल्याबरोबर दिवा लावला.

"आयला, हे बघ काय लिहिलंय – कोकाटे मास्तरच्या – सही यार! पण
कम्प्लीट कां नाही लिहिलं?''

"त्या कोकाट्याला असंच पायजे! – जास्त शाणपत्ती दाखवतो!''

"कोणी भिंतीवर लिहिलं तर म्हणे त्याला शाळेतून काढून टाकणार!''

मूत्रकुपाजवळ उभे राहिल्या राहिल्या मुले कोकाटे मास्तरला भरपूर शिव्या
देत होती, त्याच्याविषयी भिंतीवर लिहिणाऱ्याचे कौतुक करत होती आणि
खदखदून हसत होती.

...काही वेळ गेला. मुलांचा आवाज बोलता बोलता दाराबाहेर गेला.
मग विरून गेला.

अरुणने कडी काढली. तो दार उघडून संडासाबाहेर आला. मग त्याच्या
एक लक्षात आले. बाहेरच्या कडीला एक चिमुकले कुलूप अडकवून ठेवले
आहे. त्याची चावी बहुधा वॉचमनकडे असणार! तोच येऊन नंतर संडासला
कुलूप लावून जाणार!... रात्री बाहेरच्या कोणी संडास वापरू नये म्हणून!

वॉचमनच्या विचाराने अरुणला बाहेर पडण्याची अधिकच घाई झाली.
ज्यांनी दिवा लावला ती मुले तो बंद न करताच निघून गेली होती. अरुणने दिवा
मालवला आणि तो चाहूल घेत मुतारीबाहेर आला.

त्याला पाहून वाढत्या काळोखातून कोणीतरी पुढे आले. "साल्या गण्याऽ

तू काय करतोयस इथं?''- त्याची मानगूट पकडून अरुणने विचारले.

तो अर्थात काहीच बोलला नाही.

अरुणने त्याच्या एक कानफटात वाजवली. ''साल्या माझ्यावर पाळत ठेवतोस!'' तो ओरडला, ''पुन्हा माझ्या मागे इथं आलास तर बघ!'' असे म्हणून त्याने गणाच्या पोटात एक बुक्का ठेवून दिला.

गणा कळवळून खाली पडला.

मग अरुणलाच काय वाटले कोण जाणे! त्याने गणाला उठवले. त्याचे दप्तर उचलून दिले आणि त्याच्या गळ्यात हात टाकून तो चालू पडला...

प्रिन्सिपॉल धोंगड्यांचा आदेश म्हणून कोकाटे मास्तरांनी जाहीर केले, की शाळेमध्ये स्वच्छतेला महत्त्व दिले पाहिजे. त्यासाठी मुलांनी मुतारीचा वापर करताना काळजी घ्यावी. संडासात पाणी ओतल्याशिवाय बाहेर येऊ नये. मुख्य म्हणजे, मुतारीच्या भिंतीवर काहीही लिहू नये. प्रश्न नुसता स्वच्छतेचा नाही. असला मजकूर ज्यांच्याविषयी लिहिला जातो, ज्यांची चित्रे काढली जातात, त्यांची बदनामी होते. शिवाय असे घाणेरडे काहीतरी वाचून लहान मुलांच्या मनावर वाईट संस्कार होतात. तेव्हा मनाच्या आणि शरीराच्या स्वच्छतेच्या दृष्टीने मुतारीच्या भिंतींना व्हाइट वॉश देऊन त्या स्वच्छ पांढऱ्या करायच्या असे ठरले आहे. रंगसंगतीनंतर त्यांच्यावर कधीही काही लिहिले गेल्यास तसे करणाऱ्याला शाळेतून काढून टाकले जाईल!

तसे पाहिले तर सबंध शाळाच जुनाट दिसत होती. तिच्या सर्वच भिंतींना रंग काढायला झाला होता; पण ते बाजूलाच राहिले आणि फक्त मुतारीच्या भिंतींना तेवढा पांढरा रंग दिला गेला.

मात्र भिंतीवरून पुसले गेले तरी ते वातावरणातून निघून गेले नाही. ते कुठे जाणार? त्याचा जन्म इथेच झाला होता आणि इथेच ते वाढत गेले होते. मात्र, भिंतीवरून उतरून खाली येताना त्याच्यात अगदीच बदल झाला नाही असे नाही. ते जे इकडून तिकडे पसरले होते, ते जवळ आले. एकत्रित झाले. एकसंध झाले. त्याचा आकार थोडाफार निश्चित झाला. त्याच्यात अधिक बळकटी आली. ते अधिक समर्थ झाले.

आता अरुणचे बाबा रोजच सकाळी थोडी 'लावून' कामावर जाऊ लागले होते. आईला नेहमी भीती वाटायची, की अशा वागण्याने त्यांची नोकरी कधीतरी जाईल; पण भांडणाच्या भयाने ती हे कधी बोलून दाखवत नसे. म्हणजे त्यांच्या पुढ्यात. एरवी कधीतरी अरुणसमोर ती याचा उच्चार करायची. तिने नाही

केला तरी अरुण त्याविषयी बोलायचा. फार नाही, पण थोडेसे. आईला बरे वाटावे म्हणून. पण तसे होण्याऐवजी ती उलट घाबरून जायची किंवा दु:खी व्हायची. अरुणला तिच्या या कमकुवतपणाचा राग यायचा.

आता तिने एका महिला उद्योगात नोकरी पत्करली होती. सकाळी दहा वाजता तिकडे जावे लागे. अरुणचा बाप साडेनऊला जायचा. (त्याची ड्यूटी साडेआठची असायची.) त्यामुळे बायको रोज दहा वाजता कामावर जाते हे त्याच्या लक्षातच आले नव्हते; पण त्या दिवशी त्याला फारच उशीर झाला. तो पीतच बसला. दहा वाजून गेले तरी त्याचे पिणे संपेना. अरुणच्या आईची फारच घालमेल होऊ लागली. नवऱ्याच्या लक्षात येणार नाही, अशा बेताने तिने साडी बदलली, वेणीफणी केली आणि तो कधी जातो, याची वाट पाहत ती बसून राहिली. अखेरीस साडेदहा वाजले तेव्हा मात्र तिला थांबणे अशक्य झाले. तिने चपला घातल्या आणि ती बाहेर पडली.

"कुठे निघालीस?" नवऱ्याने विचारले.

काहीच न बोलता तिने पर्स उचलली.

"कुणाला भेटायला निघालीस?... मला समजलंच पाहिजे!"

त्याने तिचा दंड धरून ठेवला.

अरुणच्याने राहवेना. "सोडा तिला! आधीच उशीर झालाय तिला कामावर जायला!" त्याने त्यांचा हात तिच्या दंडावरून काढून टाकण्याचा प्रयत्न केला.

त्याबरोबर त्याने सणकन अरुणच्या कानशिलात वाजवली. मग तो बहुधा प्यालेला असल्यामुळे अरुणला सापडेल तिथे लाथाबुक्क्यांनी मारतच सुटला.

अरुणची आई मध्ये पडली आणि तिने अरुणला कसेबसे सोडवले; पण बापाने तिचा हात गच्च पकडला आणि पाठच्या पाठीमागे गर्रकन वळवला. ती किंचाळली.

"कामावर? कसल्या कामावर?" बाप ओरडला. "कसल्या कामावर जातेस तू रोज? कुठल्या पुरुषांसमोर नाचायला जातेस?"

"म-महिला उद्योगाच्या..." हात आणखी पिरगाळला गेला. वेदना असह्य होऊन ती किंचाळली... "सगळ्या बायकाच आहेत तिथं. हात-हात सोडा..."

बऱ्याच वेळाने त्याने हात सोडला, तेव्हाही ती वेदनांनी किंचाळतच होती. तिचा हात कोपरापासून लुळा झाल्यागत लोंबकळत होता. त्याला भराभर सूज येऊ लागली होती.

"मोडलात तुम्ही तिचा हात!" अरुण धीर करून म्हणाला.

पण या वेळेस त्याच्या बापाने त्याच्यावर हात उगारला नाही. तो मनातून

थोडा घाबरला होता. हात खरेच मोडल्यासारखा दिसत होता. फ्रॅक्चर–बिक्चर झाले की काय? त्याची सकाळपासून प्यालेली भराभर उतरून गेली. ''चल, आपण डॉक्टरकडे जाऊ.'' तो बायकोला म्हणाला.

''कामावर कळवायला हवं...'' ती अरुणला कसेबसे म्हणाली.

''कळवतो.'' बापाकडे एक जळजळीत कटाक्ष टाकत अरुण म्हणाला.

त्याने रिक्षा बोलावली. आईला सांभाळून रिक्षात बसवले. मग बाप बसला. रिक्षा गेली.

अरुणने उडप्याकडून महिला उद्योगाला फोन केला. त्याचे स्वत:चेही सबंध अंग बापाचा मार खाल्याने दुखत होते. डाव्या डोळ्याजवळ बापाचे नख लागले होते. तिथून रक्त येत होते; पण त्याने तिकडे दुर्लक्ष केले. त्याचे डोके पेटल्यासारखे झाले होते. आज हात मोडला! उद्या जीव घेईल बायकोचा! कसला हा बाप? त्याची नोकरी जाईल तेव्हा जाईल; पण आताच दारूवर एवढा खर्च होतोय! आई प्रत्येक गोष्ट पूर्वीच्या अर्ध्याने विकत आणते. त्यातच भागवते! हे नाही – ते नाही! काय हे घर – काय हा बाप!

तिरीमिरीतच तो शाळेत आला. शाळा कधीची सुरू होऊन गेली होती. पहिला तास संपत आला होता. आज त्याची गैरहजेरी लागली होती, कारण हजेरी पहिल्या तासालाच घेत असत.

अरुण सरळ मुतारीत गेला.

व्हाइट वॉश काढलेली पांढरीशुभ्र मुतारी! एखाद्या थडग्यासारखी भकास दिसणारी! दारांच्या कडांना ऑइलपेंट न देता, शेजारून वेडावाकडा फासटलेला पांढरा रंग... भिंतीवरून मध्येमध्ये पांढऱ्या रंगातूनही दिसणारी काळपट छटा... पुसल्या जाऊ न शकलेल्या मजकुराची.

एक सावली उजवीकडून डावीकडे गेली आणि संडासाच्या बाजूला इतर सावल्यांमध्ये दिसेनाशी झाली.

अरुण घाबरला नाही.

तो खिशातला कोळसा बाहेर काढणार, एवढ्यात दारात कुणीतरी उभे असल्याचे त्याच्या लक्षात आले.

वॉचमन शांतपणे तंबाखू चघळत दाराबाहेरून त्याच्याकडे पाहत होता.

अरुणने धोका पत्करला नाही. तो सरळ मूत्रकुपाकडे जाऊन लघवी करू लागला.

तो बाहेर पडेपर्यंत वॉचमन त्याच्याकडे पाहत होता.

अरुण वर्गाकडे निघाला.

वर्गाबाहेरच त्याची वाट पाहत गणा थांबला होता.

“तुझ्या खिशात कोळसा आहे?” गणाने विचारले.

अरुण काहीच बोलला नाही.

गणानेच त्याच्या दोन्ही खिशात हात घातले. पैकी उजवीकडे एक कोळसा मिळाला. गणाने तो लांब, झुडपात फेकून दिला.

“एऽऽ काय करतोयस? गाढव!”

“आज प्रार्थनेनंतर प्रत्येक वर्गामधून त्यांच्या त्यांच्या टीचरने प्रत्येकाचे खिसे तपासले.” गणा म्हणाला, “पाचजणांकडे कोळसे मिळाले. त्यांची नावे प्रिन्सिपॉलकडे दिलीयत. प्रिन्सिपॉल त्यांना बोलावून घेणारेयत... आणि उद्यापासून कोणाच्याही खिशात कोळसा सापडला तर त्याला सरळ शाळेतून काढून टाकणारेयत!”

अरुणच्या डोळ्यांसमोर चित्र तरळून गेले. आपल्याला शाळेतून काढून टाकलेय. बाप मरेमरेस्तोवर मारतोय. आई ढसढसा रडतेय. ते सगळं असह्य होऊन आपण घर सोडून बाहेर पडतोय.

“च्यायला त्या धोंगड्याच्याऽ” तो एकदम ओरडला “शशऽऽ” त्याला गप्प करून गणा वर्गात घेऊन गेला.

मध्यरात्र उलटून गेली होती. बाप दारू पिऊन डाराडूर झोपला होता. पलीकडे आई बेशुद्ध पडल्यासारखी. त्या बेशुद्धीतही ती कण्हत होती. तिचा हात प्लॅस्टरमध्ये होता.

अरुणला झोप येत नव्हती. कुशा बदलत, तळमळत तो पडला होता. त्याला शाळेत जायचे होते. आपल्याला वाटते, ते मुतारीच्या भिंतीवर लिहून ठेवायचे होते; पण दिवसभरात ते जमले नव्हते. त्याच्या खिशात कोळसा नव्हता. एखादा अवयव काढून टाकल्यानंतर काही काळ तो आहेच असा भास व्हावा, तसा दिवसभर होत होता. कोळसा पेटला आहे आणि खिशाच्या अस्तरातूनही आपली मांडी जाळतोय असे वाटत होते दिवसभर; आणि आता रात्री झोप येत नव्हती. हा घोरत पडलेला बेवडा बाप स्वतःची नोकरी घालवणार – आधीच अडचणीत चाललेले घर पुरते भिकेला लागणार, आई अंथरुणाला खिळणार, आपण कधीतरी घर सोडून जाणार, कोकाट्या पोरांच्या चहाड्या करणार, धोंगड्या काही पोरांना शाळेतून घालवणार! आपल्यासारख्या पोरांचे कोणीच नाही, त्यांनी मनातल्या संतापाला वाटदेखील करून द्यायची नाही – भिंती स्वच्छ ठेवायच्या – हा अन्याय – हा कोणीच दूर करू शकणार नाही का?

अरुण तटकन बिछान्यात उठून बसला. आता जायचे शाळेत? काय हरकत आहे? असेच जावे आणि त्या भकास पांढऱ्या भिंतीवर आपल्याला हवे ते

लिहून यावे! तरच जीव शांत होईल! थोडीफार झोप लागेल!

पाय न वाजवता अरुणने चपला घातल्या, कोनाड्यातला कोळसा उचलला. तो खिशात ठेवताना त्याला एखादा, बराच काळ अंतरलेला मित्र परत भेटावा तसे झाले. हात काळे काळे होईपर्यंत त्याने त्या कोळशाला कुरवाळले.

जिना उतरून तो खाली आला आणि शाळेच्या दिशेने चालू लागला.

बाहेर चांदणे पडले होते. रोज उन्हात चाललेली वाट आज वेगळीच वाटत होती.

अरुण शाळेच्या मागच्या बाजूला येऊन पोहोचला. पुढचे फाटक बंद असणार होते. कोण जाणे, एखादवेळी दाराशी वॉचमनही असेल. त्या मानाने पाठीमागची बाजू अधिक सुरक्षित असणार होती...

तशी तिथे एक बुटकी भिंत होती; पण चार उड्या मारून तिची वरची कडा पकडणे शक्य होते. त्याहीपेक्षा शेजारीच एक चिंचेचे झाड वाढले होते. त्याला लोंबकळून आत उडी टाकणे अधिक सोपे होते. अरुणने टुन्कन उडी मारली. मग तो घाईने सावलीत गेला. तिथेच उभे राहून चाहूल घेऊ लागला. सगळे शांत होते. एक मांजर हाका मारल्यासारखे ओरडत कुठेसे निघून गेले, तेवढेच.

वॉचमनच्या खोपटात अंधार होता. तरीही अरुण सावधपणेच त्या खोपटावरून पुढे झाला. एक पायरी, मग व्हरांडा, त्यावरून चार पावले चालले की मुतारी!

दबकत दबकत अरुण आत शिरला. आत अर्थातच काळोख होता; पण दिवा लावण्याचे धाडस त्याला झाले नाही. दिव्याची गरजही नव्हती. कारण उंचावरच्या तीन गजांच्या खिडकीतून चांदण्याचा एक मोठा पट्टा आत आला होता. गजांच्या तीन काळ्या सावल्या जमिनीवर पडल्या होत्या.

अरुण भिंतीशी गेला. खिशातून कोळसा काढून तो ओबडधोबड अक्षरात लिहू लागला.

धोंगड्या हरामखोर कोळसा चोर –

लिहिण्यात तो इतका गुंगून गेला, की संडासाचे दार उघडल्याचे त्याच्या लक्षात आले नाही.

पावलांचा आवाज न करता कुणीतरी बाहेर आले आणि त्याने अरुणचा लिहिता हात वरच्या वर पकडला.

हाऽ, असा काहीतरी आवाज करत अरुण वळला.

अंगात फक्त अर्धी चड्डी, असा उघडाबंब काळाकभिन्न वॉचमन अरुणच्या समोर उभा होता.

“रातच्या टायमाला चोरी चोरी शिरून भिंती खराब करतोस च्या मायला...” दात विचकत तो म्हणाला.

“पुन्हा नाही येणार... जाऊ दे मला!” हात सोडवून घेण्याचा प्रयत्न करत अरुण गयावया करू लागला.

“चल भडव्या. बघतो कुठं जातोस!... सकाळ होईसर या संडासात बसून ऱ्हा. मी भाइरून कुलूप लावून घेतोय. शाळा उघडली की तुला प्रिन्सिपॉलकडं हजर करतो! ते शाळेतून काढून टाकतील. वर पोलिसांकडे देतील रातचं चोरी कराया शाळेत शिरलं म्हणून.” वॉचमन अरुणला संडासात ढकलू लागला. सारी मुतारी अरुणच्या भोवती गरगर फिरायला लागली. पोलीस? बापरे! एवढंच शिल्लक राहिलं होतं!

अरुणला गुडघ्याने दाबून धरून वॉचमनने त्याच्या हातातला कोळसा आपल्या अर्ध्या चड्डीच्या खिशात टाकला आणि दुसऱ्या हाताने दुसऱ्या खिशातली चावी बाहेर काढली.

“नको, मला कोंडू नको. प्रिन्सिपॉलकडे नेऊ नको.” वॉचमन नुसता दात विचकत हसला.

“का रं, मी तुला सोडलं तर तू मला काय देनार रं भाडखाव?”

अरुणनं खिशात हात घातला. पाच रुपयाचे नाणे लागले. “बस्. मी तुला पाच रुपये देईन.”

वॉचमन मोठमोठ्याने हसला.

“एवढेच आहेत माझ्याकडे.” अरुण रडू आवरत म्हणाला.

वॉचमन अधिकच मोठ्याने हसला. मग एकदम गुरकावून त्याला संडासात ढकलत तो ओरडला, “चल, बस थितं... पाच रुपये देतो!”

अरुणच्या डोळ्यांतून, नाकातून पाणी ओघळू लागले. “सोड ना मला. मी तुझ्यासाठी काहीपण करीन!”

“काय बी करशील?” वॉचमनने पुन्हा दात विचकले. “मग असा उबा ऱ्हा हितं.”

वॉचमनचा हात आपल्या तोकड्या चड्डीच्या नाडीशी गेला.

काहीशी कल्पना येऊन अरुणने किंकाळी फोडली. त्याचे शरीर थरथर कापू लागले.

“एऽ गप” वॉचमनने आपला मजबूत हात अरुणच्या तोंडावर दाबून धरला. अरुणची किंकाळी गुदमरून गेली.

आणि त्याचवेळी आणखी एक किंकाळी बाहेर फुटली.

ती वॉचमनच्या तोंडून आलेली होती.

वॉचमनची पकड सैल होताच अरुण बाजूला झाला.

चांदण्याच्या कवडशात त्याला दिसले –

अजस्र काळेभोर असे काहीतरी... त्याने वॉचमनचे शरीर झाकून टाकले आहे... फक्त त्याचे पाय तडफडल्याप्रमाणे हवेत झाडले जाताहेत!

आणि आसमंतात एखादा मंत्र म्हणावा तशी गुणगुण... आजवर त्या भिंतीवर जे जे लिहिले गेले होते त्याचे पठण... एखाद्या पवित्र यज्ञात बळी देताना करावे तसे...

आजवर त्या शाळेतल्या मुलांवर झालेल्या सगळ्या अन्यायाचे उद्रेक एकत्र झाले होते... सर्वांच्या संतापाने आकार घेतला होता... तो आकार भिंतीवरून उतरून त्या चांदण्याच्या कवडशात थयथयत होता...

अरुण भारल्यासारखा ते दृश्य पाहत राहिला. त्याची असहायता सावकाश गळून चालली होती. धीर परत येत होता... त्याचे पाऊल उचलत नव्हते. मनाविरुद्धच तो मुतारीच्या बाहेर पडला. कितीतरी लांबवर त्याला ती अमानवी आणि तरीही त्याची – त्याच्यासारख्या अनेकांची गुणगुण विरत विरत ऐकू येत राहिली...

सकाळी शाळेच्या मुतारीत गेलेल्या पहिल्या माणसाला ते भयानक दृश्य पाहायला मिळाले. त्याने आरडाओरडा करून माणसे जमवली. मग प्रिन्सिपॉलसाहेब आले. पोलीस आले.

मुतारीबाहेर खूप गर्दी जमली.

मुतारीमधल्या टीचभर मोकळ्या जागेत वॉचमनचा उघडाबंब देह पडला होता. त्याची मान मुरगाळलेली होती.

समोरच्या स्वच्छ पांढऱ्या भिंतीवर मजकूर लिहिला होता अगदीच वेड्यावाकड्या, विचित्र अक्षरात... वॉचमन लहान मुलांशी घाणेरडा...

मजकूर कोळशाने लिहिलेला – काळा नव्हता. मात्र, त्याचा तांबडालाल रंग आता सुकून काळपट पडू लागला होता.

हे सारे... पूर्वी कधीतरी

गाडी तिठ्याशी येऊन पोहोचली आणि कुमारला परत एकदा तो भास झाला.

या तिठ्यावर आपण पूर्वी एकदा येऊन गेलोय, असा.

दोन्ही बाजूंना गर्द झाडी. त्यातूनच फुटलेले दोन रस्ते. एक खाली गेलेला, दुसरा वर. समोरच्या रस्त्याला काहीसा चढ.

हे सगळे खूप ओळखीचे वाटत होते. कधी पाहिले बरे आपण हे?... कधी आलो होतो इथे? की आलोच नव्हतो? नुसतेच हे सारे आपल्याला दिसले?... हे तीन रस्ते, ही झाडी, हे सारे आपण कल्पनेतच पाहिले की काय? की स्वप्नात?

म्हणा, यात काही नवीन नव्हते. कुमारला पुष्कळ वेळा, पुष्कळ ठिकाणी असा भास होई. जे चाललेय ते पूर्वीच कधीतरी घडून गेलेय, आणि आपण पुन्हा एकदा तो अनुभव घेतोय, असा.

प्रथमच भेटणारी माणसेदेखील पूर्वी कधीतरी भेटलीच आहेत, असे वाटायचे. कधी कधी तर ती पूर्वी एकदा काय बोलली, हे आठवायचे; आणि ती आताही तेच बोलतील, असे मनात यायचे. (आणि खरोखर ती तशी बोलायचीही. निदान तसे वाटायचे, एवढे खरे.) यावर कुमारने उपाय शोधून काढलेला होता. असा भास व्हायला लागला, की मुळीच गोंधळून जायचे नाही. तो भास होत राहू द्यायचा. त्यात मजा वाटून घ्यायची.

पुढे काय घडलेले आपण पूर्वी पाहिले, ते आठवण्याचा प्रयत्न करायचा आणि आता यापुढे काय घडेल याचा तर्क करायचा, असा एक चाळा त्याने स्वतःला लावून घेतला होता. कधी त्याच्या तर्काप्रमाणे व्हायचे, कधी व्हायचे नाही; पण सुचण्या-आठवण्यात, काय घडावे असे वाटण्यात आणि ते कसे घडते, हे पाहण्यात, वेळ चांगला जायचा.

आणि वेळ कसा घालवायचा, याची कुमारला पंचाईत होतीच. त्याला वाचनाची आवड नव्हती. ऑफिस घरचेच होते. कधी जावे नाहीतर नाही. अजूनही डॅडींचेच सगळ्यावर नियंत्रण होते. कुमारने अजिबात काम केले नाही, तरी चालण्यासारखे होते. कामाची सवय राहावी, एवढ्यासाठीच त्याने अधूनमधून ऑफिसात यावे, आल्यासारखी थोडी माहिती करून घ्यावी, ती पुढे-मागे उपयोगाला येईल, असे डॅडींचे म्हणणे. अर्थातच ते कुमारला मान्य होते. डॅडींच्या कुठल्याच म्हणण्याला त्याने कधी विरोध केला नव्हता. त्यांनी काहीही सांगितले तरी त्यावर काहीच न बोलता तो ऐकत राही. कधीकधी डॅडीच विचारत- ''मग...? पटतंय ना रे तुला?'' तो म्हणे, हो. आणि संभाषण वाढण्याआधी तिथून निघून जाई.

अगदी लहानपणी, कुमार डॅडींचे सगळेच ऐकत असे, असे नाही. उलट त्यांची तक्रार घेऊन, फुरंगटून तो ममीकडे जाई. ममी सांगत असे, तेही त्याला पटायचे, असे नाही. खूप मस्ती करत असे कुमार तेव्हा; पण ममी गेल्यानंतर म्हणजे वयाच्या साधारण आठव्या वर्षीच कुमारची मस्ती थांबली. तो बराच शांत झाला. तेव्हापासूनच तो डॅडींना कुठल्याही बाबतीत विरोध करेनासा झाला.

असे असले, तरी डॅडीही त्याच्यावर कसली जबरदस्ती करत नसत. तो कधीच विरोध करत नाही हे माहीत असूनही, तो विरोध करेल की काय, याची भीती असल्याप्रमाणे ते त्याचा अंदाज घेत. त्याने होय, नाही, काहीतरी म्हणावे अशी अपेक्षा ठेवत, आणि त्याने ''होय'' म्हटले, की समाधानाचा सुस्कारा सोडत. ''होय'' म्हणून निघून जाणाऱ्या त्याच्या पाठमोऱ्या आकृतीकडे पाहत राहत. याचे कसे होणार, याची काळजी वाटत असल्यासारखे. काळजी करण्यासारखे काही नव्हते; पण त्यांना काहीतरी दडपण वाटायचे खरे!

वाटेला चांगलाच काळोख होता. त्यातून आजची रात्र चांदणी नव्हती. आभाळात मळभ होते. कुमारच्या मनात आले, आता थोड्याच वेळा पाऊस पडेल... त्याने काहीसे आधीच, गाडीचे वायपर्स चालू केले, सावकाशीने काचा बंद केल्या; ठरल्याप्रमाणे पाऊस आलाच!

हेडलाइट्सच्या उजेडात वाट अंधूक दिसत होती, ती आता अधिकच अंधूक झाली. कुमारला मजा वाटू लागली. सारे जेव्हा काहीसे अस्पष्ट, अंधूक दिसायचे, तेव्हा तो खुशीत यायचा. समोरच्या काळोखात कोणीतरी आहे आणि ते आपल्याला आपल्या भविष्याकडे बोलावतेय, असे त्याला वाटायचे. मग त्याला भीती वाटण्याऐवजी दिलासा मिळायचा...

तशा, कुमारच्या अनेक गोष्टी संदिग्ध असायच्या. आतासुद्धा, आपण नेमके कुठे जात आहोत, हे त्याला अगदी स्पष्टपणे ठाऊक नव्हते. असा निरुद्देश प्रवास तो पुष्कळदा करायचा. गाडी चालवायला त्याला आवडायचे. गाडी घेऊन एकटाच तो कुठेही प्रवासाला निघायचा. नाहीतरी प्रत्येक वाट ही कुठेतरी जाऊन पोहोचतेच!

त्यातून आजचा प्रवास हा अगदीच अपरिचित नव्हता. जागोजागी त्याला वाटत होते, की आपण हा प्रवास केलेला आहे. निश्चित केलेला आहे.

कधी?

ते मात्र त्याला आठवत नव्हते.

हेडलाइट्सचा प्रकाश, सिमेंटमध्ये खोदलेल्या गावाच्या नावावर पडला. 'पालसेट' अशी अक्षरे काळ्या रंगात रंगवलेली होती.

पालसेट... बरोबर! आपण पालसेटवरून गेलो होतो... कधीतरी! त्या वेळेस पाऊस असाच पडत होता.

पावसाचा जोर वाढला. मोठमोठे थेंब गाडीच्या काचेवर थाडथाड आपटू लागले. पाणी पुसून काढता काढता वायपर्सची तारांबळ उडाली.

आणि कुमारला जाणवले... गाडीचा वेग मंदावतोय.

त्याने ॲक्सिलरेटरवर पाय दाबला; पण वेगात फारसा फरक पडला नाही...

गाडी ओढत नेल्यासारखी सावकाश पुढे जाऊ लागली. तिचा वेग वाढणे तर दूरच राहिले: पण आहे तोही टिकेना.

बापरे! अशा या पावसात... या रात्रीच्या प्रहरी... गाडी बंद तर पडणार नाही?

कुमारने गाडी बाजूला लावली. ग्लोव्ह कंपार्टमेंटमधून टॉर्च बाहेर काढला. तो गाडीतून पाण्याची बाटली घेऊन खाली उतरला... आणि तशा पावसात भिजत बॉनेटशी गेला. त्याने बॉनेटवर हात ठेवून पाहिले... गाडी चांगलीच गरम झाली होती.

बॉनेट उघडण्याचा विचार त्याने लांबणीवर टाकला. पाऊस इतक्या जोरात पडत होता, की बॉनेट उघडताच पाणी आत गेले असते! त्यापेक्षा थोडा वेळ वाट पाहून इंजिन जमेल तेवढे थंड होऊ देणे हिताचे होते.

तो परत गाडीत जाऊन बसला.

असे काय झाले गाडीला एकाएकी? निघताना तर गाडी ठाकठीक होती! आपण स्वत: ती चेक केली होती.

– आणि पुन्हा तो भास होऊ लागला. गाडी बंद पडलीये... पण इथे अशी रस्त्यात नाही. पुढे... एके ठिकाणी पोहोचल्यावर. कुठे? ते पाहिल्यावर आठवेल...

दूरवर वीज लखलखली...

ढगांची लाटच जणू फुटली! कितीतरी वेळ तिचा गडगडाट चालू राहिला. नंतर सावकाश विरत गेला...

समजा, गाडी सुरूच झाली नाही तर?

रात्र गाडीतच झोपून काढायला हवी... सकाळ झाल्यावर, मेकॅनिक कुठे भेटेल, याचा शोध घ्यायला हवा...

रस्ता अगदीच निर्जन आहे. बऱ्याच वेळात इथून एकसुद्धा गाडी गेलेली नाही... कदाचित रात्रभरातदेखील जायची नाही. नाही तर त्या गाडीतून जाऊन मेकॅनिकला घेऊन येता आले असते!

कुमारला अगदी एकटे एकटे वाटू लागले. नेहमीप्रमाणेच आपण कुणालाही न सांगता, न विचारता निघालो! म्हणा, बरोबर येतोस का, असे विचारल्यावर त्याने, कुठे म्हणून विचारले, तर आपण काय सांगायचे?... आणि चल, म्हणायचे ते कुणाला? आपल्यावर तेवढा भरवसा आहे कुठे कोणाचा?

कुमारला मित्रमंडळी फारशी नव्हती. ममी गेल्यानंतर त्याचे कानकोंडे होणे शाळेत त्याला नडले. होते ते मित्र दूर गेले; आणि नवे मिळालेच नाहीत. मग कुमारचे एकूण लोकांत मिसळणेच कमी कमी होत गेले. त्यातून त्याच्या वयाच्या मुलांचे त्याला पाहून एकमेकांत कुजबुजणे, कधी उघडपणे त्याची त्याच्या काहीशा बुटकेपणावरून थट्टा करणे, हे वाढत गेले; आणि तोही त्यांना टाळत गेला. तो डॅडींच्या ऑफिसमध्ये जाऊ लागल्यावर काहींनी त्याच्याशी मैत्री करण्याचा थोडाफार प्रयत्न केला; पण कुमारने त्यांना दूरच ठेवले. आपण माणसांपासून दूर राहिले पाहिजे, नाहीतर कधी ना कधी ती आपल्यावर कसलातरी आरोप करतील, अशी काहीशी अस्पष्ट भीती त्याला वाटायची!

बॉनेटमधे पावसाचे पाणी जाण्याचा धोका पत्करून कुमारने रेडिएटर उघडला. तो निखाऱ्यासारखा तापला होता; आणि शॅमॉय लेदरचा तुकडा हातात पकडून झाकण फिरवतानाही बोटांना माफक चटके बसत होतेच. पाणी अगदी संपले आहे, अशातली परिस्थिती नव्हती. तरीही कुमारने बाटली रेडिएटरमध्ये रिकामी केली, बॉनेटचे झाकण लावले आणि तो गाडीत जाऊन बसला.

गाडी स्टार्ट करण्याच्या त्याच्या प्रयत्नांना तिसऱ्या-चौथ्या वेळी यश आले. गाडी सावकाश पुढे सरकू लागली.

गेल्या पाच वर्षांत डॅडींनी तीन वेळा कुमारला लग्नाचा आग्रह केला. तीनपैकी दोघी त्यांच्या श्रीमंत बिझनेसमेन मित्रांच्या मुली होत्या. दिसायला चांगल्या आणि करिअरिस्ट. तिसरी बाहेरगावची होती. ती एका राज्यमंत्र्याच्या नात्यातली होती; पण कुमारने डॅडींना दरवेळी निरक्षून सांगितले, की मला लग्नच करायचे नाही. कां ते डॅडींनी त्याला विचारले नाही. मात्र, नंतर कधीच त्यांनी एखादे स्थळ सुचवले नाही. कुमारला सुटल्यासारखे वाटले.

नाही म्हणता कुमारची त्यातल्या त्यात रेवतीशी थोडीफार मैत्री झालेली होती. रेवती त्यांच्या लांबच्या नात्यातली होती. कॉम्प्युटर कोर्स करण्यासाठी ती शहापूरहून मुंबईला आली होती. कोर्स, आणि तो पुरा झाल्यानंतर नोकरी शोधण्यासाठी म्हणून आणखी काही दिवस, अशी ती साधारण वर्षभर कुमारच्या घरीच राहिली. सुरुवातीला कुमारने तिच्याकडे फारसे लक्ष दिले नाही... नंतर मात्र त्याच्या लक्षात आले, की ती बुद्धिमान आहे, व्यवहारी आहे आणि मुख्य म्हणजे प्रेमळ आहे. एवढेच नाही, तर तिचा आपल्याकडे ओढा आहे...

तो कधीकधी तिच्याबरोबर गाडीतून भटकू लागला... दोघे पार्कमध्ये जाऊन गप्पा मारत बसू लागली. समुद्रावर जाऊन भेळपुरी खाऊ लागली... क्वचित सिनेमालाही जाऊ लागली. त्याला मित्र नव्हतेच. तिलाही कोणी फार जवळची मैत्रीण नव्हती. त्यामुळे काय गप्पा मारायच्या (तसे दोघेही अबोल असल्यामुळे गप्पा फारशा मारायच्या नसतच), त्या एकमेकातच असत. म्हणजे काय गप्प बसून राहायचे ते एकमेकांसमोरच, असा त्याचा अर्थ.

एके दिवशी असेच दोघे गप्प बसले असताना ती मधेच म्हणाली, ''आता मला परत जायला दोन-तीन दिवसच राहिले.''

''कां?'' त्याने विचारले, ''एवढी घाई काय परत जाण्याची?''

''घाई अशी नाही; पण केव्हातरी जायचंच ना?''

''कां? इथे नोकरी करायचं ठरवलं होतंस ना?''

''हो, पण इथे लवकर नोकरी मिळेलसं वाटत नाही. खूप स्पर्धा आहे. त्यापेक्षा आमच्या भागातच पाहते काही करता येतं का ते! तेवढंच आई-आप्पांच्याही जवळ... मनासारखी नोकरी नाही मिळाली, तर कॉम्प्यूटर क्लासचा विचार करतेय. तोही बरा चालेल तिकडे!''

''एकूण तू जायचं पक्कंच केलंस तर!-'' कुमार सुस्कारल्यागत म्हणाला.

''हो.''

त्यानंतर बराच वेळ कुणीच काही बोलले नाही. तिने जाऊ नये, असे त्याचे वाटणे त्याच्या चेहऱ्यावर स्पष्ट दिसत होते; पण मग हा ते उघडपणे बोलत का नाही?... ती गोंधळात पडली.

मग तिला वाटले, की हा असाच गप्प बसेल आणि केव्हातरी ''ठीक आहे'' असे म्हणून एकदम उठून जाईल. त्यानंतर पुन्हा कदाचित अशी निवांत भेटच होणार नाही. बोलायचे ते मनातच राहून जाईल.

म्हणून ती एकदम म्हणाली, ''आपण लग्न करूया का?''

तिच्या या प्रश्नाने तो तर दचकलाच; पण आपण असे कसे अचानक बोलून गेलो, अशा विचाराने तीही दचकली. मात्र, क्षणभरात ती सावरली. आपण आता बोललो नसतो, तर हा विषयच राहून गेला असता आणि मनाला जन्माची रुखरुख लागून राहिली असती... तेव्हा, बोललो हे बरेच झाले, असे तिला वाटून गेले. शांत होऊन ती, तो काय म्हणतो याची वाट पाहू लागली. तो नाही म्हणणार नाही, याची तिला खात्री होती. किंबहुना, त्याचे आपल्यावर नक्कीच प्रेम आहे, या जाणिवेनेच तिच्यात, तो प्रश्न विचारण्याचा धीर आला होता...

रेवतीच्या प्रश्नाने कुमार पुरताच गडबडून गेला होता. ती असे काही विचारूच कसे शकते, असेही त्याला वाटले. शिवाय, हा प्रश्न त्याने कधीच स्वतःला विचारलेला नव्हता. त्यामुळे उत्तर लगेच देणे कठीण होते.

''मी काय विचारलं?...'' त्याला आठवण दिल्याप्रमाणे रेवतीने शिकस्तीने विचारले.

तरीही तो काहीच बोलला नाही. नुसता तिच्याकडे पाहत राहिला...

''ठीक आहे. तुझं उत्तर मला मिळालं.'' काही क्षणांनी रेवती म्हणाली आणि खोलीतून बाहेर जाण्यासाठी उठली.

''थांब,'' कुमार म्हणाला, ''तुझा प्रश्न मला कळला; पण माझ्याकडे त्याचं उत्तर नाही.''

ती थांबली; पण काहीच बोलली नाही.

''गैरसमज करून घेऊ नकोस. तुझ्याविषयी काहीच प्रॉब्लेम नाही. मला तू आवडतेस, आपलं चांगलं जमतं, हे सगळं खरं; पण मी लग्नाची कल्पनाच करू शकत नाही. माझ्यात शारीरिक दोष वगैरे नाही; पण लग्नानं मी सुखी होणार नाही. दुसरं कोणी उगाच अडचणीत येईल म्हणून मी, आयुष्यात कधीच लग्न करायचं नाही, असं ठरवलंय.''

यावर ती काही बोलली नाही. अधिक स्पष्टीकरण तिने मागितले नाही.

त्यानंतर दोनच दिवसांनी ती शहापूरला परत निघून गेली. त्यानंतर

आजतागायत ती कुमारला भेटली नव्हती.

गाडीचे काही खरे नव्हते. अशा रितीने ती फार काळ चालत राहू शकली असती, असे वाटत नव्हते. आता जिथे कुठे एखादे घर दिसेल, तिथे गाडी थांबवावी, झोप काढावी आणि सकाळी मेकॅनिकला शोधून घेऊन यावे, असे कुमारने ठरवले.

लवकरच त्याला एक घर दिसले. घर तसे हमरस्त्यावर नव्हते. थोडेसे आतल्या बाजूलाच होते. शिवाय झाडाझुडपांनी वेढल्यामुळे सहज दिसण्यासारखे नव्हते. तरीही कुमारला पक्के जाणवले, की इथे, अगदी इथेच आतल्या बाजूला एक लहानखुरे कौलारू घर आहे. (... आणि आपण त्या घरात एक रात्र राहिलेलोही आहोत...!)

घरापासून थोडे लांब, हमरस्त्यावरच त्याने गाडी लावली. मागच्या सीटवर टाकलेली छोटी हँडबॅग उचलली, टॉर्च घेतला आणि गाडी लॉक करून तो त्या घराकडे जाणाऱ्या पायवाटेने चालू लागला.

पाऊस अजूनही पुरता थांबला नव्हता; पण अगदी नावालाच उरला होता. थेंब थेंब पडत होता.

ही पायवाट ओळखीची वाटत होती. घरही ओळखीचेच असणार. घराला माडी होती, हे तर नक्कीच. बाहेरच्या पडवीत झोपाळा असणार. तिथेच दरवाजा. दरवाजाच्या चौकटीला दोन बाजूंनी पितळी फुले... आणि दार उघडणार एक मध्यमवयीन बाई!

पायवाट संपली आणि कुमार पडवीच्या पायरीशी येऊन पोहोचला.

पाऊस आता पुरताच थांबला होता.

कुमारने दरवाजाची कडी खळखळवली.

आतून प्रश्न आला – ''कोण आहे?''

काय सांगावे, याचा कुमारने विचार केलेला नव्हता. मुळात आधी अशा पावसाळी अपरात्री, कोणी त्याच्यावर विश्वास ठेवून त्याला घरात कां घ्यावे, हा प्रश्न होता.

काहीच न सुचून त्याने परत कडी खळखळ वाजवली. मग स्वत:च म्हणाला, ''दार उघडता का?... माझी गाडी वाटेत बंद पडलीये. मी भिजलोय... रात्रीपुरता आसरा हवाय... मी पैसे देईन...''

जरा वेळ आत काहीच हालचाल जाणवली नाही. आतले माणूस विचारात पडले असावे.

''उघडा ना दार...'' कुमार कळवळून म्हणाला, ''घाबरू नका. मी

तुम्हाला काही करणार नाही. मला फक्त सकाळपर्यंत...''

दार सावकाश उघडले. दारात एक मध्यमवयीन स्त्री उभी होती...

तसे पाहिले तर ती अजूनही तरुणच होती. मध्यम उंची, पण भरगच्च बांधा. ती काही झोपेतून उठली नसावी, कारण साडी जराही अस्ताव्यस्त झालेली नव्हती, की केसही विस्कटलेले नव्हते. कपाळावरचे कुंकूच काय ते थोडे पुसटले होते.

आता कुमारला तो भास खूपच तीव्रतेने होऊ लागला होता. नक्कीच - नक्कीच आपण हिला यापूर्वी पाहिलेले आहे. कुठे?... कुठे म्हणजे? अर्थात, याच घरात.

ओशाळवाणे स्मित करत कुमारने विचारले, ''आत येऊ का?''

''या.'' ती म्हणाली.

''भलत्या वेळी तुम्हाला तसदी देतोय; पण काय करणार? गाडी बंद पडलीये... तिकडे हमरस्त्यावर ठेवलीये गाडी-'' तिच्या मनातली शंका ओळखून तो म्हणाला... ''खात्री नव्हती ना इथली, म्हणून इथपर्यंत नाही आणली.''

एव्हाना तो आत आला होता. बॅग खाली आणि टॉर्च बॅगवर ठेवून तो अवघडल्यासारखा उभा होता.

''बसा ना.'' ती म्हणाली. काहीशी निर्विकारपणे. ''तुम्ही चांगल्या घरातले दिसता. आवाजावरूनच तसं वाटलं. म्हणून घरात घेतलं.''

यापूर्वीही एकदा तुम्ही तसं केलेलं आहे - कुमारच्या मनात आले; पण त्याने तसे बोलून दाखवले नाही. तो म्हणाला, ''माझ्यापासून तुम्हाला कसलाही धोका नाही. अगदी घाबरू नका.''

''मी कशालाच घाबरत नाही,'' ती गोड आवाजात, पण मघाच्याच निर्विकारपणाने म्हणाली, ''त्याशिवाय का या रानात मी एकटीच राहते?''

कुमारने समजल्याप्रमाणे मान डोलावली.

ती म्हणाली ''तुम्ही माडीवर झोपा. तिथे वळकटी आहे. एक गोधडीही आहे, पांघरायला.''

कोपऱ्यातल्या जिन्याच्या दिशेने तो वळला. ती म्हणाली, ''थांबा... जेवण झालंय का वाटेत?''

तो पुन्हा ओशाळल्यासारखा हसला. ''आधी सुचलंच नाही. मग पाऊस सुरू झाला. म्हणून वाटेत कुठं थांबलोच नाही मी.''

''बरं. मी करते काहीतरी जमवाजमव... सगळं चालतं ना तुम्हाला?''

''हो - पण तुम्ही कशाला... एवढ्या रात्री...''

''उपाशीपोटी झोप येईल का तुम्हाला?... फार काही करणार नाही मी. सकाळचं असेल थोडंफार - मी येते घेऊन माडीवर.''

ती आत निघून गेली. तो बॅग आणि टॉर्च उचलून माडीवर गेला.

दाराजवळ बोटे फिरवून त्याने लाइट स्विच शोधून काढला. दिवा लावला. माडी लाकडी; पण चांगली प्रशस्त होती. विशेष म्हणजे झाडलेली होती. धुळीचा कणदेखील नव्हता कुठे.

कुमारने अंगावरचे भिजलेले कपडे काढून टाकले आणि बॅगेतले काहीसे दमट झालेले सदरा-पायजमा चढवले. भिजलेले कपडे वाळत घातले. वळकटी उलगडली; आणि इतका वेळ गाडीत बसून आखडलेले अंग गादीवर लांबवले.

आणि अचानक तो एका आठवणीने खाडदिशी उठून बसला.

पूर्वी पाहिलाय असा वाटणारा तो सबंध प्रसंग त्याच्या डोळ्यांसमोर उभा राहिला.

रात्रीचे दोन तरी वाजून गेले असतील.

कुमारला अचानक जाग आली, ती आवारात टेम्पो येऊन थांबल्याच्या आवाजाने.

आपण नेमके कुठे आहोत, हे आठवायला त्याला काही क्षण लागले. मग लक्षात आले, की गाडी बंद पडत आल्यामुळे आपण पावसात एका घराचा आसरा घेतला. त्या घराच्या माडीवर आपण झोपलोय.

मग सगळेच आठवले. दार उघडणारी ती... गच्च बांध्याची... साडी चापूनचोपून नेसलेली...

अजिबात न घाबरता तिने अपरात्री आपल्याला दार उघडले. आपण तिचा काही गैरफायदा घेऊ, असा विचारही मनात येऊ न देता खंबीरपणे तिने आपल्याला माडीवर झोपायची परवानगी दिली. वर गरमागरम खायला-प्यायला दिले... तशा त्या भलत्या वेळी...

ती एकटीच राहते, म्हणाली... मग आता - त्याने मनगटावरचे घड्याळ पाहिले - दोन वाजून गेल्यावर कोण आले?

कुमारची उत्सुकता मनात मावेना. त्याने झटकन उठून माडीच्या खिडकीशी धाव घेतली...

घरापासून थोड्या अंतरावर एक पांढऱ्या रंगाचा टेम्पो उभा केलेला होता.

एक उंचापुरा, सुरवार-झब्बा घातलेला माणूस घराच्या पडवीपर्यंत घेऊन पोहोचला. दाराशी आला. त्यापुढचे काही, माडीच्या खिडकीतून दिसू शकत नव्हते.

पण अंदाज करता येत होता. तिने बहुतेक दार उघडले असावे. बहुधा टेम्पो आल्याचा आवाज ऐकूनच.

कुमार माडीच्या दाराशी येऊन कानोसा घेऊ लागला.

गृहस्थ आत आला. त्याने आपल्या पाठीमागे दार लावून घेतले.

दाराच्या बाहेरच्या कडीचा खळ्ळ आवाज कुमारला ऐकू आला. मात्र, त्या दोघांचे संभाषण काही नीटसे ऐकू येत नव्हते. दोघे स्वयंपाकघराच्या दिशेला गेली; आणि कुमार पुन्हा आत येऊन बसला. त्याने अंथरुणावर अंग टाकले.

मात्र, त्याला लगेच झोप लागली नाही.

डोक्यात एकसारखे विचार फिरत राहिले. कोण असेल तो माणूस? दिसत तर होता रुबाबदार – चांगला पैसेवाला – प्रतिष्ठित – बहुधा व्यापारी वर्गातला...

कार न आणता टेम्पो घेऊन आला... दुकानदार–कंत्राटदार असा कोणीतरी असावा...

त्याचे आणि हिचे नाते काय असावे?– नवरा–बायकोचे तर नक्कीच नाही– 'मी एकटीच राहते,' असे ती म्हणाली, त्यावरून! पण एवढ्या अपरात्री तो बिनधास्त इथे आला; आणि तिनेही त्याला सवयीचेच असावे, तसे घरात घेतले; त्यावरून ते नाते नवरा–बायकोच्याच जवळचे असणार, यात शंका नाही... या बाईला कदाचित तोच पोसत असावा – आणि बहुधा रोज या अशा उशिराच्याच वेळी तिच्याकडे येत असावा. तीदेखील चापूनचोपून कपडे करून, स्वयंपाक करून रोज या सुमाराला त्याची वाट पाहत असावी... आपल्यालाही ती अशा भलत्या वेळी ताटभर वाढू शकली, ती त्याच्यासाठी जेवण तयार केलेले असल्यामुळेच!

– विचार करताकरता कुमारला डुलकी लागली...

त्याला अचानक जाग आली, ती खालून मोठमोठ्याने ओरडण्याचे आवाज आले, त्यामुळे. धावतच तो माडीच्या दाराशी गेला...

"रांड, साली, मला फसवतेस!"तो गृहस्थ जोरजोराने ओरडत होता. "बोल, गावात किती लोकांशी तुझे संबंध आहेत?"... ती रडत–विव्हळत स्वत:चे समर्थन करण्याचा प्रयत्न करत होती; पण तो काहीही ऐकून घेण्याचा मन:स्थितीत नव्हता. "आज साले तुला ठारच मारून टाकतो", असे ओरडत ओरडत तो तिला लाथाबुक्क्यांनी तुडवत होता...

कुमारला काय करावे ते सुचेना. मधे पडून त्यांचे भांडण सोडवावे का?... पण ते अशक्यच होते. एक तर तो अगदीच परका होता. इतका, की त्यांचे भांडण होते, ते कशाविषयी याचाही तो फक्त अंदाजच करू शकत होता. बाकी सत्य काय ते त्याला ठाऊकच नव्हते. अशा परिस्थितीत तो बाजू तरी

कोणाची घेणार, आणि कशाच्या जोरावर?... तरीही आपल्याशी इतके दयाळूपणे वागलेल्या त्या स्त्रीला, त्या दैत्याच्या तावडीतून सोडवले नाही तर ती मरेल, हे त्याला कळत होते. अशी भयंकर घटना घडत असताना आपण नुसते बघत उभे राहावे हे...

माडीच्या दाराच्या चौकटीतून खालच्या खणाचा जो भाग दिसत होता, त्यात आता त्या दोघांची झटापट चाललेली दिसत होती. आता त्याने तिचा गळा पकडला होता आणि तो आवळण्याची त्याची खटपट चालली होती. आता तो ओरडत नव्हता, तर फुत्कार टाकावा, तसे समजतील न समजतील असे उद्‍गार काढत होता. त्याचा स्वत:चा श्वास कोंडल्यासारखा, चेहरा संतापाने लालबुंद झाला होता. तिचे अर्थातच रडणे, किंचाळणे सारे बंद झाले होते आणि डोळे भीतीने, आत्ता बुबुळे बाहेर पडतील, असे वाटण्याइतके विस्फारले होते.

तिचा श्वास पुरता थांबल्याची खात्री पटल्यावरच त्याने तिच्या गळ्यावरची पकड सैल केली. हात बाजूला केले. तशी ती एखाद्या निर्जीव कापडी बहुलीसारखी खाली कोसळली.

कुमारच्या तोंडून एक किंकाळी बाहेर पडणार होती; पण त्याने दोन्ही हात तोंडावर गच्च दाबून धरले. आपले कृत्य कुणी पाहिले, याचा त्या राक्षसाला संशय जरी आला असता तरी – खून चढलेल्या त्या प्राण्याने एका झटक्यात माडी गाठून कुमारसारख्या छोटेखानी माणसाला खलास करून टाकले असते...

तो गृहस्थ आता भानावर आला असावा. तिच्या, खाली पडलेल्या देहाकडे पाहत, आपल्या हातून हे काय झाले, याचा विचार करत तो क्षणभर उभा राहिला.

मात्र, लगेचच दरवाजाची खिट्टी काढून तो बाहेर पडला. दारे लावून घेण्याची काळजीदेखील त्याने घेतली नाही.

एक दार कर्र्ऽऽ करत सावकाश बंद झाले. दुसरे उघडेच राहिले.

टेम्पो सुरू झाल्याचा आवाज झाला. मग टेम्पोचा आवाज दूरदूर गेला.

तो पुरता विरून जाईपर्यंत कुमार जागचा हलला नाही. नंतर सावकाश माडीवरून उतरून खाली आला.

जिच्या हातचे त्याने खाल्लेले अन्न अजून जिरलेही नव्हते, तिच्या त्या मृतदेहाच्या शेजारी तो बसला. एका वेड्या आशेने त्याने तिच्या नाकासमोर हात फिरवून पाहिला. हाताला काहीच जाणवले नाही. ती निश्चित या जगात नव्हती.

हळूहळू कुमारला आणखी एका गोष्टीचे भान आले. आता आपण या

घरात थांबून चालायचे नाही. आपण इथे येऊन गेलो, हेही कुणाला कळून चालणार नाही. ताबडतोब पोलीस आपल्या दारात येतील...

अत्यंत खिन्नपणे जिना चढून तो माडीवर गेला. काहीही संबंध नसताना, आपणच या भयंकर प्रकाराचे साक्षीदार का झालो? एक मुका, बहिरा साक्षीदार! ज्याने तो भीषण प्रकार घडत असताना ना तोंड उघडले, ना हात उचलला... आपण सरळ एका स्त्रीचा प्राण घेतला जाऊ दिला... कसलाही विरोध न करता... आणि आताही आपण ते कलेवर तिथे, तसेच टाकून पळ काढत आहोत. भेकड! भेकड आहोत आपण! दुबळे आणि भेकड!

हताशपणे त्याने वळकटी होती तशी करून ठेवली, कपडे बदलले आणि सदरा–पायजमा हँडबॅगेत टाकला. माडीवर काही राहिले नाही ना, हे त्याने एकदा नजर फिरवून पाहिले आणि दिवा मालवला. मग टॉर्च पेटवून तो संथपणे खाली आला. स्वयंपाकघर आणि बाहेरचा खण इथले दिवे मालवले. काळोखातच तो दोन मिनिटे तिच्या मृतदेहाजवळ बसला, आणि नंतर दार उघडून बाहेर पडला. दार परत शक्य तेवढे गच्च लावून घेतले.

सकाळी तो मृतदेह सापडेल!... मग काय होईल?

आपण इथे येऊन गेल्याचे कुणाला कळेल का?

काय झाले ते आपणच जाऊन पोलिसांना सांगावे का?

आउट ऑफ क्वेश्चन!... पोलीस आपल्या हकिकतीवर विश्वास तर ठेवणार नाहीतच – वर ते आपल्यावरच खुनाचा आळ घेतील! नक्कीच!

पण आपल्याला कुणी पाहिले असले तर...? किमान आपली गाडी हमरस्त्यावर उभी असल्याचे तरी कुणी पाहिले असले तर?

विचार करतच तो गाडीशी आला. गाडी स्टार्ट करू लागला.

या वेळेस दोन–तीन मिनिटांच्या खटपटीनंतर गाडी चालू झाली. ती किती वेळ चालू राहील याची शंकाच होती. पण जेवढी जाईल तेवढी – या जागेपासून शक्य तेवढी दूर जाऊ द्यायची असे त्याने ठरवले होते.

विचार मनाला चावतच होते. मी दुबळा, भेकड, पोलिसांत कळवण्याचे धैर्यसुद्धा नसलेला भित्रा, बेजबाबदार मनुष्य!

– कशामुळे झालो मी असा?

ती एका हातात वाढलेले ताट आणि दुसऱ्या हातात पाण्याचे तांब्याभांडे घेऊन वर आली.

त्या वेळी तो विचारात इतका गुंग होता, की तिला समोर पाहून तो भलताच दचकला!

मग त्याच्या लक्षात आले, की तो भास होता... हे सारे – पूर्वी कधीतरी घडल्याचा...

''बघत काय बसलात? – जेवून घ्या.''

''अं... हो.'' म्हणत त्याने पाण्याचा तांब्या उचलला आणि कोपऱ्यात छोटीशी मोरी होती, तिथे थोड्या पाण्याने हात धुतले.

''जेवा तुम्ही स्वस्थपणे. मी नंतर येईन.''

असे म्हणून ती खाली निघून गेली.

कुमार विचार करत जेवू लागला. दोन पोळ्या, भात, मटणाचा रस्सा, बटाट्याची भाजी... जेवण भलतेच चांगले आहे; पण त्याहून खास आहे, ते तिचे औदार्य... आपण कोण, कुठले याची फारशी विचारपूस न करता मायेने जेवू घालणे...

नाही, ही मरता कामा नये... त्या राक्षसाच्या हातून ही मरता कामा नये.

तेव्हा वागलो असू आपण भेकडपणाने, केला असेल पळपुटेपणा. पण ही एक संधी आहे, तेव्हाचे वागणे सुधारण्याची! काहीही झालं तरी जे झालं असं वाटतंय, ते पुन्हा होता कामा नये!

काय करता येईल?

तिला सावध करता येईल?

पण कसे?... जे झालेले आपण त्या वेळी पाहिले, ते सगळे अचानक, आयत्या वेळी झाले... थोडा वेळ आधी त्याचा हासभासदेखील नव्हता... मग तसे काही होईल हे ती कशी मानणार? – त्यातून तो माणूस काही तिचा शत्रू नव्हता, की त्याला ती घरातसुद्धा घेणार नाही!

आपण तिला मदत करू शकतो का? प्रत्यक्ष झटापटीमध्ये? तेही शक्य नाही. त्या धिप्पाड माणसाच्या मानाने आपण फारच छोटे आहोत.

तरीही आपण काहीतरी करायलाच हवे. जन्मभर भेकडपणाचा, पळपुटेपणाचा, दुबळेपणाचा शिक्का मारून घेऊन जगणे अशक्य आहे!

... कोण मारणारेय शिक्का? घडणार आहे, ते कुणाला कळलेच नाही तर?

... कळेल! आपल्याला स्वत:ला तर नक्कीच कळेल! आपण स्वत:च मारू स्वत:वर शिक्का! ते सर्वात वाईट! इतरांचे एवढे काही नाही; पण आपल्याला स्वत:बरोबर जन्म काढायचा असतो!

त्याने जेवण संपवले, हात धुतले, उरलेले पाणी पिऊन टाकले, आणि तो रिकामी भांडी घेऊन खाली आला...

ती स्वयंपाकघरात काहीतरी आवरासावर करत होती. ''ठेवा तिथेच ताट.'' ती म्हणाली.

त्याने ताट खाली ठेवले. तांब्याभांडे शेजारीच ठेवले. तो गपचूप उभाच राहिला.

"काय हवंय?" तिने विचारले.

"तुमच्याशी थोडं बोलायचंय."

त्याच्या घोगऱ्या आवाजाने ती चमकली. याच्या मनात तरी काय आहे? क्षणभर तिला, त्याला घरात घेतल्याचा पश्चाताप झाला.

"काय बोलायचंय?" तिने थोडेसे तिखटपणे विचारले.

"आता रात्री... यानंतर तुमच्याकडे कोणी येणारेय?"

या प्रश्नाने तर ती अधिकच चिडली.

"येईल नाहीतर नाही येईल. त्याच्याशी तुझा काय संबंध?" ती म्हणाली, "तू झोप वर जाऊन."

"रागावू नका. गैरसमजही करून घेऊ नका; पण खरंच कोणी येणार असलं, तर आपल्याला काळजी घ्यायला हवी!"

"डोकं फिरलं नाही ना तुझं?" ती फिस्कारली "आपण कसली काळजी घ्यायची?... काय करणार आहोत आपण?... पोट भरल्याबरोबर तू पुढचे बेत करायला लागलायस की काय? जा मुकाट झोप जाऊन!"

कुमारच्या डोक्यात प्रकाश पडला. "छे छे! तसलं भलतंसलतं काहीही मनात नाही माझ्या. मला फक्त तुम्हाला वाचवायचं आहे..."

"वाचवायचंय? – कशापासून?"... आता तिचा राग कमी झाला; पण गोंधळ वाढला.

"तेच सांगायचा प्रयत्न करतोय मी मघापासून... तुम्ही आधी बसा एका जागी. मी सांगतो ते ऐकून घ्या."

आता ती बरीच शांत झाली होती.

"बोल." तिथल्याच एका स्टुलावर बसत ती म्हणाली.

"अजून माझ्या प्रश्नाचं उत्तर दिलेलं नाहीये तुम्ही. रात्री इथं कोणी येणार आहे का?"

तिचा चेहरा लालसर झाला. खाली पाहत ती म्हणाली, "हो."

"मला हे कसं कळलं ते विचारू नका; पण सांगतो ते खरंच आहे. तुम्हाला त्या माणसापासून... आज रात्री धोका आहे!"

"काय सांगतोयस?... मला मारून टाकण्यापर्यंत त्यांची मजल जाईल?" – तिने घाबरून विचारले.

कुमारने तिची समजूत काढली. तिने त्याला हवी ती माहिती दिली. कुमारचा तर्क बरोबर होता. त्या गृहस्थाशी तिचे शारीरिक संबंध होतेच; पण त्याचा

स्वभाव अतिशय संशयी होता, त्याचा तिला खूप त्रास व्हायचा. वरचेवर भांडणे व्हायची. तरीही जवळजवळ दररोज रात्री तो यायचा, तिचा सगळा खर्च चालवायचा, हे तर खरेच होते. हे राहते घरदेखील त्यानेच तिला घेऊन दिले होते...

"आज ते येतील, तेव्हा त्यांच्याशी वाद घालू नका." कुमार म्हणाला. "...त्यांनी भांडण काढलं तरी ते विकोपाला जाऊ देऊ नका."

"तसा प्रयत्न मी रोजच करते; पण ते ऐकतील तर ना? फार विचित्र प्रकरण आहे ते. त्यांच्या कामधंद्यात हुशार – लोकांमध्ये शांत... पण माझ्याशी वागताना जसे काही एकदम बदलूनच जातात ते. सतत संशय... तिरकस बोलणं... मी तर कंटाळूनच गेलेय या सगळ्याला. बरं होईल त्यांनी मला मारूनच टाकलं तर! सुटेन या जंजाळातून!"

"छे छे – असा त्रागा करू नका... नुसती आजची रात्र निभावून न्या. कदाचित पुन्हा तसं काहीच घडायचं नाही!"

"एक करावं लागेल!" ती म्हणाली, "मी तुला घरात घेतलं, हे त्यांना अजिबात कळून चालायचं नाही. पहाटेसच ते निघून जातात. तोपर्यंत तू खाली येऊच नकोस... राहील लक्षात?"

"हो. मात्र अगदीच कठीण प्रसंग आला, तर मला हाक मारा."

– कुमारच्या लक्षात आले... त्याचे शूज. तिच्या सांगण्यावरून त्याने ते एका फडताळात टाकून दिले. "तुम्ही अडचणीत येणार असलात, तर मी निघूनच जाऊ का?"

"नको. जाता आलं असतं तर तू इथं थांबलाच असतास कशाला? पाऊस आहे – गाडी बंद पडलीये, म्हणूनच आलास ना? मग थांब. काय व्हायचं असेल ते होईल. थोडी काळजी घे. त्यांच्या नजरेला पडू नकोस म्हणजे झालं. कोण जाणे, आज कदाचित ते यायचेसुद्धा नाहीत... पाऊस आहे अजून!"

तिला परत परत, "काळजी घ्या, सांभाळा," असे सांगून कुमार माडीवर परतला. झोप लागेल असे वाटत नव्हते; पण निदान थोडा आराम करावा म्हणून त्याने अंथरुणावर अंग टाकले. विचार करताकरताच कधीतरी त्याला डुलकी लागली.

कुमार खूपच दमला असावा; कारण त्याला चांगलीच गाढ झोप लागली.

इतकी, की टेम्पो आवारात शिरला, तरी त्या आवाजाने तो जागा झाला नाही.

त्याला जाग आली, ती खालून ऐकू येणाऱ्या आरडाओरड्याने.

भरदार पुरुषी आवाजातल्या शिव्या...

तिचे रडणे–विव्हळणे... ''नाही हो... मी त्यातली नाही...''

कुमारच्याने राहवेना. तो ताडकन उठला आणि माडीच्या दाराच्या चौकटीत उभा राहिला.

तेच दृश्य... पूर्वी एकदा पाहिलेले...

एक उंचापुरा माणूस... असहायपणे विव्हळणाऱ्या त्या स्त्रीचा गळा आवळत होता...

कुमार पुढे झाला; पण त्या गृहस्थाची त्याच्याकडे पाठ होती. म्हणून तो त्याच्या नजरेला पडला नाही. कुमारलाही त्या माणसाचा चेहरा पाहता आला नाही. त्याला फक्त दिसली ती, त्या स्त्रीच्या डोळ्यातली प्राणांतिक भीती. त्याने एक पाऊल पुढे टाकले –

एवढ्यात त्या माणसाने तिची मानगूट सोडून दिली.

तिचा निष्प्राण देह जमिनीवर कोसळला.

कुमार एक पायरी उतरला –

आता तो माणूस वळला. त्याने वर पाहिले. त्याला कुमार दिसला.

''केलं ते बरोबरच!'' तो दातओठ खात म्हणाला, ''साली, आता माडीवर परक्या पुरुषांना ठेवायला लागलीये!... थांब तू... तुलाही करून टाकतो होता की नव्हता!''

असे म्हणून तो माडीचा जिना चढू लागला.

खून चढलेल्या त्या कर्दनकाळासमोर आता आपली धडगत नाही, या जाणिवेने भयंकर भेदरलेला कुमार उलटा माडीच्या दिशेने पळत सुटला.

माडीच्या दारातून तो आत शिरला.

त्यामुळे मरण एखाद दोन मिनिटे पुढे गेले असेल तेवढेच!... बाकी माडीवरून जाणार कुठे?

माडीच्या खिडकीतून खाली उडी मारणे तर कुमारला शक्यच नव्हते. दडून राहण्यासारखीदेखील जागा नव्हती.

जिना चढणाऱ्या पावलांची दमदार चाहूल क्षणाक्षणाला जवळ येत होती.

प्रत्यक्ष खून पाहणाऱ्या साक्षीदाराला तो क्रूरकर्मा जिवंत ठेवील, अशी शक्यताच नव्हती. दया दाखवायची म्हटली, तरी ते अशक्य होते. स्वत: जिवंत राहायला हवे असेल, तर कुमारला मारून टाकणे त्याला भागच होते.

भीतीने कुमारच्या पोटात पिळवटल्यासारखे झाले. पोट एकदम प्रचंड दुखू लागले.

त्याने बिछान्यावरची चादर डोक्यापर्यंत ओढून घेतली आणि तो तसाच

बसून राहिला. भीतीने थरथरत.

ती दमदार पावले माडीच्या चौकटीत आली. आत आली... चाहूल जवळ येऊ लागली... इंचाइंचाने.

कुमारच्या पोटातली कळ असह्य झाली.

एकेक क्षण लांब लांब होत होता... केव्हा पडणार आपल्यावर झडप? आपलीही मानगूट पिरगाळून आपल्याला वेडेवाकडे मुरगाळून कधी फेकून दिले जाणार?

अखेर तो क्षण आला. कुमारच्या डोक्यावर तो पोलादी हात पडला.

त्या हाताने कुमारच्या डोक्यावरची चादर खसकन ओढून घेतली.

कुमारला वळवले.

कुमारच्या डोळ्यांतून पाण्याच्या धारा लागल्या होत्या.

''रडू नकोस.'' डॅडी त्याच्याजवळ बसून त्याचे डोळे पुसत म्हणाले.

क्षणभर शांततेत गेला.

मग, खालच्या, अगदी खाजगी आवाजात डॅडी म्हणाले, ''हे बघ, तू काय पाहिलंस ते मला माहीत नाही... पण तुला जे काय दिसलं असेल, ते विसरून जा... अगदी... पार विसरून जा...''

कुमारने हुंदका थांबवण्याचा प्रयत्न केला. त्याचे संबंध शरीर गदगदले.

''तुझी ममी... आपल्याला सोडून गेली बेटा...'' डॅडी अधिकच हळव्या आवाजात म्हणाले.

''तुला माहितेय ना... तिला श्वासाचा त्रास होता ते...

अचानक श्वास कोंडला... आणि ती...''

कुमारला यातले काहीही पटत नव्हते. आठ वर्षांच्या मुलाला तुम्ही काहीही सांगितलेत तर ते त्याला पटतेच असे नाही. मग तुम्ही ते कितीही प्रेमळ आवाजात सांगा. आठ वर्षांच्या मुलाला, आपण जे पाहिले तेच खरे वाटणार! भले तुम्ही ते साफ विसरून जायला सांगितलेत, तरी त्याची आठवण त्याच्या मनाच्या कप्प्यात, खोलवर गाडलेली का असेना, पण शिल्लक राहणारच!

''मी डॉक्टरना घेऊन येतोय,'' डॅडी म्हणाले, ''तू इथेच बसून राहा. तुझ्या खोलीत. खाली जाऊ नकोस. मी चार लोकांना फोन करून ठेवीन. ते येतील. तू काहीही करायचं नाहीस. झोपून राहा हवं तर इथं.''

डॅडी उठले. एकदा त्याच्या डोक्यावरून कुरवाळल्यासारखा हात फिरवून निघून गेले. जाताना, एकदाच वळून त्यांनी कुमारला बजावले – ''आणि हे बघ – ममी कशी गेली, केव्हा गेली ...कुणी काहीही विचारलं तरी काहीही

सांगायचं नाही... मला माहीत नाही म्हणायचं!... मीच सांगेन त्यांना, तिला कसा अटॅक आला ते!''

कुमार कुणाला काहीच सांगणार नव्हता. बधिर झाल्यासारखा तो बसून राहिला होता.

जे दिसले, त्याची आठवण तो खोल खोल गाडून टाकणार होता...

त्या आठवणीची भुते मात्र, त्यांना हवे तेव्हा, खोलवरून वर येणार होती... थैमान घालणार होती...

एक भूत म्हणणार होते – भेकड! नुसता पाहत उभा राहिलास! ममीला वाचवू शकला नाहीस. दुबळा! काही होणार नाही तुझ्या हातून!

दुसरे भूत म्हणणार होते – हे असं तुझ्या संसारातही होईल! तूही असाच संशय घेऊन आपल्या बायकोला... त्यापेक्षा लग्नच करू नकोस ना!

तिसरे भूत म्हणणार होते – आमचे भाईबंद गोळा होतील. एक भासांची दुनिया तुझ्याभोवती उभी करतील. जे विसरायचं आहे, ते अचूक दाखवतील...

कुमारचा सारा जन्म, त्या भुतावळीवर ताबा ठेवण्यात खर्च होणार होता.

ती गेली

विजेच्या भट्टीचा काळा पत्रा वर उचलला गेला... एक अक्राळ-विक्राळ जबडा उघडला... आत ज्वाळांच्या हजारो लसलसत्या जिभा...

रुळावरचे लोखंडी स्ट्रेचर आत गेले...

त्यावरचा, पांढऱ्या कफनात करकचून बांधलेला देह आत गेला... तो ज्वाळांमध्ये दिसेनासा होण्याच्या आतच पत्रा खाली आला... एक दाहक सत्य क्षणभर दिसून नाहीसे झाले...

ती गेली...

रघू बावचळल्यासारखा वळला. कोणीतरी एकाने त्याच्या खांद्यावर हात ठेवला. थोपटल्यासारखे केले.

ते पाच जणच होते. लाकडी कठड्याला धरून रघू पाच पायऱ्या उतरला. त्याच्या मागून ते चौघे उतरले. सगळे लगतच्या बाथरुममध्ये गेले. नळ मोठा सोडून हात-पाय धुऊन, नाके शिंकरून, रुमालाने हात-तोंड पुसत बाहेर आले. दाराशी जाऊन त्यांनी पायात चपला चढवल्या.

रघू यांत्रिकपणे सगळे करत होता.

झपाट्याने नाहीशा होणाऱ्या प्रकाशात ते बाहेर थांबलेल्या दोन मोटारींशी गेले. न बोलताच त्यांनी हस्तांदोलन करून, पाठीवर थोपटून एकमेकांचा निरोप घेतला. तिघे एका गाडीत

शिरले. रघू आणि आणखी एकजण, दुसऱ्या.

त्या आणखी एकाने रघूला त्याच्या घराशी सोडले. विचारले, ''जाशील?'' रघूने होकारार्थी मान डोलावली. ''वर यायला हवंय?'' रघूने नकारार्थी मान डोलावली. तो पायऱ्या चढू लागला, तेव्हा गाडी सुरू झाली. तिचे पाठीमागचे दिवे लागले आणि आता दाट झालेल्या काळोखात ती निघून गेली. मग रघू, थकव्याला सोबत घेऊन जिना चढला. दारापर्यंत पोहोचला. चावीने दरवाजा उघडून आत आला. पायातल्या चपला कशातरी फेकून दिवाणावर जाऊन पडला. पाठीमागचा लोड त्याने डोक्याशी घेतला आणि उगाचच पाय पोटाशी घेऊन तो पडून राहिला. निर्विकारपणे.

दुसऱ्याच क्षणी, ती भावना एखाद्या लाटेप्रमाणे उचंबळून आली आणि तिने त्याला वेढून टाकले.

ती गेली... सुनिता गेली. सुनिता इज डेड. सुनिता इज नो मोअर!

यात दु:ख होते का? शोक होता का?

बायको गेली म्हणून तसे ते सारे असायला हवे होते; पण फारसे नव्हते! असलीच तर होती एक मुक्तीची भावना. मुक्ती. स्वत:च्या असहायतेपासून मुक्ती.

एक सूक्ष्म भीती... आता आपण एकटे! आपली काळजी कोण घेणार? फटकारून का होईना, पण करायला हवे ते कोण करून घेणार?

त्याला त्या काळजीने रडू येऊ लागले.

मग एक वेगळाच विचार - सुनिता अशी कां मेली? अचानक आपल्यावरचा राग तिला असह्य झाला का?

काल रात्री तिने आपल्याला जेवायला वाढले. साधेच, पण चांगले जेवण! गरम गरम वरण भात, मऊसूत चपात्या, कोबीची भाजी, वांग्याचे काप आणि ताक!... रघू पोटभर जेवला. ती नुसती समोर बसून होती. ''तू कां नाही जेवत?''

''मला भूक नाही.'' ती म्हणाली.

''कॉफी करून देऊ का?'' त्याने विचारले.

ती ''नको'' म्हणाली.

''बरं वाटतंय ना?'' ती ''हो'' म्हणाली; पण लगेच उठून आत गेली.

तो आपल्या खोलीत झोपायला गेला. नंतर पाणी प्यायला उठला, तेव्हा त्याला काय वाटले कुणास ठाऊक, तो तिच्या खोलीत डोकावला. ती शांतपणे, पण अगदी सरळ, शवासन करावे तशी पडून होती. तो आपल्या खोलीत जाऊन झोपला.

सकाळी त्याला जाग आली, तेव्हा तिची चाहूल लागली नाही. एरवी ती

त्याच्या आधी उठून बारीकसारीक कामे करत घरभर फिरायची. बऱ्याच वेळा तिच्या आदळआपटीनेच त्याला जाग यायची. पण आज सारे शांत होते.

तो उठला आणि तिच्या बेडरुममध्ये गेला.

ती तशीच झोपली होती. शवासनामध्ये.

त्याने तिच्या हातावरून हात फिरवला. एकदम थंड.

कपाळावर हात ठेवला. नाकावर हात धरला. श्वासोच्छ्वास नाही.

त्याच्या पोटात आचका आला. "ही जिवंत नाही की काय?"

पण अशी कशी ही मेली?

नंतर डॉक्टर आले. त्यांनी, ती मेली, हे नक्की केले.

"हृदयक्रिया बंद पडून मृत्यू..." असे ते म्हणाले. मग म्हणाले, "तरीसुद्धा पोस्ट मॉर्टेम करावे लागेल."

"पण तिने काही खाल्ले–प्यायलेले नाही. रात्री न जेवताच झोपून गेली ती. मी कॉफी करून देणार होतो; पण 'नको' म्हणाली."

"ठीक आहे! तरीही पोस्ट मॉर्टेम करावेच लागेल." डॉक्टरांनी अल्टिमेटम दिला.

पोस्ट मॉर्टेममध्ये अर्थातच काही सापडले नाही. फक्त त्यामुळे बॉडी मिळायला दुपार उलटून गेली, एवढेच झाले.

मग एकेक कामे... ती आत्तापर्यंत. पण पुन:पुन्हा मनात येत राहणारा एकच प्रश्न – ती अशी अचानक कशी मेली?

खरे म्हणजे आपण तिला मारायचे ठरवले होते – रघूच्या मनात आले. तिलाही ते माहीत होते. स्वत:च्या मरणाचे श्रेय मला मिळू नये, म्हणून ती आपली आपणच मेली का?

श्रेय मिळणे, तसे कठीणच होते. कारण रघूला असल्या विषयात काही गती नव्हती. तिचा खून करावा, असेही त्याचे आपले एक स्वप्नच होते. ते जमणे कठीण, याचीही त्याला कल्पना होती. तरीही, तिचा खून करावा आणि आपण पकडले जाऊ नये यासाठी काय काय करावे, याचा विचार करणे, हा त्याच्या मनाचा एक चाळा होता. यातल्या पहिल्या विचाराला, चाळा करत बसण्यासाठी, खूप पर्याय होते. दुसऱ्या विचाराला मात्र जवळजवळ काहीच नव्हते. कसेही केले, काहीही केले, तरी पकडले जाणे जवळजवळ निश्चित होते. म्हणजे ते टाळण्यासाठी मार्ग नव्हते असे नाही, कारण इतके खून पचतात, त्या अर्थी ते पचवण्याचे मार्ग असणारच; पण त्याच्या डोक्यात ते येत नव्हते, एवढेच.

शेवटी त्याने त्यातला एक साधा आणि सोपा मार्ग निवडला. फारसा

ओरिजिनल नव्हे. तसा नेहमीचाच! पण त्यातल्या त्यात जमण्यासारखा! सुनिता कामावरून आली, की लगेच गॅस पेटवून चहाचे आधण ठेवायची. त्याने एके दिवशी बरेच आधी येऊन गॅस चालू केला. किचनचे दार लावून घेतले आणि तो बाहेर निघून गेला. बऱ्याच उशिराने तो परतला. घराभोवती गर्दी जमली असेल, अशी त्याची अपेक्षा होती; पण ती फोल ठरली. चावीने दार उघडून तो आत गेला, तर समोरच, त्याच्याकडे रोखून पाहत सुनिता उभी!... तिच्या त्या एकटक पाहण्याने तो गडबडला आणि त्याने विचारले, ''अशी कां पाहातेयस? काय झालं?''

''तू काय मला मूर्ख समजलास, कोंडलेल्या गॅसमध्ये काडी पेटवायला?''

''तू काय म्हणतेयस तेच मला कळत नाही. हा मी आत्ता बाहेरून येतोय, तू पाहातेयस ना?''

त्याने निरागसतेचे खूप नाटक केले; पण त्याचा काय उपयोग? सत्य, त्याला ठाऊक होते आणि तिच्या लक्षात येऊन चुकले होते!

''तू माझा इतका द्वेष का करतोस, तेच मला कळत नाही!'' असे म्हणून ती तिथून निघून गेली आणि परत येऊन, त्याच्या पुढ्यात चहाचा कप आदळून, परत गेली.

आताही त्याला तोच प्रश्न पडला होता. आपण तिचा इतका द्वेष कां करत होतो?

आपल्या नकळत, आपल्या द्वेषाने तिचा बळी घेतला का? आपल्या द्वेषाने सारी हवाच इतकी विषारी झाली होती का, की त्या हवेत श्वास घेतल्यामुळे तिला मृत्यू यावा?... नाहीतरी डॉक्टरांनी विषाचा संशय येऊनच ना पोस्ट मॉर्टेम करायचे ठरवले?

आता रघूला आणखीही एका भावनेने पछाडले. अपराधाच्या. तिची हृदयक्रिया बंद पडायला आपणच कारणीभूत आहोत का? तिला असलेली, आपण करत असलेल्या द्वेषाची जाणीव आणि आपल्याविषयी वाटणारा जबरदस्त संशय... आज ना उद्या आपला खून झाला तर, ही काळजी - पण तिला खरोखरच संशय येत होता का? खरोखरच काळजी वाटत होती का?

गॅसच्या घटनेनंतर एके दिवशी चहा पिताना ती शांतपणे रघूला म्हणाली - ''तू ना रघू, एकदम यूसलेस आहेस!... तुझ्या खूप मनात येतं बघ, की आपण हिचा खून करून एकदाचं मोकळं व्हावं! पण तू कितीही आपटलीस ना, तरी ते तुला जमणार नाही! तू एक नंबरचा बावळट आहेस!... माझं ऐकशील, तर तू या वाटेला जाऊच नकोस, कारण मी काही तुझ्या हातून मरणार नाही!... तू मात्र फुकटचा सापडशील पोलिसांच्या तावडीत! खुनाचा प्रयत्न हादेखील गुन्हा

असतो... ठाऊक आहे का वेडबंबू?''

त्या शेवटच्या शब्दाने त्याचे टाळकेच सणकले! पण ते त्याने दिसू दिले नाही. आपल्याला 'वेडपट', 'वेडसर', 'वेडबंबू' असे काहीही म्हटले, की आपल्या तळपायाची आग मस्तकात जाते, एवढेच नाही, तर आपण एकदम गोंधळतो, भांबावतो, कासावीस होतो, हे ठाऊक असल्यामुळे आपल्याला मुद्दाम हिणवण्यासाठी ती हे म्हणते, हे उघड होते. त्याला वेडे ठरवून स्वत:ची हुषारी दाखवून द्यायची, ही तिची नेहमीची संतापजनक सवय! हे फार झाले, म्हणूनच तर त्याची मजल खुनापर्यंत गेली होती ना? पण आता एक खून फसला होता आणि तिने जवळजवळ आव्हानच दिले होते, की कसा मारतोस मला, तेच पाहते! मी तुझ्या हातून मरणे शक्यच नाही!

आणि आता तिने ते खरे करूनही दाखवले होते. ती आपली आपणच मेली होती!

तो उठला. त्याने अंगावरचे कपडे काढून टाकले आणि तो बाथरुममध्ये शिरला. कितीतरी वेळ तो शॉवरखाली उभा राहिला. तरीही त्याच्या मनातली आग धुमसतच राहिली. कधीतरी तो शॉवरमधून बाहेर आला आणि त्याने अंग पुसले, नाईट ड्रेस चढवला. विचाराचे कुत्रे विव्हळत राहिले – व्हाय? व्हाय हिड आय हेट हर सो मच?

मी तिचा इतका द्वेष कां करत होतो?

ती माझा तितकाच द्वेष करत होती का?

प्रॉबेबली नॉट. तिच्या लेखी मी द्वेष करण्याइतका महत्त्वाचा नव्हतोच. ती मला समजत होती एक वेडा, तिच्यावर अवलंबून असणारा, तिच्याशिवाय जगणेसुद्धा ज्याला कठीण जाईल, असा एक दुबळा माणूस! तो खून करू न शकण्याचे तिच्या दृष्टीने हे एक कारण होते. खून करून तो जाणार होता कुठे? तिच्याशिवाय तो काय करू शकणार होता?

मग आता?... आता तर ती गेली! आता तो काय करणार होता? त्याच्या अंगाअंगात थकवा भरून आला होता; पण आज रात्री त्याला झोप येणे शक्यच नव्हते. एकेक विचार त्याचा मेंदू कुरतडत होता.

त्याने कपाटातून एक 'रॉयल चॅलेंज' काढली. फ्रिजमधून थंड पाण्याची बाटली घेतली आणि रिकामा ग्लास घेऊन तो टीव्हीसमोरच्या सोफ्यावर येऊन बसला. अंदाजानेच त्याने एक पेग भरला आणि पाण्याची बाटली उचलली. मग त्याने विचार बदलला. पाणी न मिसळताच त्याने व्हिस्कीचा कडकडीत घोट मारला. आज त्याला आऊट व्हायचेच होते! शुद्धीवर राहायचेच नव्हते!

दारूचा दुसरा घोट तोंडात घोळवत घोळवत त्याने डोळे मिटून घेतले.

डोळ्यांसमोर आली फक्त दीड वर्षांपूर्वीची सुनिता! खूप खूपच वेगळी सुनिता!

दीड वर्षांपूर्वी तो आपल्या लहानशा ऑफिसच्या टीचभर केबिनमध्ये काम करत बसला असताना ती अचानक आली आणि म्हणाली, ''मी सुनिता पुरंदरे. सॉलिसिटर्सकडे काम करते.''

तो तिच्याकडे पाहत राहिला. ती दिसायला खूप सुंदर नव्हती; पण रूप ठाकठीक आणि ठसठशीत होते. अंगापिंडाने ती थोडी जास्तच भरदार होती.

वाईट दिसेल इतका वेळ पाहत न राहता त्याने विचारले, ''काय हवंय तुम्हाला?''

''आमच्या एका क्लायंटच्या अकाऊंटचे तपशील.''

''ते त्यांच्याकडून मिळतील तुम्हाला.''

''मिळालेयत. ते टॅली करून घेण्यासाठीच तुमच्याकडून...''

''आम्ही देऊ शकत नाही ते कुणाला. तसं करणं, हा क्लायंटचा विश्वासघात होईल.''

''प्रकरण कोर्टात आहे...'' सुनिता म्हणाली.

''प्रॉसिक्युटरची परवानगी आणावी लागेल...''

वाटले होते तितक्या लवकर तिला कटवता आले नाही. एवढेच नाही, तर तेव्हा सुरू झालेले हे प्रकरण पुढेही चालूच राहिले. ती त्याच्या ऑफिसात वरचेवर येऊ लागली. नंतर ती दोघे ऑफिसच्या बाहेरही भेटू लागली. या भेटी त्यांना हव्याहव्याशा वाटू लागल्या. मैत्री वाढली. एकमेकांची माहिती मिळाली. ती मूळची सातारची. आताही तिचे नातेवाईक तिथे होतेच. नोकरीसाठी ती मुंबईला आली होती. इथे तिचे कोणीच नव्हते. आणखी दोन मुलींच्या सोबतीने ती 'पेईंग गेस्ट' म्हणून राहत होती. आणि तो?... वडिलांची लहानशी फर्म होती अकाऊंटंटची, ती तो, फारशी न वाढवता, पण ठाकठीक, चालवत होता. वयाची तिशी उलटली तरी अजून त्याने प्रत्यक्ष लग्न तर सोडाच; पण लग्नाचा विचारही केलेला नव्हता. घरात एकटी आईच होती – साठीला आली तरी ती एका प्रायमरी हायस्कूलमध्ये शिकवत असे. घरचे सारे तीच पाहत असे, म्हणून रघूला कसलीच काळजी करावी लागत नसे!

आज इतक्या दिवसांनीदेखील सुनिताची ती पहिली ओळख त्याला स्पष्ट आठवत होती. त्या पहिल्या संभाषणातला शब्द न् शब्द आठवत होता. नंतरच्या भेटी एकमेकात मिसळल्या होत्या... पण त्यांचा सारांश आठवत होता.

कधीकधीची वाक्येसुद्धा आठवत होती...

"इथे कॉफीचे सर्व प्रकार मिळतात..."

"इकडे झाडांची एवढी दाटी आहे, की सूर्यास्त नीट दिसतच नाही!"

"आम्हा तिघींपैकी एकीचं लग्न पक्कं ठरलंय – दुसरीचं एकदा जुळतं, एकदा मोडतं (हास्य)."

"माझी खात्री आहे, की तू आई म्हणेल तेच करणार!"

"माझे वडील गेले तेव्हा मी शाळेत होतो. तिसरीत. मला वर्गातून बोलावून नेलं..."

"कधीतरी काढलाच पाहिजे ना लग्नाचा विषय..."

रघूने दुसरा पेग भरला. आता मात्र त्याने त्यात थोडे पाणी मिसळले. त्याला आठवणी नको होत्या; पण त्या पुराच्या पाण्यासारख्या दारं-खिडक्यातून आत शिरत होत्या. झोप येत नव्हती, म्हणून डोक्यात चाललेली सुनिताची शोकसभा संपता संपत नव्हती...

मधेच आई दिसली. दूर दारात खुर्ची... तिची पाठ दाराला टेकलेली. आईची पाठ खुर्चीला टेकलेली. तो आईपासून लांब-टेबलाजवळच्या खुर्चीत उलटा बसलेला. खुर्चीच्या पाठीवर हनुवटी. तोंड आईकडे.

"मला वाटलं नव्हतं कधी तुझ्या मनात लग्नाचा विचार येईल असं." आई नको इतक्या शांतपणे म्हणाली.

"म्हणजे? मी कायम लग्नावाचून राहीन, असं तुला वाटलं?" रघूने थोडे आश्चर्याने, थोडे दु:खाने विचारले.

"काय हरकत आहे?" आईचा त्रासदायक शांतपणा. "मी नाही का उभं आयुष्य काढलं, नवऱ्याशिवाय?"

"तुला, मी होतो!"

"तुला, मी नाहीये का?" आईने विचारले. "लग्न केलंस, की तू मला अंतरलास, हे पक्कं समज!"

लग्न... लग्नाचा दिवस... नवरा-नवरी माळ घालण्याच्या तयारीत... एक मुलगा धावत आला... "लवकर चला... वरती... आई बघा कसं करताहेत..."

त्याने महत्प्रयासाने ती आठवण बुजवून टाकली. भराभर अर्धा ग्लास पिऊन टाकला. ग्लास खाली ठेवल्यावर तो काही वेळ तसाच ग्लासकडे पाहत राहिला. निर्विचार होण्याचा प्रयत्न करत; पण विचार दाटीवाटीने शिरतच होते डोक्यात. वाक्ये आदळतच होती कानांवर.

"मला एकदा बघायचंच आहे तुझ्या आईला."

“नको, तिचं बोलणं तुला आवडणार नाही.”

“मी समजून घेईन.”

(असे म्हणणारी सुनिता पुढे वर्षभरातच असमंजस झाली?)

“मे बी मला पाहिल्यानंतर आईचं मत बदलेल!”– सुनिता म्हणाली. “कदाचित आमचं दोघींचं चांगलं पटेलदेखील!”

आई संध्याकाळी परत आलेली विद्यामंदिरातून, तशीच बसून राहिलेली. दिवासुद्धा न लावता. रघू सुनिताला घेऊन आला; पण घरात काळोख पाहून त्याचा उत्साह थोडा कमी झाला.

“आई...”डोळे काळोखाला सरावल्यावर त्याने विचारले. “काय झालंय?... बरं वाटतं ना?” त्याने दिवा लावला.

दिव्याच्या उजेडात आईने सुनिताला पाहिले; पण ती काहीच बोलली नाही. रघूच तिला म्हणाला. “बस.”

ती बसली. म्हणाली, “मी सुनिता.”

यावर आई काय बोलली, ते रघूला आता आठवत नव्हते. बहुधा काहीच बोलली नसावी. सुनिता दहा–पंधरा मिनिटे होती, तेवढ्या वेळात आई काहीच न बोलता नुसती गप्प बसून होती, असेच त्याच्या मनावर उमटलेले होते. तिने सुनिताला चहासुद्धा विचारला नाही. त्यानेच “मी चहा करू का?” विचारले. त्यावर सुनिता “नको, मी निघते आता!” असे म्हणाली. तरीही आई काहीच बोलली नाही. जागची उठलीदेखील नाही.

सुनिताला सोडून पाच–दहा मिनिटांनी तो परत आला, तेव्हाही ती तशीच बसून होती.

बोलण्यात काही अर्थ नव्हता. तरीही त्याने विचारले, “कशी वाटली तुला सुनिता?”

काही वेळ आई काहीच बोलली नाही. त्याने परत विचारले, तेव्हा म्हणाली, “थोराड आहे! तू खूपच किरकोळ आहेस तिच्या मानानं. जोडा शोभणार नाही तुमचा!”

बस्! आणखी काहीच बोलली नाही ती!... तसे तर ती नेहमीच त्याला किरकोळ, हडकुळा, मेंगळट असे खूप काही म्हणायची – त्याची आता त्याला सवय झाली होती. किंबहुना आपण तसेच आहोत, अशी त्याची पक्की खात्री झाली होती. फक्त सुनिता तेवढी “तू चांगला दिसतोस – स्मार्ट आहेस” वगैरे, धीर देणारे बोलायची; पण ते अर्थातच ती प्रेमात असल्यामुळे म्हणा, किंवा तिला लग्न करायचे होते म्हणून – तोंडदेखले असावे, कारण पुढे लवकरच तीदेखील त्याला कचऱ्यात काढू लागली होती,

हा कालपर्यंतचा इतिहासच होता!

मनातले विचार मारण्यासाठी रघूने रिमोट हातात घेतला आणि टीव्ही ऑन केला. रात्रीचे बारा वाजून गेले होते, तरी टीव्हीवर, जे दिवसभर दिसले, तेच परत परत दाखवले जात होते. एके ठिकाणी सून सासूचा छळ करत होती, तर दुसरीकडे सुनेचे करिअर बरबाद करण्यासाठी सासू कारस्थान रचत होती. एके ठिकाणी धाडधाड पिस्तुल उडवून पटापट मुडदे पाडले जात होते, तर दुसरीकडे चंद्रोदयाबरोबर मुडदे कबरस्तानातून बाहेर पडत होते. कार्टून नेटवर्कवरसुद्धा एकजण दुसऱ्याच्या गळ्यात फास अडकवून त्याला गरगर गरगर फिरवत होता, तर एकीकडच्या चित्रपटात कफनापेक्षाही अधिक शुभ्र कपडे घालून माणसे अंत्यविधीसाठी जमली होती... उद्वेग येऊन रघूने टी.व्ही. बंद केला आणि दारू पिणे चालू ठेवले...

"तू निर्णय घ्यायलाच हवास. हा आपल्या दोघांच्याही आयुष्याचा प्रश्न आहे..." कोणीतरी कोणालातरी सांगत होते...

"पण तिनं मला पपांच्या मागे लहानाचं मोठं केलं... आता या वयात तिच्या मनाविरुद्ध... तिला एकटं... तिला वाऱ्यावर..."

"त्यांना म्हणावं, आता माझी बायको आहे माझी जबाबदारी घ्यायला... वाऱ्यावर कोण सोडतंय?... आपण आहोत... डोन्ट बी सेंटिमेंटल... फुलिश... आयुष्याचा प्रश्न आहे... थोडं धाडस दाखव... मला माहितेय, त्या म्हणतात तसा तू पुळचट नाहीस... यू कॅन डू इट!... डू इट!... डू इट!"

असे बरेच काही... कदाचित अगदी हेच शब्द नसतील; पण याच अर्थाचे... असे काहीतरी, की ज्यामुळे धीर येऊन आपण निर्णय घेतला आणि तो आईला पक्का सांगितला!

"मी आणि सुनिता लग्न करणार आहोत आई. पक्क ठरवलंय आम्ही. त्यांची परिस्थिती बेताची आहे. आपणही कोणी श्रीमंत नाही लागून गेलो. तेव्हा अगदी लहान प्रमाणावर... छोटासा हॉल घेऊन..."

"मी जिवंत असताना हे लग्न होणार नाही." आई शांतपणे म्हणाली; पण या वेळी त्या शांत शब्दांचाही सूर, आवाज कमी असला तरी तीव्र लागला होता. एकदम एक चित्र रघूच्या डोळ्यांसमोर आले. आई बोलत असताना पाठीमागे कसलातरी विस्तव पेटला होता आणि आईची नुसती छायाकृती दिसत होती. ती उभी होती. नेहमीपेक्षा अधिक उंच दिसत होती. केस मोकळे सुटले होते. रघूने आईला कधी असे पाहिले नव्हते. त्या वेळीही ती तशीच दिसत होती, याची खात्री नव्हती. विस्तव तरी कुठला होता? पण खोटे असो

खरे असो, रघूच्या मनावर त्या प्रसंगाचे हेच चित्र उमटले होते, एवढे नक्की!

"तुम्ही दोघं मजेत राहा..." खरखरीत आवाजात आई म्हणाली, "पण तुमचा आनंद बघायला मी राहणार नाही. हेही मला माहितेय, की मी नसल्यामुळेच तुम्ही आनंदी व्हाल!...जन्मभर तुझ्यासाठी खस्ता खाल्ल्या; पण ही कोण कुठली दळिद्री बया तुला भेटली आणि लगेच तू खुळावलास... तसा पहिल्यापासून डोक्यानं मंदच आहेस तू... मी म्हणून तुला सांभाळला... आता ही लावसट तुझा फायदा घेऊन तुझी लक्तरं काढून ठेवते की नाही बघ!... मी मात्र ते पाहायला असणार नाही... तुझ्या लग्नाच्या दिवशी मी विष खाऊन मरून जाते की नाही बघ! माझ्या उरावर येणार आहे ती! कशी येते ते पाहातेच ना!... मी विष खाऊन मरून जाईन त्या दिवशी, तेव्हा समजेल!

"विष खाऊन मरून जाईन... विषय खाऊन मरून जाईन!"

पुढली पाच मिनिटे हे एक वाक्य रघूच्या डोक्यात घणघणत राहिले. त्याने रिकाम्या ग्लासमध्ये व्हिस्की ओतली आणि लगेच एक जळजळीत घोट घेतला...

डोक्यात जो विचारांचा कचरा जळत होता, तो आता अधिकच भडकला. थोडे शांत वाटण्यासाठी रघू खिडकीशी गेला. रस्त्यावरची रहदारी जवळजवळ संपूर्ण थांबली होती. लांबवर कोणीतरी दोन शिट्ट्या फुंकल्या आणि पुन्हा सगळे शांत झाले...

एकाएकी मोठा गलबला झाला. एक मुलगा धावत आला आणि म्हणाला, "लवकर चला वरती. आई बघा कशा करताहेत..."

कपाळाला मुंडावळ्या बांधलेला रघू धावत सुटला... त्याच्या मागून इतर दोघे- चौघे पळाले... नवीकोरी अष्टपुत्री सांभाळत सुनिताही जमेल तितक्या वेगाने वर गेली...

रघूला दिसले, की आई हातपाय झाडतेय.

त्याच्या भोवतीचे सारे काही सावकाश वर्तुळाकार फिरू लागले आणि त्याच्या डोळ्यांसमोर काळोख जमून आला...

दीड वर्षांपूर्वी तो आपल्या लहानशा ऑफिसच्या टीचभर केबिनमध्ये काम करत असताना ती अचानक आली आणि म्हणाली, "मी सुनिता पुरंदरे, सॉलिसिटर्सकडे काम करते."

...ओ, नो! परत पहिल्यापासून सुरू झाली आठवणींची डीव्हीडी! आता ती कशी फिरणे अपेक्षित आहे... तर सुनिताच्या पहिल्या भेटीपासून ते आज तिच्यावर विद्युत्दाहिनीमध्ये अंत्यसंस्कार झाले, तिथपर्यंत; पण तसेच तर क्रमाने चालले होते सगळे. मधेच अचानक असा हा ब्लँक पॉज येईपर्यंत!

ब्लँक पॉज कित्येक दिवस चालूच राहिला. ब्लँक म्हणजे पूर्ण कोरा!

अगदी पांढराशुभ्र! त्यातले काही म्हणजे काहीच जाम आठवत नाही!... एका परिने ते चांगलेच नाही का? त्यानंतरच्या आठवणी जशा मनाला त्रास देतात, तसा काही त्रास या कोऱ्या पडद्याचा होत नाही.

मदत शेवटी डॉक्टरांची झाली, की स्वत:चीच, कोण जाणे!... पण एके दिवशी थोडे थोडे समजायला लागले. डॉक्टर्स, नर्स, वॉर्डबॉय यांना रघू ओळखू लागला. ही मंडळी इथे आहेत, म्हणजे हे हॉस्पिटल आहे, एवढे कळले. डॉक्टरना तर इतका आनंद झाला, की ते म्हणाले, ''अर्ध काम झालं. तुम्ही हे हॉस्पिटल असल्याचं ओळखलंत, म्हणजे तुमची समज परत यायला सुरुवात झालीये!''

मग हॉस्पिटल कसले, आणि तिथे कां ठेवण्यात आले, तेही कळले!

लग्नात आईने विष घेतले. तिचा तडफडणारा देह पाहून रघूला जो धक्का बसला, त्याने तो खालीच कोसळला. त्याला हॉस्पिटलमध्ये नेण्यात आले. तो तेरा दिवस बेशुद्धीत होता. दोन हॉस्पिटल्स बदलून त्याला या हॉस्पिटलमध्ये ठेवण्यात आले. हळूहळू तो शुद्धीवर आला; पण त्याच्या डोक्यात काहीतरी जबरदस्त उलथापालथ झाली होती. त्याला काही आठवत नव्हते. त्यामुळे वस्तूंची ओळख नाहीशी झाली होती. म्हणून कशाचा संदर्भ लागत नव्हता.

पांढरा, कोरा पडदा!

तीन महिने तरी त्या आजारात गेले. फर्म चालू होती. त्या फर्ममधले चौघे–जे आज सुनिताच्या अंत्यसंस्कारांसाठी आले होते, तेच सगळी व्यवस्था बघत होते. त्याच्याशी बोलत मात्र फारस कुणीच नसे.

रघू साधारण पहिल्यासारखा व्हायला तीन महिने कमीच होते; पण डॉक्टरांनी त्याला डिसचार्ज दिला. हॉस्पिटलपेक्षा, माणसांमध्ये वावरूनच तो लवकर बरा होईल, अशी त्यांची अटकळ होती. (पुढे ती खरीही ठरली.)

हॉस्पिटलमधून, मी एकटा घरी जाऊ शकेन, असे रघूने सांगितले खरे; पण डॉक्टरनाच काळजी वाटत होती. त्यांनी बरोबर एक माणूस दिला. रघूच्या बिल्डिंगपर्यंत तो आला. ''आता तरी मला एकटं सोड,'' असे रघूने विनवल्यावर तो परत गेला.

रघूच्या मनात परत एकदा तीच आठवण... दीड वर्षांपूर्वीची. त्याच्या ऑफिसमध्ये सुनिता आली. म्हणाली, ''मी सुनिता पुरंदरे, सॉलिसिटर्सकडे मी काम करते.''

आताही... सुनिताच दरवाजा उघडेल!... त्याने बेल वाजवली.

दरवाजा उघडला.

गेल्या तीन महिन्यात सुनिता पुष्कळच बदलली होती. थकल्यासारखी

दिसत होती. पहिल्या भेटीत दिसली होती, तशी ती आता टवटवीत दिसत नव्हती.

मग पुढचे सगळे सुरू झाले. आज संध्याकाळी जे त्याच्या मनात फिरत होते ते... तिचे रुसणे, चिडणे, फटकारणे, कामावरून थकून येणे... ज्याचा शेवट द्वेषात झाला, ते सगळे...

ती त्याचे सगळे करायची – पण तिचे आपल्यावरचे प्रेम भराभर आटत चालले आहे, असे त्याला रोज जाणवायचे...

हॉस्पिटलमधून आल्यानंतर दुसऱ्याच रात्री तो तिच्या बेडरुममध्ये गेला. ती एकदम जागी झाली. उठून बसली. त्याच्याकडे रोखून पाहत राहिली. मग ताठरपणे म्हणाली, "काय हवंय तुला?"

"काही नाही." तो अपराध्यासारखे म्हणाला.

"जा, जाऊन झोप. अजून तुझी तब्येत चांगली झालेली नाही. रोज रात्री लवकर झोपायला हवंस तू."

"हो" – असे म्हणून तो आपल्या खोलीत परतला.

नंतर, शेवटपर्यंत ती दोघे कायम वेगवेगळ्या बेडरुम्समध्येच झोपली.

"थोराड आहे! तू खूपच किरकोळ आहेस तिच्या मानानं. जोडा शोभणार नाही तुमचा!"

आईचे शब्द कानावर आले. आपला जोडा कधीच शोभू नये, आपल्याला संसारात कधीच सुख लागू नये, असे आईला कायम वाटत आले. तिच्या शापाने सुनिता बदलली का?... की तिने सुनितावर काही चेटूक केले, मरता मरता?... मरतानाची तिची शेवटची इच्छा काय होती?... सुनितावर प्रेम करण्याऐवजी आपण तिचा द्वेष करावा, ही?

रघू परत आपल्या जागी येऊन बसला. त्याने ग्लास भरला. हा कितवा पेग हे आता त्याला कळेनासे झाले होते. विचार फक्त थोडेसे अंधुक झाले होते; पण इतके प्यायल्यानंतरही अजून ते पुरते नाहीसे होत नव्हते.

"लग्नानंतर तुमच्या बायकोचं तुमच्याशी वागणं बदललं म्हणता?" काळोखातून यावेत, तसे सायकिॲट्रिस्ट डॉक्टर राजमानेंचे शब्द ऐकू आले. "तुमची सगळी केस ऐकून घेतल्यानंतर माझी अशी खात्री झालीये मिस्टर रघुनंदन, की तुमच्या बायकोला टेरिबल गिल्ट कॉम्प्लेक्स तयार झालाय. आईच्या मनाविरुद्ध लग्न करायला तिनं तुम्हाला भाग पाडलं... मे बी लग्नानंतर आपण आईबरोबर जमवून घेऊ अशा चांगल्या हेतूनंच! पण तशी संधी न देताच तुमच्या आईंनी विष पिऊन ऐन लग्नातच आत्महत्या केली... साहजिकच आपल्या

आग्रहामुळे आईचा मृत्यू ओढवला, असं कुठल्याही मुलीला वाटणार! हा अपराधगंड लपवण्यासाठी ती, आपलं ते बरोबरच आहे असं दाखवू लागली... तुमच्यावर सत्ता गाजवू लागली... तुमच्यातले दोष काढायला लागली... तुम्ही तिला कधीच दोष देऊ नये म्हणून!... तुमच्या वेडाच्या आजारासाठी तुम्हाला हिणवू लागली, तुम्ही तिच्या चुकीला शहाणपणा समजावं म्हणून!''

रघूला काही समजेनासे झाले होते. डॉक्टरांच्या या विवेचनांना तो कंटाळून गेला होता. काय फायदा होता त्या साऱ्या चर्चेचा?... सुनिताचे वागणे, कुठल्या का कारणाने होईना, पण बदलून गेले होते आणि ते परत कधीच मूळपदावर येण्याची शक्यता नव्हती. ज्या सुनितावर त्याने प्रेम केले होते, ती कधीच परत मिळण्यासारखी नव्हती; तिच्याबरोबर सुरुवातीला घालवलेले जादूचे दिवस कधीच परत येणार नव्हते. यावर याने मार्ग काढला होता. तो सुनिताला जगातून नाहीसे करणार होता. त्यासाठी त्याने ठरवलेली एक स्ट्रॅटेजी वाया गेली होती. कदाचित दुसरी यशस्वी झाली असती. तो पकडला न जाण्याची कोशीश करणार होता. शिवाय त्याला मेंटल हॉस्पिटलचा इतिहास होता. पकडला गेला असता, तरी तो खून वेडाच्या भरात केलेला ठरणार होता. फार फार तर त्याला परत हॉस्पिटलमध्ये जावे लागले असते, एवढेच.

पण सुनिताने त्याला दुसरी संधी दिलीच नाही. त्याआधी ती स्वत:च मरून गेली...

तेच तेच विचार... परत परत डोक्यात...

त्याच्या डोळ्यांवर झापड येऊ लागली...

खरे पाहता, आता तो सुनिताच्या जाचातून कायमचा मुक्त झाला होता. दुसऱ्या एखाद्या चांगल्या मुलीशी लग्न करायला मोकळा झाला होता. जे त्याला सुनिताकडून कधीच मिळाले नाही, ते या मुलीकडून त्याला मिळाले असते. त्यांना मुलेबाळे झाली असती. त्यांचा प्रेमाचा संसार झाला असता.

अजून – अजून हे सारे शक्य होते...

मग त्याला सुनिता गेल्याचा आनंद कां होत नव्हता? जाण्यापूर्वी आपण तिचा द्वेष केला म्हणून?

की दुसऱ्या कोणाचे प्रेम नकोच... मिळाले तर तिचेच, पूर्वीचे प्रेम हवे आहे म्हणून...? ते कधीच परत मिळणार नसेल – तर आनंद कशाचा?

हळूहळू त्याचे डोळे मिटू लागले.

रात्रीचे तीन वाजत आले होते.

रघूला झोप येत होती, की पिण्याने ग्लानी येऊ लागली होती, कोण जाणे! मात्र, त्याचे डोके सोफ्याच्या पाठीला टेकले खरे!

दार उघडेच होते.

त्या उघड्या दारातून थंडगार वाऱ्याची झुळूक आत आली.

त्या झुळकीपाठोपाठ कोणीतरी आत आले.

तिने त्याला हलकेच हाक मारली – ''रघू...''

रघूच्या चेहऱ्यावर स्मित पसरले. स्वप्नात का होईना, पण सुनिता परत आली! तिने आपल्याला पूर्वीसारखीच प्रेमळ हाक मारली.

सुनिताने त्याच्या कपाळावर हात फिरवला. केस बाजूला केले.

रघूने सावकाश डोळे उघडले. डोळ्यांतले स्वप्न त्याला लगेच नाहीसे होऊ द्यायचे नव्हते.

त्याने हलकेच म्हटले – ''सुनिता, मला माफ कर. मी तुझा द्वेष केला... खूप द्वेष केला... पण कां केला? ते मला कळत नाही...''

''कारण तू माझा द्वेष करूच शकत नाहीस. तू द्वेष केलास तो जन्मभर तुला टाचेखाली ठेवणाऱ्या तुझ्या आईचा.''

रघूला आता एवढे कळले होते, की आपण स्वप्नात नाही. आपण दारूच्या नशेतही नाही. आपण टकटकीत जागे आहोत...

पण मग सुनिता...? सुनिताला तर आज संध्याकाळी आपण विद्युत्-दाहिनीमध्ये... मग ही... त्याच्या अंगाला दरदरून घाम फुटला.

''सुनिता...'' अडखळतच तो म्हणाला, ''आज संध्याकाळी विद्युत्-दाहिनीमध्ये आम्ही जिला अग्नी दिला...''

''ती तुझी आई.'' सुनिता म्हणाली. ''ते कळलं, म्हणूनच मी आले.''

''कुठून आलीस तू?''

''साताऱ्याहून!

आपल्या लग्नात आईंनी विष घेतलं; पण त्या वाचल्या त्यातून. तू त्या धक्क्यानं... वेल्, आता सुधारतोयस; पण तेव्हा पुरताच वेडा झाला होतास! डॉक्टर म्हणाले, आई आणि सुनिता त्याच्या नजरेसमोरही नकोत. आपलं लग्न झालंच नाही... मी मुंबई सोडून साताऱ्याला निघून गेले! आणि आई... त्या काल वारल्या!... नाऊ, डू यू गेट इट?...''

रघूच्या तोंडून शब्द फुटेना. तो मंत्रमुग्ध झाल्यासारखा पाहत राहिला.

तिलाच, काही क्षणांनी, त्याला जवळ घ्यावे लागले.

(एका जुन्या इंग्रजी कथा-कल्पनेचा आधार.)

दुसऱ्यासारखा एखादा

एक चांगलासा खून करायचा, असे रमेश खामकरांनी पक्केच ठरवून ठेवलेले होते.

कोणाचा करायचा हे तितकेसे नक्की नव्हते; पण त्यातल्या त्यात, ज्याच्या मृत्यूमुळे चार लोकांचा तोटा न होता, झाला तर फायदाच होईल, अशाच कुणाचातरी खून करावा, असे खामकरांच्या मनात होते. मूलत: खामकर हे सुस्वभावी आणि कुणाचेही वाईट न चिंतणारे होते. तसेच बुद्धिमान आणि विचारीही होते. प्रत्येक निर्णय ते पूर्ण विचारांती घेत. किंबहुना आपण जरा जास्तच विचारी आहोत आणि या विचारीपणापायी आपले नुकसानच होत आलेले आहे, असेही त्यांना कधीकधी वाटे. ते एक सोडा, पण आता मात्र त्यांनी ठरवले होते, की खून करायचाच; आणि करायचा तोही असा, की त्या खुनाचे बालंट आपल्या अंगावर मुळीच येणार नाही. बहुतेक सगळे लोक परिणामाचा काहीच विचार न करता भावनेच्या भरात खून करतात आणि पुरेशा तयारीअभावी मूर्खासारखे पकडले जातात, असे खामकरांचे मत होते, ते काही चुकीचे नव्हते.

आता खामकरांसारख्या शांत स्वभावाच्या माणसाला, खून करावा असे वाटण्यासाठी काहीतरी कारण झालेच असणार. हे कारण तसे फारच व्यक्तिगत होते. त्याचे असे झाले, की दोन

दिवसांसाठी बाहेरगावी गेलेले खामकर जेव्हा घरी परतले, तेव्हा बहुतेक आपली पत्नी निशिगंधा घरात नसेल, अशाच अपेक्षेने. निशिगंधाचा जीव घरात फारसा रमत नसे, त्यातून मूलबाळही नव्हते, तेव्हा ती या ना त्या निमित्ताने शक्यतो जास्तीत जास्त वेळ घराच्या बाहेरच घालवत असे. त्यामुळे खामकरांना कधीही बाहेर जाताना घराची लॅच-की बरोबर घेऊन जाण्याची सवय लागलेली होती. त्या दिवशी ते लॅच-कीने दरवाजा उघडून आत आले. बॅग घेऊन सरळ बेडरूममध्येच गेले. (एकदा कपडे बदलले की घरी आल्यासारखे वाटते, हा हिशेब!) पाहतात तर त्यांच्या बिछान्यात निशिगंधा झोपलेली. शिवाय ती एकटी नव्हती, तर तिच्या सोबत एक पुरुष होता. तो उघडा आणि पाठमोरा पडलेला असल्यामुळे खामकरांना प्रथम ओळखता आला नाही, किंबहुना असे काही दृष्य दिसेल याची कल्पनाच नसल्यामुळे, आपण काय बघत आहोत, हेही काही क्षण त्यांच्या मेंदूत नोंदले गेले नाही.

निशिगंधाला मात्र लगेच त्यांची चाहूल लागली आणि ती धडपडत उठून बसली. अर्थात, तिच्या अंगावर लवंडलेला तो पुरुषही बसता झाला. तशी खामकरांना कल्पना आली, की, तो, ज्याची पत्नी आजारी आहे आणि घराकडे बघायला कोणी नाही, म्हणून मदत करण्यासाठी निशिगंधा वरचेवर ज्याच्याकडे जाते, तो तिच्या लांबच्या नात्यातला जयराज कशाळकर आहे. यापूर्वी चार-पाच वेळा तो घरी येऊन गेल्यामुळे त्याच्याशी खामकरांची बऱ्यापैकी ओळख झालेली होती. अर्थात, तेव्हा तो अंगभर कपड्यात असायचा, त्यामुळे आता थोडाफार वेगळा वाटलाच, तरीही निदान ओळखता आला.

निशिगंधा अंगाभोवती चादर तशीच लपेटून घाईघाईने बाथरूमकडे पळाली. खामकरांच्या समोर, अशी अवघडल्याप्रमाणे चादर लपेटण्याची तशी गरज नव्हती; पण अशा अनपेक्षित प्रसंगात माणसे फारसा विचार न करता प्रतिक्षिप्त क्रियाच करतात. थोडक्यात, नकळत काहीतरी करून जातात. जयराज कशाळकरही बऱ्यापैकी गोंधळलेलाच होता; पण त्याने चटकन स्वतःला सावरले आणि पटकन अंगात कपडे चढवले.

खुद्द खामकरांना, या प्रसंगात काय करावे, काय बोलावे हे काही सुचले नाही. वागण्याचा एकदम उद्रेक होईल, असा त्यांचा स्वभाव नव्हता. पाहिले त्याचा एकूण अर्थ मनात जिरवत ते उभे असतानाच जयराजचे कपडे चढवून झाले; आणि खामकरांच्या खांद्यावर हात ठेवून "सी यू-बाय", असे म्हणत तो बेडरूमच्या बाहेर पडलासुद्धा. काही क्षणातच बाहेरचा दरवाजा ओढून घेतल्याचा आवाज आला, तेव्हा हा प्रसंग संपला, असे काहीसे वाटून खामकर भानावर आले; आणि हॉलमध्ये येऊन डोके धरून बसून राहिले.

काही वेळाने निशिगंधा नेहमीसारखी शांतपणे त्यांच्यासाठी चहा घेऊन आली. खामकरांनी मात्र तिला नेहमीसारखे, ''तुझा चहा?'' असे विचारले नाही. तीदेखील काही बोलली नाही. त्यांचा चहा पिऊन होताच कपबशी उचलून ती किचनमध्ये गेली. मघाच्या प्रसंगाविषयी आपण तिला काहीतरी विचारायला हवे, असे खामकरांच्या मनात अंधुकसे येत होते; पण अनावश्यक बोलणे हे त्यांच्या स्वभावात नव्हते. आणि इथे तर काही विचारण्याची गरजच नव्हती. सगळे अगदी स्पष्ट होते. त्यांच्या संभाव्य प्रश्नांची जी उत्तरे निशिगंधेने दिली असती, ती त्यांना सरळच कळू शकत होती. लपवाछपवी टाळून. निशिगंधाचा व्यभिचार अगदी स्पष्टच होता. फार फार तर तो असा किती दिवस चालू होता, एवढीच नवीन माहिती खामकरांना मिळाली असती; पण त्या तपशिलाविषयी त्यांना फारशी उत्सुकता नव्हती. तेव्हा काय बोलायचे, हे न कळल्यामुळे खामकर गप्प बसून राहिले. आकांडतांडव करण्याचा काहीच उपयोग नाही, हे जाणवल्यामुळेही कदाचित.

खामकर बोलले नाहीत, तशी निशिगंधाही गप्पच राहिली. तिला तर बोलायला तोंडच नव्हते. अपराधीपणाची भावना आणि त्यातून येणारी अकारण मुजोरी, या दोन्हीमुळे तिने मुकाट राहणेच पसंत केले. त्यातून, खामकरांनी जर जाबच विचारलेला नाही, तर आपण स्वतःहून काय सांगायचे? अशा विचाराने जरी ती गप्प राहिली, तरीही खामकरांनी कसलीही प्रतिक्रिया देऊ नये यामुळे ती हादरून गेली, हे तर खरेच!

बरोबर तेरा दिवस हा अबोला टिकला. दोघांचे रोजचे व्यवहार (शरीरसंबंध सोडून) चालूच होते; परंतु दोघांचे नाते जसे काही अचानक तुटून गेले होते; आणि आता ते सांधण्यासाठी योग्य असे शब्दच त्या दोघांना सापडत नव्हते. त्यांचे असे निःशब्द सहजीवन कदाचित कायमच चालू राहिले असते; पण त्या प्रकाराला तेरा दिवस उलटले आणि चौदाव्या दिवशी निशिगंधा आपणहूनच म्हणाली की, ''मला वाटतं, आपण घटस्फोट घ्यावा.''

तिच्या शब्दांनी खामकर फारसे चमकले नाहीत. कारण गेल्या तेरा दिवसांत निशिगंधाने केलेल्या बेइमानीच्या विचाराबरोबर हा- म्हणजे घटस्फोटाचाही विचार त्यांच्या मनात अनेकदा येऊन गेला होता. अर्थात, हिरवळीत साप नेमका कोठे दडून राहिलाय हे नेमके ठाऊक असले, तरीही त्याने अकस्मात फडा काढताच दचकायला झाल्याशिवाय राहत नाही, त्याप्रमाणे हा विचार प्रत्यक्ष बोलला गेला, तेव्हा खामकरांना चमकायला झालेच.

तरीही, आपली अस्वस्थता दिसू न देता ते म्हणाले, ''हं.''

''मला तुमच्याकडून काहीच नको. मी उद्या निघून जाईन.''

"बरं." खामकर म्हणाले. (मूलबाळ नसल्यामुळे ती एक ओढाताण वाचली!... त्यांच्या मनात आले.)

"मी जयराजशी लग्न करणारेय." निशिगंधा जरा अधिकच ठामपणे म्हणाली. (आपण व्यभिचारी नाही, आमच्या संबंधांना लवकरच मान्यता मिळेल, हे सांगण्याची खटपट प्रत्येकच व्यभिचारी स्त्री करत असेल...!)

"तुम्ही बोलत कां नाही?" शेवटी त्यांचे गप्प राहणे असह्य होऊन तिने विचारले.

"काय बोलू?"

"तुमचा हा बुळेपणा आहे ना, तोच मला असह्य झाला, म्हणून मी जयराजशी संबंध ठेवला. (मी हिला स्पष्टीकरण विचारलं आहे का?) जयराज मॅनली आहे! कर्तबगार आहे!... म्हणून आवडतो तो मला!"

(यावर काय बोलण्यासारखे आहे?) खामकर गप्पच.

"आम्हाला दोघांना बिछान्यात पाहूनही तुम्ही काही बोलला नाहीत." निशिगंधा म्हणाली. "दुसऱ्यासारखा एखादा असता तर त्यानं खून केला असता. माझा... किंवा जयराजचा. कदाचित दोघांचाही."

खामकरांच्या डोक्यात एकदम ठिणगी पडल्यासारखे झाले. खून केला असता...! दुसऱ्यासारखा एखादा असता, तर त्याने खून केला असता!

खामकर यावरही काहीच बोलले नाहीत; पण निशिगंधाचे ते शब्द त्यांच्या मनात, दगडावर कोरावे तसे स्पष्ट आणि कायमचे उमटले!... खून करणे ही त्यांच्या कर्तबगारीची, त्यांच्या पौरुषाची, तिने दाखवून दिलेली अंतिम मर्यादा होती, हे त्यांच्या लक्षात आले; आणि कायम लक्षात राहिले.

निशिगंधा, म्हटल्याप्रमाणे खरेच त्यांना सोडून गेली. त्यानंतर नेहमीच्या कायदेशीर कटकटी झाल्या आणि खामकरांना घटस्फोट मिळाला. खामकर एकटेच राहू लागले. निशिगंधेशी त्यांनी कसलाच संबंध ठेवला नाही. अधूनमधून कुणाकुणाकडून तिच्याविषयी काही काही गोष्टी त्यांच्या कानावर येत राहिल्या, इतकेच. जयराज कशाळकरने घटस्फोट घेतला की त्याची बायको आजारानेच वारली, जयराजने निशिगंधेशी लग्न केले की ती दोघे तशीच एकत्र राहू लागली, हेही त्यांना नीटसे ठाऊक झाले नाही. निशिगंधा जणू त्यांच्या आयुष्यातून कायमची पुसलीच गेली.

मात्र एकच मागे राहिले. आपण माणूस म्हणून स्वतःला सिद्ध करायचे, तर एक तरी खून केला पाहिजे – तिनेच दिलेला हा विचार! आता त्या विचाराचा निशिगंधेशी संबंध राहिला नव्हता. स्वतंत्रपणे खामकरांनी तो विचार स्वतःमध्ये भिनवून घेतला होता.

खामकरांचे आजवरचे आयुष्य अत्यंत सामान्य गेले होते. खरे तर त्यांचे डोके अत्यंत सुपीक; पण परीक्षेचे तंत्र त्यांना साधत नसे. अभ्यास म्हणून ते त्या त्या विषयातले पुष्कळ वाचत; पण पेपरात विचारल्या जाणाऱ्या प्रश्नांची नेमकी उत्तरे त्यांच्याकडे नसत. त्यामुळे मार्क बेताचे पडत. कधीही नापास न होता; पण मध्यम मार्क मिळवूनच ते पुढे जात राहिले. बी.ए. झाले – एम.ए.ही झाले; पण नोकरी मिळविण्यासाठी क्लास नाही, शब्द टाकणारे तर सोडाच, पण नोकरी सुचविणारेही कोणी नाही, स्वत: जाऊन कुठे बोलावे इतके धाडस नाही, कुणावर छाप पाडणारे व्यक्तिमत्त्व नाही... अशा अनेक कारणांनी त्यांना फुटकळ, साधारण पगाराच्या आणि टेम्पररी-तात्पुरत्या नोकऱ्याच मिळत गेल्या. (निशिगंधा प्रकरण झाले, त्या वेळी ते एका पेंट कंपनीच्या फिरतीवरच्या एजंटची नोकरी करत होते.) या नोकऱ्यांनी त्यांना स्थैर्य दिले नाही, मित्र दिले नाही, उलट मुळात होता तो आत्मविश्वास मात्र खच्ची केला. जी चार लोकांना विशेष वाटेल, अशी कुठलीच कर्तबगारी आपण दाखवू शकलो नाही, हा एक सल कायम मनात राहिला!

आणि त्या सलातूनच, झाडाच्या एखाद्या गाठीतून अनपेक्षितपणे अंकुर उगवावा, तशी एक कल्पना उगवली, फोफावली. आपण अत्यंत व्यवस्थितपणे एखादा खून करायचा आणि आपली कर्तबगारी सिद्ध करायची, ही! अर्थात अशी कल्पना सुचणे वेगळे, ती मनात पक्की होणे वेगळे आणि ती प्रत्यक्षात आणण्याची संधी मिळणे वेगळे. त्यामुळे चांगली चार-पाच वर्षे गेली, तरी खामकरांच्या हातून खून काही झाला नाही. निशिगंधेने काहीही म्हटले, तरी तिचा किंवा जयराज कशाळकराचा खून करणे हे खामकरांच्या अजेंडावर कधीच नव्हते. (कारण खून हा खामकरांच्या लेखी कर्तबगारी म्हणून होता. सूड म्हणून नव्हे.) त्यातून पुढे त्यांना कळले, की जयराजला पांक्रिआसचा कॅन्सर झाला आणि तो निदान झाल्या झाल्या महिना-दोन महिन्यात तडकाफडकी वारला, नंतर निशिगंधा मुंबईबाहेर कुठेशी निघून गेली!

नोकऱ्या टिकवत, बदलत खामकर आता राधेश्याम या हिंदी चित्रपट-दिग्दर्शकाचे पर्सनल सेक्रेटरी झाले होते. त्यांच्या घरात दुसरे कोणी नव्हते. त्यांना बाहेर मान नव्हता; पण सर्वांशी चांगले वागण्याच्या स्वभावामुळे त्यांच्याविषयी सर्वांचे मत मात्र चांगले होते. मध्यम वयाचा, मध्यम आकाराचा तो गृहस्थ सर्वांना भरवशाचा आणि निरुपद्रवी वाटे. कुणालाच माहीत नव्हते; पण हा सुस्वभावी, भरवशाचा, निरुपद्रवी मनुष्य मनात गेली कितीतरी वर्षे एकच इच्छा बाळगून होता. कुणाचातरी खून करून आपले कर्तृत्व दाखवण्याची! – पण कुणाचा?

खून कुणाचा?

आजवर खूप माणसे भेटली होती. विरोधात गेली होती. दुष्टपणाने वागली होती. पाय ओढत राहिली होती; पण त्यांचा खून करावा, असे खामकरांना वाटले नव्हते. म्हणजे त्यातल्या प्रत्येकाच्या बाबतीत त्यांच्या मनात कधी ना कधी, खून करावा, असे आले होते, नाही असे नाही; पण या माणसाचा खून करावाच, अशी रसरसून ऊर्मी आली नव्हती. खून करावा यासाठी स्फूर्ती मिळाली नव्हती. वर्षामागून वर्षे जात होती. एकटे बसले असताना निशिगंधेचा आवाज कानात घुमत होता... ''दुसऱ्यासारखा एखादा असता तर... तर त्याने खून केला असता!'' आपली इच्छा अपुरीच राहणार; आणि इतर अनेक बाबतीत आपण जसे असफल ठरलो, तसेच याही बाबतीत ठरणार, अशी भीती खामकरांना वाटू लागली होती!

आणि एकदम त्यांना, ज्याचा खून करणे हे विशेष कर्तृत्व ठरेल, असा माणूस सापडला.

राधेश्याम!

राधेश्यामचा खून करण्याचा निश्चय खामकरांनी नेमका कधी पक्का केला, हे त्यांचे त्यांनाही कळले नाही!

तसा राधेश्याम हा कुणीही, खून करायला अत्यंत लायक व्यक्ती होता, यात शंका नाही. दिग्दर्शक म्हणून काही अतिशय यशस्वी चित्रपट त्याच्या नावावर होते; परंतु त्या चित्रपटांचे यश प्रामुख्याने काहींची कथा, काहींचे संगीत, काहींमधल्या स्टार्सचा अभिनय आणि मुख्य म्हणजे राधेश्यामचे नशीब, या गोष्टींवर आधारलेले होते. राधेश्याम मात्र त्या सर्व यशाचे श्रेय स्वत:कडेच घेत असे. यशाच्या मागे धावणारे निर्माते त्याला एकापाठोपाठ एक चित्रपट देत असत; आणि राधेश्याम सांगेल तितके पैसे त्याच्यासमोर ओतत असत. प्रत्येक चित्रपटागणिक राधेश्यामचा माज वाढतच चालला होता. पण हिंदी चित्रपट धंदाच असा काही चमत्कारिक, की एखाद्याच्या माजोरडेपणाचा तिटकारा येऊन त्याला लांब ठेवण्याऐवजी त्याच्या विशिप्तपणाच्या, अहंकाराच्या आणि माजाच्या दंतकथा सर्वत्र पसरल्या जातात. त्यामुळे राधेश्याम ही एक लोकविलक्षण हस्ती आहे, असेच समजले गेले. या समज–गैरसमजापोटी निर्माते त्याच्या लहरी खपवून घेत, नटनट्या त्याने केलेले अपमान सहन करत आणि चित्रीकरणाचे युनिट त्याची हांजी हांजी करत राही.

हे सारे पाहून खामकरांना राधेश्याम या प्राण्याचा भयंकर द्वेष वाटत असे; परंतु आता मधल्या वयात नवीन नोकरी शोधावी लागू नये, यासाठी ते, राधेश्यामने केलेले अपमान आणि दाखवलेली तुच्छता, यांच्याकडे दुर्लक्ष करून

दिवस काढत होते. पर्सनल सेक्रेटरी या पदाची कसलीही किंमत न ठेवता राधेश्याम जी हलक्या नोकरासारखी वागणूक त्यांना देई, तीही सहन करून ते सकाळपासून रात्रीपर्यंत त्याची सगळी कामे करत.

त्या रात्री साडेदहाच्या सुमाराला खामकर असेच राधेश्यामच्या बंगल्यावरच्या आपल्या छोट्याशा ऑफिसमध्ये बसून हिशेबाचे काम करत असताना त्यांना, एखादे पितळी भांडे जमिनीवर पडावे तसा खणकन आवाज, आणि त्याबरोबर एक दीर्घ किंकाळी ऐकू आली. आवाजाच्या दिशेने धावत खामकर बेडरूमपर्यंत गेले. मात्र, दाराबाहेरच थांबले. राधेश्यामच्या बेडरूमध्ये अचानक शिरू नये, हे कळण्याइतकी अक्कल त्यांना अनुभवाने आलेली होती. खामकरांशिवाय इतर नोकर घरी गेले होते; आणि राधेश्याम नीलाक्षीची वाट पाहत बसला आहे, हे त्यांना माहीत होते. नीलाक्षीला दरवाजा उघडून त्यांनीच आत घेतले होते; आणि साहेबांसाठी ब्लॅक लेबल आणि नीलाक्षीसाठी जीन विथ लाइम कॉर्डिअलची सोय करून मगच ते आपल्या हिशेबाच्या कामाला लागले होते... त्यामुळे साहेबांनी काहीतरी फ्लॉवरपॉट वगैरे नीलाक्षीच्या कपाळावर फेकून मारले असणार, हे त्यांनी ओळखले.

"साऽली!... मला ब्लॅकमेल करते! कोर्टात जाण्याची धमकी देते! रड! मर!..." राधेश्याम तिला शिव्या देत होता.

"मग काय करू मी?" किंचित पुढे झुकताच बेडरूमच्या प्रशस्त आरशात खामकरांना नीलाक्षी दिसली. तिच्या कपाळावरून रक्ताची धार लागली होती. या परिस्थितीत तिचे रक्त पुसायलासुद्धा आपल्याला जाता येत नाही, यासाठी खामकरांना असहाय वाटले. "काय करू?" नीलाक्षी रडतरडत बोलत होती... "तुम्ही मला दुसरा काही मार्ग शिल्लक ठेवलाय का?... गेली चार वर्ष मला चांगला रोल देण्याची आशा दाखवून तुम्ही मला वाटेल तशी वापरत आलाय. तुम्ही कधीही, कुठल्याही पोरीबरोबर मजा करता. मी मात्र, तुम्ही बोलवाल त्या क्षणी एखाद्या कुत्रीसारखं तुमच्याकडे धावत यायला पाहिजे... कां? तर तुम्ही कधी काळी मला काम द्याल, म्हणून! पण परवा महूरत केलेल्या पिक्चरमध्येही तुम्ही मला घेतलं नाही... त्या आत्ता आत्ता ऑडिशन दिलेल्या मुलीला टायटल रोल दिलात!... आता मी कुठपर्यंत वाट पाहू?... बस. झालं हे खूप झालं. उद्या मी प्रेसला सांगणार... आणि परवा कोर्टात अर्ज देणार..."

"तो द्यायला तू जिवंत कशी राहतेस ते बघतो ना मी?" एवढे बोलून राधेश्यामने तिला लाथाबुक्क्यांनी झोडून काढायला सुरुवात केली. ती गुरासारखी ओरडू लागली; पण त्याच्या तोंडच्या घाणेरड्या शिव्या तिच्या विव्हळण्याच्याही

वर ऐकू येतच होत्या. मधेमधे तो तिच्या केसांना, मानेला धरून तिला इकडून तिकडे वाटेल तसे ढकलून देत होता. ती कपाटावर, बेडवर, आरशावर, फर्निचरवर आपटत होती. तिथल्या वस्तू खाली पडत होत्या. त्यातल्या काही फुटत होत्या.

मग खामकरांच्याने राहवले नाही. आपले काय वाटेल ते होवो; पण या मुलीला वाचवले पाहिजे, नाहीतर भलतीकडे कुठे लागले तर ती मरेल आणि भलती आफत ओढवेल, अशा विचाराने खामकर बेडरूममध्ये घुसले. ''साहेब, शांत व्हा... साहेब, हात आवरा... सोडा तिला... ती मरेल...'' अशा विनवण्या करत ते तिच्या आणि राधेश्यामच्या मधे पडले. राधेश्याम आता त्या दोघांनाही शिव्या देऊ लागला. खामकरांवर नीलाक्षीच्या विषयात घाणेरडे आरोपसुद्धा करू लागला; पण तिकडे लक्ष न देता खामकरांनी नीलाक्षीला बाहेर काढले; आणि तिला धड उभे राहणेही कठीण झाले असताना कसेबसे बंगल्याबाहेर आणले. रस्त्यात रेंगाळत असलेली एक टॅक्सी त्या दोघांना पाहून त्यांच्याजवळ आली. खामकर नीलाक्षीला टॅक्सीत घालून हॉस्पिटलमध्ये घेऊन गेले.

रात्रभर ते नीलाक्षीच्या स्पेशल रूममध्ये बसून राहिले. नीलाक्षीच्या जखमांना डॉक्टरांनी ड्रेसिंग केले होते. त्या तशा फारशा गंभीरही नव्हत्या; पण मुका मार बराच होता. रात्रभर ती कण्हत होती. अर्धवट ग्लानीत म्हणत होती- ''खामकर, आज तुम्ही मला वाचवलंत... नाहीतर त्या राक्षसानं...''

त्या रात्रीच कधीतरी खामकरांना असे खात्रीपूर्वक वाटू लागले, की खून करायचा तर तो राधेश्यामचाच करावा!

त्यानंतर हळूहळू ते दुसरीकडे काम शोधण्याच्या प्रयत्नाला लागले.

हॉस्पिटलमधून डिस्चार्ज मिळाल्यानंतर नीलाक्षी खामकरांचे आभार मानायला त्यांच्या घरी आली. आभार मानण्याचे निमित्त; खरे तर तिला त्यांच्याकडे आपले दुःख हलके करायचे होते.

''फार दिवस सहन केला मी त्या हलकट माणसाचा अत्याचार!'' ती त्वेषाने म्हणाली. ''आता मी हे सारं प्रेसला सांगणारच! निघू देत त्या साल्याच्या अब्रूची लक्तरं!... माझी एक मैत्रीण वकील आहे. तिनं मला सल्ला दिलाय, की मी कोर्टात अपील करावं!''

''शहाणी असशील तर असलं काही करू नकोस.'' खामकरांनी तिला समजावलं. ''गेली चार-पाच वर्षं तो तुला कसं वापरतोय हे तू सांगायला लागलीस, तर चिंध्या त्याच्या अब्रूच्या होणार नाहीत - तुझ्या अब्रूच्या होतील!... कोर्टदेखील साक्षीपुराव्यांमध्ये तुला अडकवून निकाल त्याच्याच

बाजूचा देईल!... तुझा संताप मला समजतो नीलाक्षी – पण आपल्याकडे अजून तरी कायदा पुरुषांनाच मोकळं सुटायला मदत करतो! विशेषत: नामवंतांना, मान्यवरांना, प्रतिष्ठितांना! सध्या तरी राधेश्याम एक पहुँचा हुआ दिग्दर्शक आहे! तू त्याच्याविरुद्ध जे बोलशील त्यामुळं त्याचीच अधिक प्रसिद्धी होईल!– त्याच्याकडे आणखी चार पिक्चर्स येतील! तू मात्र असल्या कुप्रसिद्धीनं जगातून उठशील!''

नीलाक्षी रडतरडत घरी गेली; पण तिने खामकरांचा सल्ला मानला. राधेश्यामला अनाठायी प्रसिद्धी न देण्याचे ठरवले. अर्थात, हा राधेश्यामला आपला विजयच वाटला. नीलाक्षी आपल्याला घाबरली, असे वाटून तो तिला आणि तिच्यासारख्या इतर गरजू मुलींना वापरून घेण्यासाठी आणखी नव्या नव्या आयडिया शोधू लागला.

त्याला, अर्थातच, खामकरांच्या मनात काय चालले आहे, याची कल्पना नव्हती.

एके दिवशी बंगल्यावर प्राणलाल शेठ आले होते. प्राणहाल शेठ मोठे निर्माते होते. राधेश्यामच्याही पहिल्या दोन यशस्वी (ज्यांच्यावर त्याच्या पुढच्या यशाचा डोलारा उभा राहिला, त्या) चित्रपटांचे निर्माते तेच होते. त्यांच्याशी थोडे औपचारिक बोलून खामकर आपल्या कामाला लागले. थोड्याच वेळात आवाज चढलेले ऐकू आले, म्हणून खामकर हॉलमध्ये गेले आणि एका बाजूला उभे राहिले.

राधेश्याम हसत होता आणि प्राणलाल शेठचा पारा क्षणाक्षणाला चढत होता. तरीही ते स्वत:वर काबू ठेवत होते. चढलेला आवाज पुन्हा खाली आणत होते. कधी कधी तर गयावया करत होते. त्यांचा वादात जिंकण्याचा आग्रह नव्हता. कुठून तरी आपले काम मार्गी लागावे, एवढीच त्यांची इच्छा होती. त्यांचे, 'तनहा तनहा' पिक्चर राधेश्यामने, नायकाबरोबर काहीतरी वाद झाल्यामुळे अर्धवट टाकले होते. एखाद्या आठवड्याच्या शेड्यूलसाठी ते खोळंबले होते. दुसराच नट घेऊन आतापर्यंत झालेली आधीच्या नटाची दृश्ये रीशूट करावीत, असे राधेश्यामचे म्हणणे होते. तसे करून वीस कोटींचा खर्च पाण्यात घालवण्यापेक्षा शेवटचे शेड्यूल दुसऱ्या दिग्दर्शकाने किंवा राधेश्यामच्या साहाय्यकाने पुरे करावे, असे शेठजींचे म्हणणे होते; पण करारातल्या अटीवर बोट ठेवून, पिक्चरला दुसऱ्या दिग्दर्शकाने हात लावल्यास आपण कोर्टात जाऊ आणि पिक्चर रखडेल, अशी धमकी राधेश्याम, शेठना देत होता. पिक्चर लवकर रिलीज व्हायला हवे होते, कारण आतापर्यंत शेठचे पंचवीस कोटी त्यात अडकले होते आणि त्यावरचे व्याज दिवसेंदिवस वाढत होते. त्यातून काही मार्ग निघतो

का, हे पाहण्यासाठी शेठ हे तिसऱ्यांदा की चौथ्यांदा येत होते; पण राधेश्याम आपल्याच मुद्यांवर हटून बसला होता. त्याची समजूत घालण्याच्या प्रयत्नात शेठ रडकुंडीला आले होते आणि राधेश्याम दोन्ही हात सोफ्याच्या दोन बाजूंवर ठेवून माजोरीपणाने हसत बसला होता.

खामकरांना प्राणलाल शेठची परिस्थिती समजत होती. त्यांच्यासाठी आपण मध्यस्थी करावी, असेही त्यांच्या मनात येत होते; पण त्याचा काही उपयोग नव्हता. राधेश्यामला कुणाचेच काही ऐकण्याची सवय नव्हती. खामकरांचे तर नाहीच नाही.

शेठचे पन्नास कोटींचे पिक्चर वाचण्याचा एकच मार्ग आहे! खामकरांनी स्वतःच्या मनाला आठवण दिली – राधेश्यामचा खून करणे! राधेश्यामच या जगात नसला, तर पिक्चर सहजच दुसऱ्या दिग्दर्शकाकडून पुरे करून घेता येईल!

शेठना दारापर्यंत सोडायला जात असतानाच खामकरांनी राधेश्यामच्या खुनाचा, आतापर्यंत अनिश्चित असलेला बेत पक्का करून टाकला!

तसे गेले कित्येक दिवस ते या योजनेवर पुनःपुन्हा विचार करून ती अधिकाधिक निर्दोष करत होते. (खुनाच्या योजनेवर विचार करताना त्यांना निर्मितीचा आनंद मिळत होता, म्हटले तरी चालेल!) शेवटी त्यांनी हा विचार प्रत्यक्षात आणण्याचा साधारण दिवसही ठरवून टाकला.

प्लॅन तसा अगसी साधा होता (खुनाच्या योजना जितक्या साध्या, तितक्या त्या पचायला सोप्या असतात, असे त्यांच्या, अनेक खुनांचा अभ्यास केल्यानंतर लक्षात आले होते.)

राधेश्यामच्या दारूमध्ये स्ट्रिचनाइन मिसळायचे. स्ट्रिचनाइन थोड्या वेळात रक्तात मिसळते. मग हृदयक्रिया बंद पडते. माणूस हार्ट अटॅक येऊन मेला, असेच दिसताना दिसते. कारण स्ट्रिचनाइन एकदा रक्तात मिसळले, की वेगळे ओळखता येत नाही.

पण स्ट्रिचनाइनसारखे जालीम विष मिळवायचे कुठून? हा प्रश्न खामकरांना बरेच दिवस पडला होता. त्यासाठी त्यांनी एका लॅब असिस्टंटशी मैत्री वाढवली. किती पैसे दिले असता तो चौकशी केल्याशिवाय स्ट्रिचनाइन देईल, याचा त्यांना अंदाज येत नव्हता. आज प्रश्न विचारले नाहीत, तरी पुढे पोलिसांनी छडा लावला, तर तो बोलणारच नाही, याची खात्री नव्हती. तरीही हजारभर रुपये खिशात ठेवून ते या वेळी लॅबवर त्याच्याशी गप्पा मारायला गेले; पण त्यांचे नशीब जोरावर होते. लॅबच्या निरीक्षणात त्यांना स्ट्रिचनाइन ठेवण्याची जागा तर सापडलीच; पण मधेच त्यांच्यावर लॅब सोपवून त्यांचा मित्र मजल्याच्या दुसऱ्या टोकाशी असलेल्या बाथरूममध्ये गेला, तेव्हा तिथल्याच एका छोट्याशा

बाटलीत ते काढूनही घेता आले.

त्या रात्री ते राधेश्यामशी खूप प्रेमाने वागले. (तरी त्याने त्यांना शिव्या द्यायच्या, त्या दिल्याच!) बाकीचे नोकरचाकर निघून गेल्यावरही ते थांबत, तसेच आजही थांबले. सगळी आन्हिके उरकून राधेश्याम समोरच्या स्टुलावर पाय पसरून सिगारेट ओढत बसला, तेव्हा ते एका ट्रेमध्ये आइस जार, ब्लॅक लेबलची अर्धी भरलेली बाटली आणि रिकामा ग्लास घेऊन आले. मोठ्या प्रेमाने हलकेच ट्रे, जवळच्या छोट्या नक्षीदार टेबलावर ठेवला. राधेश्याम दारूबरोबर काही खात नसे. दारूदेखील सोडा, पाणी असले काही न मिसळता 'नीट' पिई. तीन-साडेतीन पेग झाले, की त्या नशेत तरंगत झोपायला जाई.

बेडरूममध्ये जाताना तो बऱ्याचदा एकटा नसे. ती जी कोण मुलगी त्या दिवशी त्याच्याबरोबर असे, ती राधेश्यामचे मद्यपान संपेपर्यंत ताटकळत बसलेली असे. क्वचित साथ देणारीही असे. (मात्र, जास्त दारू पिणाऱ्या मुली राधेश्यामला आवडत नसत!)

आज मात्र राधेश्याम एकटाच होता.

खामकरांनी प्लेअरवर राधेश्यामच्या आवडीच्या शास्त्रीय संगीताची सीडी मंद स्वरात लावली. ग्लासमध्ये दोन आइस क्यूब्ज टाकले आणि त्यावरून स्कॉचचा पेग ओतला.

"बस खामकर!' राधेश्याम म्हणाला. "तूही घे स्कॉच. मला कंपनी दे."

क्षणभर खामकरांच्या अंगावर काटा आला. खरोखरच ही स्कॉच आपल्याला प्यावी लागली असती तर! पीत नसल्यामुळे वाचलो!

"घे रे... ग्लास आण आतून. नाहीतर मला अगदी एकटं एकटं वाटेल!" राधेश्यामचा आग्रह चालूच. सोबत, पिणेही.

"तुम्हाला माहितेय सर...." खामकर किंचित हसून म्हणाले, "मी पीत नाही."

"नेव्हर टू लेट टू स्टार्ट!... घे ना!"

"खरंच नको सर. मी कधीच घेत नाही; पण इथे बसून तुम्हाला कंपनी देईन मी."

"यू आर आर अ जेम खामकर!" राधेश्याम एक घुटका घेऊन म्हणाला, "मी तुला इतक्या शिव्या देतो... पण तू नेहमी माझ्याबरोबर असतोस... लाइक अ फेथफूल डॉग!... यू आर माय पेट डॉग मिस्टर खामकर!"

खामकरांना अर्थातच कुत्र्याची उपमा आवडली नाही; पण तसे न दाखवता ते नुसतेच हसले.

"तुला माहितेय... परवा तो थेरडा आला होता!"

"प्राणलाल शेठ!"

"अरे कसला शेठ!... भिकारी आहे तो! मीडियम बजेट पिक्चर काढतो... आणि त्यातही रीशूटला रडतो! हरामी आहे साला!... मला सांगतो अभिमन्यूबरोबर जमवून घ्यायला!... अभिमन्यू कालचा पोरगा. त्याला हीरो कोणी बनवला? मी! आणि साला तो आपल्याकडे रुबाब करतो..."

राधेश्यामचा ग्लास संपला होता. खामकरांनी तो तात्काळ परत भरला. "कशी वाट लागणारेय बघ आता अभिमन्यूची! 'तनहा तनहा'मधून मी त्याला काढून टाकतोय, हे सगळ्या इंडस्ट्रीला कळलंय! आता त्याला..." बोलता बोलता राधेश्याम मधेच थांबला. त्याने दीर्घ श्वास घेतल्यासारखे केले.

"काय म्हणत होतो मी?"

"अभिमन्यूचं सांगत होता." खामकर राधेश्यामची प्रत्येक हालचाल न्याहाळत होते. राधेश्यामला श्वास घ्यायला त्रास होऊ लागला होता.

"खामकर... खामकर... काहीतरी होतंय."

"अभिमन्यूला आता कोणी पिक्चर देणार नाही सर."

छातीवर हात चोळत राधेश्याम घसा बसल्यासारखे म्हणाला, "खामकर... धिस स्टफ... टेरिबल... डॉक्टरला बोलाव..."

खामकर राधेश्यामच्या जवळ येऊन बसले. "सर..." राधेश्यामला बारकाईने न्याहाळत ते म्हणाले. "अभिमन्यूला चांगला धडा शिकवला तुम्ही."

"मरू दे अभिमन्यू. तू आधी डॉक्टरला..."

आणि एकदम राधेश्यामचा आवाज बंद झाला. बसल्याबसल्याच तो सोफ्यात कलंडला. छातीवर हात तसाच!

खामकर समाधानाने उठले. त्यांनी ग्लासमध्ये शिल्लक राहिलेली दारू, एक थेंबही सांडू न देता काळजीपूर्वक बाटलीत परत ओतली.

मात्र, त्यांनी आतल्या कपाटातून एक ब्लॅक लेबलची कोरी बाटली काढली. तिच्यातला जवळजवळ दीड पेग त्यांनी आधीच्या बाटलीत ओतला. झाकण गच्च लावून बाटली एका कापडी पिशवीत ठेवली. तिच्याबरोबर, आधीचा वापरलेला ग्लासदेखील. पिशवी बाजूला ठेवली.

मग किचनमधून त्यांनी एक स्वच्छ ग्लास आणला. त्यात, नव्या बाटलीतल्या दारूचा अर्धा पेग ओतला. ग्लास राधेश्यामच्या हातात देऊन त्यावर राधेश्यामची बोटे उठतील, असे केले.

नंतर खामकरांनी कापडी पिशवी उचलली आणि ते राधेश्यामच्या बंगल्याबाहेर पडले. थंड वारे सुटले होते. आभाळात चंद्र नव्हता. अंधार गडद होता.

खामकर समुद्राकडे पाहत क्षणभर उभे राहिले. समुद्र जणू काळ्या शाईचा बनवला होता. खामकर पँट दुमडून पाण्यात चालत गेले. लहान लहान लाटा चुबुक् चुबुक् आवाज करत त्यांच्या पायाशी आपटत होत्या. खामकरांनी पिशवीतून ग्लास बाहेर काढला आणि तो त्या लाटांमध्ये, हात थोडा लांबवून सोडून दिला. क्षणार्धात तो दिसेनासा झाला. मग ब्लॅक लेबलची बाटली... तीही लाटेवर स्वार होऊन काळोखात नाहीशी झाली... शेवटी कापडी पिशवी...

खामकर वळले आणि किनाऱ्याकडे पाहत राहिले. किनाऱ्यावर चिटपाखरू नव्हते. असले तरी दिसले नसते, इतका काळोख होता...

मग खामकर पुन्हा समुद्राकडे पाहत उभे राहिले. थंडी वाजत होती; पण हा क्षण इथेच उभे राहून अनुभवत राहवे, इथून हलूच नये, विजयाचा हा क्षण शक्य तेवढा लांबवावा, चालूच ठेवावा, असे त्यांना वाटत होते. जगातले काहीतरी फार वाईट असे जणू विषारी दारूच्या बाटलीत बसून त्या काळ्या शाईच्या समुद्रात निघून गेले होते. आता त्यांना कुत्रा म्हणणारे, शिव्याशाप देणारे, एकसारखे खाली वाकवणारे कोणी राहिले नव्हते. त्यांनी खूप सोसले होते. दुसऱ्यासारखा एखादा असता, तर त्याने पूर्वीच हा खून केला असता; पण केव्हा का असेना, हा खून करणे खामकरांना जमले होते. कर्तृत्वाची परिसीमा त्यांनी गाठली होती. आयुष्यभरात मनासारखे काही जमले नव्हते. सगळीकडे पाडावच झाला होता; पण तरीही काही बिघडले नव्हते. एक, खुनासारखा खून करणे त्यांना साधले होते. एका अत्यंत यशस्वी आणि कमालीच्या माजोरड्या माणसाचा त्यांना आज निकाल लावता आला होता. ज्याला कधी प्रत्युत्तर करता आले नव्हते, त्याचा चक्क खून करता आला होता. निशिगंधा... तू ऐकतेयस ना? दुसऱ्यासारख्या एखाद्याने जसा खून केला असता ना, तसाच खून मीदेखील आज करून दाखवला आहे. मी बुळ्या नाही... मी मॅनली आहे! मी कर्तृत्वशून्य नाही... मी कर्तबगारी दाखवली आहे! मी खून केला आहे! मी एक खून केला आहे!

रात्री खामकरांना कित्येक वर्षांत लागली नसेल, इतकी शांत झोप लागली.

सकाळी मात्र तसा लवकरच, पोलीस इन्स्पेक्टर रानड्यांचा फोन आला. राधेश्यामच्या बंगल्यावर सकाळच्या कामाची बाई आली, तिने बेल वाजवली, कोणी दार उघडले नाही, म्हणून ते जोरजोराने ठोठावून पाहिले. तोवर वॉचमन आलेला होता.

त्याच्याकडच्या डुप्लिकेट चावीने दार उघडल्यावर त्या दोघांना हॉलमध्येच

सोफ्यावर कलंडलेला, राधेश्यामचा मृतदेह दिसला. वॉचमनने डॉक्टर व पोलीस या दोघांनीही फोन केला. डॉक्टरांनी येऊन हार्टफेलचे निदान केले. पोलीस इन्स्पेक्टर रानड्यांनी येऊन शेजारच्या टेबलवरच्या ब्लॅक लेबलच्या बाटलीचा वास घेतला आणि ग्लासवरचे फिंगर प्रिंट्स घेतले. दारू पितापिताच कधीतरी अटॅक आला, या डॉक्टरांच्या निदानाशी ते सहमत झालेच, तरीही रुटीन चौकशी म्हणून त्यांनी राधेश्यामच्या घरातली सर्वांत जबाबदार आणि जवळची व्यक्ती म्हणून खामकरांना फोन केला.

''मी होतो तोवर मजेत पीत बसले होते ते!...'' खामकरांनी इन्स्पेक्टर रानड्यांना सांगितले. ''चांगले गप्पांच्या मूडमध्ये होते. म्युझिक लावलं होतं. मला म्हणत होते, तूही पी. पण मी कधीच पीत नाही. तरी त्यांचा साधारण एक पेग होईपर्यंत मी त्यांच्याशी गप्पा मारत बसलो. दुसरा ओतून दिला, आणि गुडनाइट, म्हणून बंगल्याबाहेर पडलो.''

''पेग ओतल्यावर लगेच तुम्ही घरी गेला असाल, तर तुम्हाला त्यांना अटॅक आल्याची कल्पना असणं शक्य नाही. कारण दुसरा पेग जवळजवळ अर्धा संपवल्यानंतरच अटॅक आला असणार. रुटीन प्रोसेसमध्ये आम्ही ही ब्लॅक लेबलची बाटली आणि हा ग्लास तपासणीसाठी नेतोय.'' रानडे म्हणाले.

एकच गडबड...! दुपारपर्यंत टीव्ही चॅनल्सचे लोक, पत्रकार, चित्रपटसृष्टीतले नामवंत लोक... नुसती रीघ लागली होती! काही नट, निर्मात्यांनी पुढाकार घेऊन अंत्ययात्रेची तयारी केली. संध्याकाळी अंत्ययात्रा झोकात निघाली. वृत्तपत्रांनी, वाहिन्यांनी, आकाशवाणीने राधेश्यामच्या संबंधात अनेकांच्या मुलाखती घेतल्या. त्यात खामकरांचीही मुलाखत होती... मी, राधेश्याम यांच्या जवळच्या माणसांपैकी... त्यांच्या विश्वासातला... ते एक उत्कृष्ट दिग्दर्शक... आत्मविश्वास... स्वतःची विशिष्ट पद्धती... शिस्त... दिवसभर खामकर प्रकाशझोतात होते – राधेश्यामला पाहिलेला शेवटचा माणूस म्हणून!

दुसऱ्या दिवशी ते रुटीन म्हणून राधेश्यामच्या बंगल्यावर गेले. आज तिथे नेहमीची गडबड असणार नव्हती... भेटायला येणारी माणसे नाहीत... निर्मात्यांचे फोन नाहीत... रोल मिळविण्यासाठी धडपडणाऱ्या तरुण–तरुणींची घुसखोरी नाही... आणि मुख्य म्हणजे, दुसऱ्यांना कस्पटासमान वागवणारे, पावलोपावली नाचवणारे ते मग्रूर व्यक्तिमत्त्व नाही... दुपारी बारापर्यंतचे ते फोन – साहेब घरातून निघाले का?... आज साहेबांचा मूड कसा आहे?... साहेब... साहेब... साहेब... घरातून स्टुडिओत जायला निघेपर्यंत याला फटकार – त्याला फटकार... अद्वातद्वा शिव्या... फोनवर थापा... मधेच खोटे मधाळ बोलणे...

बस्... संपले ते सगळे! काल दिल्लीहून आलेल्या, राधेश्यामच्या थोरल्या भावाकडे इथला चार्ज दिला, हिशेब देऊन टाकला, की निघालो आपण... अगदीच वाईट परिस्थिती नाही... वणवण करावी लागणार नाही... एक दोन ऑफर्स आहेत पर्सनल सेक्रेटरी म्हणून नोकरीच्या...

सगळे ठीक होते. सगळे हवे तसे, कधी नव्हते इतके शांत होते. जे मिळवायचे ते मिळालेले होते. तरीही खामकरांच्या मनात हळूहळू एक अस्वस्थता जमून येऊ लागली होती. ती कशासाठी होती? - गेलेल्याचा विरह?... अपराधाची जाणीव?

नाही. ती एक विचित्रच भावना होती.

श्रेय पुन्हा हातातून हुकल्याची.

खून केला... पण ते जर कुणालाच सांगता येत नसेल, तर त्याला काय अर्थ होता?

एवढ्या नामवंत व्यक्तीचा खून!... आज सर्व वृत्तपत्रांत ज्या मृत्यूची हेडलाइन आलीय, त्या मृत्यूचे कारागीर आपण! पण कुणाला त्याचे अप्रूप आहे?... दुसऱ्यासारखा एखादा असता, तर या खुनासाठी त्याचे राधेश्यामच्या बरोबरीने फोटो छापून आले असते!

छे! हा कसला खून? जो झालेलाच कुणाला माहीत नाही... मग तो कुणी केला, हे तर दूरच राहिले! हृदयक्रिया बंद पडून मृत्यू!... मग खून?... तो कुठे गेला? समुद्रावर काळोखात ओरडून आपण निशिगंधाला मारे सांगितले - तो खून कुठला? कळले, तर ती पुन्हा नाव ठेवील! म्हणेल, वाटलंच होतं! तुम्हाला... आणि खून करणं जमणार?

खामकरांच्या पायाखालची जमीन सरकू लागली. आपण हा खून केला कशासाठी?... नीलाक्षीसारख्या मुली सुरक्षित राहाव्यात, यासाठी? प्राणलाल शेठसारख्यांचे पैसे बुडू नयेत, यासाठी?... नाही... आपण कोणाचेही तारणहार नाही... आपण हे केले ते निव्वळ स्वतःच्या समाधानासाठी! इतकी वर्षे मनाला लागून राहिलेल्या, निशिगंधाच्या शब्दांसाठी! पण कुणीच जर दखल घेतली नाही तर... तर आपण नेहमीच जसे प्रत्येक ठिकाणी अपयशी ठरत आलो, तसेच इथेही...?

खामकरांनी ठरवले. हे कोणाला तरी सांगायचे. निदान एका व्यक्तीला. ती व्यक्ती नक्की आपली कदर करील! आपले श्रेय आपल्याला देईल!

खामकर नीलाक्षीकडे गेले. ती एकटीच राहत असे. आज ती घरात होती. खामकरांना पाहिल्याबरोबर ती भडाभडा बोलू लागली.

राधेश्यामच्या सगळ्या अन्यायांचा, अत्याचारांचा तिने पाढा वाचला. बरे झाले, त्याला शिक्षा मिळाली... शेवटी देवानेच न्याय केला... असे खूप काय काय ती बोलत राहिली.

“न्याय देवानं केला नाही नीलाक्षी...” तिचे सगळे बोलणे ऐकून घेतल्यावर खामकर शांतपणे म्हणाले, “न्याय मी केला. मी खून केला राधेश्यामचा.”

नीलाक्षी क्षणभर चमकली. मग हसत सुटली. खूप, अगदी डोळ्यांत पाणी येईपर्यंत ती हसली.

अत्यंत अस्वस्थपणे खामकरांनी विचारले, “हसायला काय झालं?”

“तुमच्या कल्पनेचंच हसू आलं मला. एक तर राधेश्यामचा खून झालेलाच नाही. तरी तुम्ही मला येऊन सांगता, की खून झाला आणि तुम्हीच तो केला! कां?... मलाच कां सांगता हे?... तर मला इम्प्रेस करण्यासाठी! होय ना? मी खुश व्हावं आणि तुमच्याशी मैत्री वाढवावी म्हणून!... सॉरी, तसलं काही होणार नाही! डोन्ट एव्हर एव्हर थिंक ऑफ इट! त्या दिवशी तुम्ही मला हॉस्पिटलमध्ये पोहोचवलंत, याबद्दल मी तुमचे उपकार मानते– अगदी जरूर मानते; पण त्यापलीकडे आणखी कसल्याच भावना नाहीत मला तुमच्याविषयी! आणि असल्या काहीतरी रिडिक्युलस गोष्टी मलाच काय, दुसऱ्या कुणालाही सांगू नका! खून म्हणे!... अहो, तुमच्यासारखा साधाभोळा माणूस कसा काय करणार खून?... त्याला वेगळंच पाणी लागतं!”

काहीही न बोलता खामकर नीलाक्षीच्या घरातून बाहेर पडले. तिथून ते सरळ पोलीस स्टेशनवर गेले. इन्स्पेक्टर रानड्यांच्या केबिनमध्ये शिरले आणि म्हणाले, “मला तुमच्याशी काहीतरी, अतिशय महत्त्वाचं बोलायचंय. महत्त्वाचं आणि खाजगी.”

इन्स्पेक्टर रानड्यांनी एक बटन दाबलं. केबिनच्या दारावर ‘डू नॉट डिस्टर्ब’ साइन लागली.

“हं... बोला आता स्वस्थपणे.” इन्स्पेक्टर रानडे म्हणाले. मग खामकरांनी त्यांना थोडक्यात निशिगंधा प्रकरण सांगितले. अगदी तिने दिलेल्या खून करण्याच्या आव्हानापर्यंत.

“ओके. सो...?”

“म्हणून मी खून केला.”

“कुणाचा?”

“राधेश्यामचा.”

“पण त्यांना तर हार्ट अटॅक आला!”

“स्ट्रिचनाइनचा इफेक्ट तसाच होतो. अत्यंत डेडली असतं ते विष...”

“पण स्कॉचच्या बाटलीचा, ग्लासचा, लॅब रिपोर्ट आलाय. त्यात कसलंही विष सापडलं नाही.”

मग खामकरांनी विष सापडू नये म्हणून आपण काय काय केले ते सविस्तर सांगितले. अगदी बाटली-ग्लास समुद्रात फेकली, तिथपर्यंत.

“यू एक्स्पेक्ट मी टू बीलिव्ह धिस कॉक अ‍ॅण्ड बुल स्टोरी?”

“येस सर. तुम्हीच हे समजू शकाल.”

“खामकरसाहेब, इथं आम्ही फक्त पुरावा मानतो. इथं बाटलीचा पुरावा आहे... जिच्यात विष नव्हतं. ग्लासचा पुरावा आहे... ज्यावर मयताच्या बोटांचे ठसे आहेत.”

“ते सगळं मी केलं!”

“इम्पॉसिबल! एखाद्या निष्णात गुन्हेगारालासुद्धा हे इतकं सुचणार नाही. मग तुम्ही तर... बाय द वे, तुम्ही स्ट्रिचनाइन कुठल्या दुकानातून विकत घेतलंत?”

“दुकानातून नाही. लॅबमधून.”

“ते कोणी दिलं?”

“कुणीच नाही. मी घेतलं.”

“याला पुरावा... फक्त तुमचा शब्द... होय की नाही?... आणि मला एक सांगा, तुम्ही राधेश्यामचा खून कशासाठी कराल? प्रत्येक खुनामागचा मोटिव्ह फार महत्त्वाचा असतो खामकरसाहेब. वेल, राधेश्याम तुमच्याशी फारसं चांगलं वागत नसेल, हे मी मानतो; पण त्यासाठी खून? तोही, त्यामुळं तुमची नोकरी जाणार, हे निश्चित असताना?”

खामकर गप्प राहिले. काय बोलावे हे त्यांना सुचेनासे झाले.

“मी सांगतो खामकरसाहेब काय झालं ते.” इन्स्पेक्टर रानडे म्हणाले. “तुम्ही तुमच्या बायकोविषयी सांगितलंत ते खरं. त्यामुळे तुम्हाला खून प्रकाराविषयी एक आकर्षण-ऑबसेशन म्हणू हवं तर - तयार झालं, हेही खरं; पण म्हणून इथं खून झाला आणि तुम्ही तो केलात असं सिद्ध होत नाही. तुम्ही कितीही सांगितलंत, तरी ते पुराव्यानं सिद्ध व्हायला हवं ना? त्याशिवाय मी आणि आपलं कोर्ट, तुम्हाला मर्डरर म्हणूच शकत नाही. तुम्ही फारच आग्रह धरलात तर आम्ही तुम्हाला अटक करू शकतो; पण ती चिटिंगसाठी!”

“चीटिंग?... कसलं?”

“राधेश्यामच्या नावाचा फायदा घेऊन तुम्ही प्रसिद्धी मिळवण्याचा प्रयत्न करताय असं आम्ही म्हणू. पण मी म्हणणार नाही... कारण मला तुम्ही एक सज्जन पण गोंधळलेले गृहस्थ वाटता. त्यासाठीच सांगतो... प्लीज तुम्ही हे

खुनाचं डोक्यातून काढून टाका. दुसऱ्यासारखा एखादा असता, तर आम्ही ते क्षणभर खरं मानलंही असतं; पण तुम्ही म्हणजे... नाही हो, तुमच्यासारखा माणूस कधीच खून करू शकणार नाही...''

नीलाक्षीप्रमाणेच, इन्स्पेक्टर रानडेदेखील आपल्याला आता हसायला लागणार, असे खामकरांना वाटले.

त्याच्या आतच, अत्यंत पराभूत मनाने ते इन्स्पेक्टर रानड्यांच्या केबिनमधून बाहेर पडले.

प त्ता

माया वरदेकर ट्रेनमधून उतरली, तेव्हा बाहेर टळटळीत दुपार होती.

ट्रेन प्लॅटफॉर्मला लागली, तशी डब्यातली माणसे सामान सांभाळीत घाईघाईने उतरू लागली. इतक्या वेळाच्या प्रवासाने त्यांची शरीरे आंबली-चिंबली होती. तरीदेखील स्टेशन आले म्हणताना ती आधीपासूनच उठून उभी राहिली; आणि गाडी थांबताच उत्साहाने खाली उतरू लागली.

माया सावकाश उभी राहिली. आता घाई कसली? हे शेवटचे स्टेशन. इथून गाडी थोडीच पुढे जायची आहे? तिने आपली एकुलती एक बॅग उचलली आणि ती शांतपणे खाली उतरली. हातात एकच बॅग असल्यामुळे लाल कपड्यातल्या हमालांनी तिच्याभोवती झिम्मड घातली नाही. चार बाहेरचे, चार घरातले एवढेच कपडे, थोडे प्रसाधनाचे सामान आणि एक सुपरस्टार्सच्या फोटोंचा अल्बम, एवढेच सामान भरलेली तिची बॅग फारशी जड नव्हती. खांद्याची पर्सदेखील फारशी भरलेली नव्हती. माया आरामात चालत गेटपाशी पोहोचली.

ती अशी चालत येताना नजरेच्या कोपऱ्यातून, तरुण तिकीट चेकरने तिला पाहून ठेवले होते. इतरांची तिकिटे गोळा करतानाही, त्याला ती दिसत होती. एक कोवळी एकोणीस-वीस वर्षांची

मुलगी, प्रवासाने शिणलेली असूनही सुंदर दिसणारा तिचा चेहरा आणि बालिश चेहऱ्याशी काहीसे विसंगत असे पूर्ण स्त्रीचे शरीर... तो पाहत राहिला.

मायाने त्याच्या नजरेकडे लक्ष दिले नाही. नुसताच डाव्या खांद्यावर टाकलेला, खाली ओघळू पाहणारा दुपट्टा सावरण्याची तसदीदेखील तिने घेतली नाही. मग तो तरुण तिकीट चेकरच ओशाळला. गोंधळला. तिच्याकडे तिकीट मागण्याचेही त्याच्या ध्यानात राहिले नाही. ती तशीच बाहेर पडली.

आपण सुंदर आहोत, हे मायाला माहीत होते. आपण जमवलेल्या नट्यांच्या चित्रांशी ती नेहमी स्वतःची तुलना करून पाही. कपाळावर त्यांच्याप्रमाणे बटा ओढून आरशात पाही. उजव्या गालावरची पुसट खळी अधिक खोल कशी पडेल, याचा प्रयत्न करून पाही. त्यांच्याप्रमाणे, ओठांचे निरनिराळे कोन करून हसून पाही. कोणी जवळ नाही असे पाहून, स्तनदेखील हाताने थोडे उंचावून पाही.

बारावीची परीक्षा काठावर पास झाल्यानंतर मायाने ठरवून टाकले, की आता आपण सिनेमातच जायचे. तिच्या गावात आठवीपर्यंत शाळा होती. बसने रोज शहरात जायचे आणि शिक्षण घ्यायचे. या 'सर्कशी'नंतर, पदवी मिळाल्यावर मग काय करायचे? तर, शाळेत शिकवायचे नाहीतर कसल्यातरी सरकारी प्रकल्पावर कारकुनी करायची. त्यापेक्षा घरचे किराणा मालाचे दुकान ('वरदेकर यांचे किराणा मालाचे आणि ग्राहकोपयोगी वस्तूंचे दुकान') चालवलेले काय वाईट?... अर्थातच त्या कशातच दम नव्हता, नाव नव्हते आणि पैसा तर नव्हताच नव्हता. पैसा आणि नाव होते ते फक्त सिनेमात आणि तेही फक्त तिलाच शक्य होते, देवाने दिलेल्या देखणेपणाच्या जोरावर.

गेली दोन वर्षे तिने अभ्यासाकडे दुर्लक्ष करून सिनेमाच्या दृष्टीनेच प्रयत्न चालू केले होते. कॉलेजच्या वाचनालयात नाटक-सिनेमाला वाहिलेली तीन साप्ताहिके यायची - चित्रभूमी, रिमझिम आणि नटरंग. ती तिन्ही, दर आठवड्याला वाचून आणि रोज वर्तमानपत्रांच्या पुरवण्या चाळून तिने बरेच ज्ञान गोळा केले होते. एवढेच नाही, तर त्यांच्यातल्या 'आम्हाला विचारा' छाप कॉलमना अनेक प्रश्न विचारून तिने भंडावून सोडले होते. सिनेमात जाण्यासाठी काय करावे लागेल? तुम्ही अमक्या निर्मात्याचा पत्ता देऊ शकाल का?... तुम्ही तमक्या नटाचा पत्ता देऊ शकाल का?... मला ढमक्याच्या नव्या प्रॉडक्शनमध्ये काम मिळू शकेल का? मात्र तिच्या, अशा उपयुक्त प्रश्नांना त्या 'आम्हाला विचारा' असे खोटेखोटेच सांगणाऱ्या डामरटांकडून काही समाधानकारक उत्तरे मिळाली नव्हती.

आणि एके दिवशी काहीतरी विलक्षण घडले. गावात पाचुर्डेकराच्या

बखळीत दोन-तीन महिन्यातून एकदा शनिवारी रात्री सबंध गावासाठी फ्री सिनेमा यायचा, तसाच या वेळी 'उमराव जान' आला. प्रेक्षकवर्गाला तो फारसा पसंत पडत नव्हता, कारण नीटसा समजतही नव्हता. त्यामुळे अधूनमधून शिंका, विनोद – त्यावर हशा आणि शिट्ट्या यांच्या गोंधळातच सिनेमा चालू होता. 'दिल चीज क्या है' झाल्यावर माया पाय मोकळे करायला उठली. पडद्यावर एकदम तिची मोठी सावली पडली. शिट्ट्यांचा गजर झाला. ती, जी बिचकून बाजूला पळाली, ती एकदम एका पांढरी-काळी दाढीवाल्याच्या पुढ्यात येऊन थडकली. तो तिच्याकडे पाहून पांढऱ्या-काळ्या दाढीतल्या दाढीत हसला. त्याचे डोळे लुकलुकले. ''थांब'' तो म्हणाला. ''कुठं निघालीस?''

''तुम्ही कोण?'' तिने धीटपणे विचारले.

''मी प्रोजेक्शनिस्ट.'' तो म्हणाला. ''मीच घेऊन आलोय हे मशीन सिनेमा दाखवण्याचं.''

माया त्या दाढीवाल्याकडे पाहत राहिली. यापूर्वी कधीच तिने त्या माणसाला सिनेमा दाखवताना पाहिले नव्हते. या आधी दुसरेच कुणी यायचे. आज हा आला, तो बहुतेक पहिल्यांदाच. ''तुम्ही सिनेमावाल्यांकडून फिल्मस् घेऊन येता?' तिने अचानक विचारले.

''अर्थात.'' तो हसतहसत म्हणाला. हसल्याबरोबर त्याचे डोळे लुकलुकले. त्याच्या पाठीमागे निळ्या शाईचे आभाळ होते. त्यात अधेमधे तारे चमकत होते. मायाला त्या दाढीवाल्याची अति मंद प्रकाशातली आकृती आणि आभाळ, एवढेच दिसत होते. पाहता पाहता तिला ती आकृती वाढत वाढत जाताना दिसली. त्या भासाने गरगरल्यासारखे होऊ लागले. तिने विचारले, ''सिनेमावाल्यांमध्ये खूप ओळखी असतील तुमच्या?''

''बिलकूल.'' तो म्हणाला. ''तुझं काही काम होतं का?''

आता तर त्याची आकृती इतकी मोठी झाली होती, की त्याच्या आजूबाजूला आभाळाचे काही तुकडेच तेवढे दिसत होते. त्यावर, कलाबूत बारीक कापून पेरल्यासारखे चांदणे.

''मला सिनेमात जायचंय. कोणाकडे जाऊ?'' गरगरणाऱ्या डोक्याकडे दुर्लक्ष करत तिने विचारले.

''या पत्त्यावर जा.'' त्याने जाकिटाच्या खिशातून एक कार्ड काढले. तिच्या हातावर ठेवले. तिला आपल्या हातावर चांदण्याचा एक थेंब पडल्यासारखे वाटले. तिने वर पाहिले, तर प्रोजेक्शनिस्ट नाहीसा झाला होता. बहुधा रीळ बदलायची वेळ झाली असावी.

गुंगीत असल्यासारखीच माया जागेवर येऊन बसली, तेव्हा रेखा आणि

फारूख शेख, पिवळ्या फुलांच्या शेतात छपून गाणे म्हणत होती...

माया स्टेशनमधून बाहेर पडली आणि इतरांबरोबर टॅक्सीच्या रांगेत उभी
राहिली. खरे तर ती रांग टॅक्सीसाठी आहे, हे तिला पहिल्यांदा कळलेच नाही.
सगळे थांबले होते, म्हणून तीही थांबली. टॅक्सीतून एकेकजण जाऊ लागला,
तेव्हा कुठे प्रकार तिच्या लक्षात आला. तोवर ती रांगेतून थोडी पुढे सरकलीच
होती. आणखी वर्षभरातच स्वतःच्या चार-पाच गाड्या ठेवील, अशा
योग्यतेच्या अभिनेत्रीला चार सामान्य माणसांबरोबर टॅक्सीच्या रांगेत उभे राहवे
लागतेय, याची ती खंत करतेय, एवढ्यात आपण एका टॅक्सीसमोर उभे आहोत,
असे तिच्या लक्षात आले. तिथे उभ्या असलेल्या दंडुकाधारी पोलिसाने, काहीही
कारण नसताना, तिला ''चला, चला पुढे'' केले आणि उगाचच टॅक्सीला
दंडुक्याने थोपटले. टॅक्सी ड्रायव्हरने मागचा दरवाजा उघडला, तेव्हा त्याच्या
उजव्या डोळ्यात फूल पडले आहे हे मायाच्या लक्षात आले. कुठल्याही कारणाने
का होईना; पण कुरूप दिसणारी माणसे तिला आवडत नसत.

''किधर जाने का?'' त्याने विचारले.

तिने त्याला पत्त्याचे कार्ड दिले. त्याने ''बैठिये'' म्हटले. गरज नसताना;
कारण तोवर ती टॅक्सीत बसलीच होती. त्याने वळून तिच्याकडे एकदा पाहिले.
त्याच्या डोळ्याकडे लक्ष जाऊन तिला पुन्हा त्रास झाला. मग टॅक्सी सुरू झाली.

एक वळण घेऊन टॅक्सी गर्दीच्या रस्त्यावर आली. तिथे जमिनीत थोड्या
अंतरावर दोन प्रचंड गांडूळ पुरलेले होते. जमिनीबाहेर असलेल्या त्यांच्या
मधल्याच भागामध्ये माणसे गर्दीगर्दीने शिरत होती - बाहेर पडत होती...

मायाने बॅगेत कपडे टाकायला सुरुवात केली, तेव्हा, दुकानासाठी
मागवायच्या वाणसामानाची यादी करत बसलेल्या तिच्या आईने विचारले,
''बॅग भरून कुठे जाणारेयस?''

''सिनेमात.'' वाद होऊ नये, अशा अपेक्षेने ती त्रोटक बोलली.

आईला आश्चर्य वाटले नाही. मायाची ही लक्षणे तिला कधीपासूनच
दिसत होती.

''बोलत का नाहीस?'' तिने आईला विचारले.

आई मुळी गरजेशिवाय बोलतच नसे. जसे काही, मनातल्या मनात ती
आपले आणि त्यावर दुसऱ्याचे, असे सगळे बोलणे बोलून पाही आणि मग त्या
संभाषणाचे एकदम शेवटचे टोक गाठी. त्यावर बोलण्यासारखे काही असेल तर
बोलायचे. नाहीतर तोंडच कशाला उघडा?... आताही तसेच झाले.

माया : मला सिनेमाची जबरदस्त आवड आहे.

आई : तिथे काय तुझ्यासाठी काम वाढून ठेवले आहे?

माया : प्रयत्न करीन.

आई : मी आणि तुझी आजी - आम्ही दोघीही उतारवयाच्या. आम्हांला एवटेच सोडून कशी जातेस?

माया सहा वर्षांची असतानाच तिच्या वडिलांना, स्कूटरवरून तयार मसाल्याच्या पिशव्या घेऊन येताना पाठीमागून टँकरने जोराची धडक दिली. मसाले चिखलात पडले. वरदेकर डोक्यावर आपटले. त्यावेळी हेल्मेटची सक्ती नव्हती. वरदेकर जागच्या जागी खलास झाले. त्यांच्यामागे गेली तेरा-चौदा वर्षे आईच 'वरदेकर यांचे किराणा...' सांभाळत होती. घर चालवत होती.

यावर माया : पण मला माझ्या भविष्याचा विचार केलाच पाहिजे!

यावर आईला बोलण्यासारखे काय उरले? म्हणून तिने मधले हे सगळे संभाषण मनातल्या मनात आटपून टाकले आणि ती एकदम स्वत:चे शेवटचे वाक्य म्हणाली, "जातेयस तर जा."

हे असले न झालेले संभाषण ऐकून आजी, दहा-दहा बिस्किटांच्या तुकड्यांच्या पुड्या करण्याचे काम करत होती, ते हातचे टाकून बाहेर आली आणि म्हणाली, "निघाली कुठे ती? असं तरण्याताठ्या पोरीनं कोणाची सोबत न घेता गाव सोडून जायचं, ते कसं चालेल?"

आई म्हणाली, "इथं गावात राहून काय व्हायचंय तिचं?"

आजी : अग, पण तिथं शहरात तिच्यावर काय संकटं कोसळतील, काही कल्पना आहे का तुला?

आई : ते खोटं नाही; पण जमून गेलं तर पैसा किती मिळेल, आहे ठाऊक?

आजी : म्हणजे पैशासाठी बळी द्यायचाय का पोरीचा?

आईला हसू आले. "काही नाही बळी न बिळी. नाहीच कुठं जमलं, तर येईल परत. आपण आहोतच ना इथं?"

एवढे बोलून तिने सामानाची यादी हिशेबाच्या वहीत खोचून ठेवली आणि ती स्वैपाकालाच लागली. मग आजी काय करणार? ती आपली तेव्हा आणि नंतरही दोन दिवस फुणफुणतच राहिली; पण तिच्याकडे कोणी लक्ष दिले नाही; आणि माया सरळ बॅग भरून घराबाहेर पडली, सिनेमात काम मिळवायला.

टॅक्सी बराच वेळ चालली होती. सुरुवाती-सुरुवातीला मायाला टॅक्सीबाहेर पाहताना खूप गंमत वाटली. उंच उंच इमारती, वेगवेगळ्या रंगांच्या, वेगवेगळ्या

आकारांच्या... दगडांच्या, सिमेंट-काँक्रीटच्या, तर काही काही चक्क काचेच्या. त्यामध्ये दुसऱ्या इमारतींची, रस्त्यांची आणि आकाशाचीदेखील प्रतिबिंबे... या इमारतींबाहेर पडणारी आणि आत जाणारी असंख्य माणसे वारुळातल्या मुंग्यांच्या रांगाची आठवण करून देणारी. लाह्या-कुरमुऱ्यांच्या ताटांसारखे पांढरट कपड्यातल्या माणसांनी भरलेले रस्ते. कुठे अगदी अरुंद, जणू मोटारींच्या पायवाटा.... तर कुठे दोन गाड्या जातील आणि दोन येतील इतके रुंद हमरस्ते... त्यावरून सुरसुर धावणाऱ्या गाड्या, बसेस. आणि पूल. मधेच भरगच्च तर मधेच निर्जन वाटणारे पूल. माणसांच्याच नद्यांवर टाकलेले, माणसांच्या गर्दीला पुन्हा माणसांच्या गर्दीशीच जोडणारे पूल... मायाच्या डोक्यात निरनिराळ्या गमतीदार कल्पना येत होत्या. हे काय, ते काय, असे खूप काही काही तिला त्या टॅक्सी ड्रायव्हरला विचारावेसे वाटत होते; पण त्याच्या डोळ्यात फूल पडलेले असल्यामुळे तिला त्याच्याशी फार बोलावेसे वाटत नव्हते.

हळूहळू मनुष्यवस्ती विरळ होतेय असा भास तिला होऊ लागला. मघाच्या दगडाच्या नि काचेच्या भिंतींचा आता मागमूसही राहिला नव्हता. झोपड्यांचे जथेच्या जथे दिसू लागले. गावात तिने झोपड्या पाहिलेल्या होत्या; पण त्या अंतराअंतरावर बांधलेल्या आणि आकाराने मोठ्या, सुबक असत. ही नुसतीच गर्दी गर्दी करून एकमेकांना जोडून उभी राहिलेली गोणपाटे आणि पत्रे... त्यांची न संपणारी वस्ती... नक्कीच काहीतरी घोटाळा आहे... आपल्याला जायचेय ते इथे कुठे असणार? नाइलाजाने तिने ड्रायव्हरला विचारले, ''कुठे चाललो आहोत आपण?''

''वही. कार्ड के पते पर. क्यूँ? वापस लूं?''

परत फिरून कुठे जाणार? ती म्हणाली, ''नको. जाऊया असेच.''

हळूहळू उजेड कमी होऊ लागला. मायाला अस्वस्थ वाटू लागले... किती वेळ करतोय आपण प्रवास?

पण पुन्हा इमारती दिसू लागल्या आणि तिला थोडे हायसे वाटले.

मधेच थोडा उजाड पट्टा - ही मैदाने असतील का? त्याच्यापुढे दलदल, त्यात दाटीवाटीने वाढलेली काळसर हिरवी झुडपे...

पुन्हा गर्दीगर्दीने झोपड्या आल्या. मग इमारती...

आपण पुन:पुन्हा त्याच त्याच ठिकाणावरून तर जात नाही? या शंकेने माया हबकली. तिने ड्रायव्हरला विचारले, ''आपण बरोबर जातोय ना?''

''वापस जाने का है? घुमावूं?'' त्याने - मघाचेच, परत विचारले.

वापस? इतके मागे? परत?... आणि परत कुठे?

''नही. आगे चलो.''

एकदम तिला काहीतरी दिसले. ही मशीद – ''ड्रायव्हर ही मशीद मघाशी दिसली होती!''

''वो दूसरी थी!''

''नाही नाही, मला खात्री आहे...''

''सब मसजिदें एक जैसी ही होती है, मिस!'' तो हसून म्हणाला.

त्याच्या त्या 'मिस्'चा उच्चार तिला खटकला. त्यात नको इतकी सलगी आहे, असे तिला वाटले. हा कुठे भलतीकडेच नाही ना नेणार आपल्याला?... किती लांब आणले याने? मीटर किती झाले असेल? फार पैसे द्यावे लागतील? पैशाचे राहू दे एकवेळ; पण हा पोहोचवील ना त्या पत्त्यावर?

एकाएकी तिला जाणवले – इतका वेळ भरधाव चाललेल्या टॅक्सीचा वेग आता मंदावतोय. काय असेल याचा इरादा? तिला आजीचे शब्द आठवले... तरण्याताठ्या मुलीने एकटेच जाऊन संकटात पडायचे... पैशासाठी–बळी...

एका मोकळ्या मैदानासारख्या जागेवर टॅक्सी थांबली.

ड्रायव्हर खाली उतरला. माया टॅक्सीत बसूनच राहिली. समोर सूर्याचा लालभडक गोळा दिसत होता. माया ड्रायव्हर परत येण्याची वाट पाहत राहिली. मग तिच्या लक्षात आले. तो कुठे गेलाच नव्हता. गाडीला टेकून तो सूर्याकडे पाहत हाताची घडी घालून उभाच होता...

तिला त्याचा थोडा राग आला; पण भीती अधिक वाटली.

''काय झालं? थांबला का?'' तिने त्याला हाक मारून विचारले.

''बस, मैं आगे नहीं जा सकता.''

म्हणजे? हा मला इथेच सोडणार? या उघड्या मैदानावर? आजूबाजूला कोणी नसताना?

''क्यूँ नहीं जा सकता?''

''नहीं जा सकता. गाडी का प्रॉब्लेम है.''

''पण तू – तू त्या पत्त्यावर मला सोडणारेयस ना? तू कबूल केलंयस.'' वाद घालण्याचा काही उपयोग नाही, हे जाणवत असतानाही ती म्हणाली.

''मुझे बस यही तक का रास्ता मालूम है.''

त्याचा फूल पडलेला डोळा ती चुकवत होती; पण शेवटी नाइलाजाने तिने त्याच्याकडे पाहिले. कळवळून ती म्हणाली, ''यहा बिल्कुल सुनसान है. मुझे किसी जगह तो छोड जाइये.''

तो टॅक्सीत बसला. ''ठीक है. यहाँ एक नाटक का थिएटर है – वहाँ छोडता हूँ.'' त्याने टॅक्सी स्टार्ट केली.

मायाचा जीव भांड्यात पडला. निदान याने काही गैरप्रकार केला नाही!...

आणि नाटकाचे थिएटर म्हणजे बरेच झाले! तिकडे कुणालाही हा पत्ता ठाऊक असेल!

सूर्याचा तो लाल गोळा हळूहळू खाली गेला. हवेत थंडावा आला. गार वारेही टॅक्सीच्या खिडकीतून आत येऊ लागले; पण मायाने खिडकीची काच लावली नाही. आता कसलीही हालचाल करणे तिला सुरक्षित वाटत नव्हते. कधी एकदाचे त्या नाटकाच्या थिएटरशी पोहोचतो, त्याची वाट बघत ती गोठल्यासारखी बसून राहिली.

अचानक टॅक्सी एका काळ्या दगडी इमारतीशी थांबली. टॅक्सीवाला म्हणाला, ''यही है वो थिएटर.''

ती घाईघाईने टॅक्सीतून उतरली. थिएटर न वाटणाऱ्या त्या थिएटरमध्ये शिरली.

आत निःशब्द शांतता होती.

ती चार काळ्या पायऱ्या चढून गेली. समोरच एक दरवाजा होता. तोही पूर्ण काळ्या रंगात रंगवलेला होता. ती तो ढकलणार, इतक्यात तो आपोआप उघडला.

ती दचकली. क्षणभर तशीच उभी राहिली. दरवाजाही तसाच उघडा राहिला.

ज्याअर्थी तो दरवाजा आपल्यासाठी तिष्ठत थांबला आहे, त्या अर्थी आपण आत जाणे भागच आहे. असे तिच्या मनात आले. ती आत शिरली.

आत मिट्ट काळोख होता.

नाट्यगृहाच्या (जर ते नाट्यगृह असेल तर) भिंती काळ्याच रंगाच्या होत्या; आणि आता तिच्या लक्षात आले, बहुधा काळोखाला डोळे सरावल्यामुळे असेल, की तिथे शे-दीडशे आसने होती. तिन्ही बाजूंनी ती मांडलेली होती आणि मधे रंगमंच होता. (म्हणजे ते नक्कीच नाट्यगृह होते!)

त्या रंगमंचावर एक काळ्या पोशाखातला तरुण उभा होता; पण त्याने मायाला पाहिले नाही. कारण त्याची मान फाशी दिल्याप्रमाणे खाली झुकलेली होती.

माया एका कोपऱ्यातल्या आसनावर बसून राहिली. पाय पोटाशी घेऊन.

एक गुणगुणल्यासारखा आवाज तिच्या कानावर येऊ लागला. चारी बाजूंनी तो येत होता. वाढत नव्हता. जेवढा होता तेवढाच, पण निश्चित होता. मायाच्या अंगावर काटा आला.

पण खरोखर घाबरण्यासारखे काही नव्हते. कारण गुणगुण ऐकू येत होती,

ती रंगमंचावरून. दोन काळ्या पोशाखातल्या मुली आणि एक काळ्या पोशाखातला मुलगा, अशी तिघे रंगमंचाच्या तीन कोपऱ्यांमधून, त्या, फाशी गेल्याप्रमाणे मान झुकवलेल्या तरुणाच्या दिशेने येऊ लागली. हळूहळू त्या तरुणावरचा, मघापासून, जेमतेम तो दिसेल इतपत मंद ठेवलेला प्रकाशझोत अधिकाधिक उजळत गेला आणि त्याबरोबर त्या तिघांची (की चौघांचीही?) गुणगुण अधिक मोठ्याने होऊ लागली.

भारल्यासारखी माया त्या चौघांकडे पाहत राहिली. एकदम गार वारे आत येऊन थंडी वाजू लागावी, तशी तिच्या अंगातून भीतीची शिरशिरी गेली आणि मग तिला रीतसर भीती वाटू लागली. मात्र, ही भीती कसली, ते तिला कळत नव्हते! रंगमंचावर दोन तरुण आणि दोन तरुणी काहीतरी नाटक करत होते. ते बघायला (तिच्याशिवाय) एकही प्रेक्षक नव्हता. सारे नाट्यगृह रिकामे होते. त्याअर्थी ते नाटक नसावे. नुसती तालीम असावी. पण त्यात भीती वाटण्याजोगे काय होते?

आणि अचानक तिला टॅक्सीची आठवण झाली. आपण घाईघाईत टॅक्सीतून उतरलो. टॅक्सीचे पैसे न देता. ड्रायव्हर अजूनही आपली वाट पाहत असणार... त्याचे काय, मीटर त्याने चालूच ठेवले असेल. धिक्कार पैसे द्यावे लागणार!... पैशांचा विचार मनात येताच तिला पर्सची आठवण झाली. ती टॅक्सीतच आहे. नुसती पर्सच नाही, बॅगसुद्धा!

घाईघाईने ती काळे दार लोटून (या वेळेस ते आपणहून उघडले नाही!) चार काळ्या पायऱ्या उतरून त्या दगडी इमारतीच्या बाहेर आली.

बाहेर चिटपाखरू नव्हते. टॅक्सी गायब!... पर्स आणि बॅग या दोन्ही वस्तूंसकट.

दरवाज्यासमोरच्या त्या रिकाम्या जागेकडे पाहताना तिला रडू येऊ लागले. तरीही ती तशीच बाहेर आली. दोन्ही बाजूंनी थोड्या अंतरापर्यंत जाऊन पाहून आली. टॅक्सीचा पत्ता नाही.

आता चांगलाच काळोख पडला होता. नाट्यगृहाच्या उजव्या बाजूला दोन म्युनिसिपालिटीचे पिवळे सोडियम लाइट्स होते. रस्ते निर्मनुष्य होते.

ती परत नाट्यगृहात येण्यासाठी वळली. आता ती कुठे जाणार होती? आणि कशी?

अचानक तिचे लक्ष त्या काळोखातही उठून दिसणाऱ्या, जमिनीवर पडलेल्या एका पांढऱ्या कपट्याकडे गेले. तिने तो उचलला. त्या क्षणी तिला त्या कपट्याचा मोठाच आधार वाटला. ते प्रोजेक्शनिस्टने दिलेले काडे होते. त्यावर, तिला जिथे पोहोचायचे होते, तिथला पत्ता होता.

पण ते कार्ड असे जमिनीवर कोणी भिरकावले? अर्थातच टॅक्सी ड्रायव्हरने! त्याच्याचकडे नव्हते का आपण ते दिले?

तिच्या मनात त्याच्याविषयी एकदम कृतज्ञता दाटून आली. बॅग घेऊन, पर्स घेऊन भले तो नाहीसा झाला असेल; पण तिला लागणारा पत्ता तिच्यासाठी ठेवून जाण्याची माणुसकी तर त्याने दाखवली होती?... ठेवून जाण्याची?... माणूसकी?... त्याने तो तिला परत केला नव्हता. त्याने तो नुसताच भिरकावून दिला होता... वाटेवर! काळोखात तिला तो दिसलासुद्धा नसता!

तिच्या समोरच कोणीतरी मोठ्याने हसले आणि त्यानंतर लगेच एकदम तिघे-चौघे हसू लागले. ती किंचाळणार, एवढ्यात तिच्या लक्षात आले, की समोरच्या शोकेसमधली विदूषकांची मुंडकी हसताहेत. मुंडकी?... छे! उगाच स्वतःला घाबरवून घेण्यात अर्थ नाही. ती मुंडकी नाहीत. मुखवटे आहेत. सगळे मुखवटे हसताहेत. सगळे कसे हसताहेत? नाटक म्हणजे एक हसरा मुखवटा आणि दुसरा रडवा... पण इथे सारेच हसत होते. रडत कोणीच नव्हते. सारे... हसत होते.

त्या शोकेसकडे लक्ष न देता माया पुन्हा आत गेली.

आणि आता मात्र तिला आपल्या भीतीचे कारण निश्चितपणे उमजले.

वातावरणात काहीतरी होते. ते दबा धरून बसले होते. केव्हाही पुढे येईल असे वाटत होते. ते काय ते कळत नव्हते. त्याचा आकार कळत नव्हता. म्हटले तर ते तिथे होते; म्हटले तर नव्हते. तिला मात्र निश्चित जाणवत होते, की इथे काहीतरी आहे!

ती आत गेली. स्टेजवर एक काळा आकार तयार झाला होता. त्या चौघांचा तो आकार हलत होता, डुलत होता, खाली पडत होता, उठून उभा राहत होता. उजव्या विंगेत जात होता, डाव्या विंगेत जात होता.

ती त्या आकाराकडे पाहत पहिल्या रांगेतल्या मध्यावरच्या सीटवर बसून राहिली. या काळ्या आकाराकडे पाहता पाहता, कसे कोण जाणे, तिचे मघा वाटलेले निकराचे भय थोडे कमी झाले...

समोरचा तो आकार रंगमंचावर इकडे तिकडे फिरता फिरता खाली उतरून आला. तिच्याकडे. एक काळा ढग आपल्या अंगावर कोसळतोय या जाणिवेने ती एकदम उठून उभी राहिली.

तिच्याजवळ येताच ती चौघे विलग झाली.

मायाने कार्ड त्यांच्यासमोर धरले. ''मला या पत्त्यावर पोहोचवाल, प्लीज?''

''कशासाठी?'' मघा, फाशी दिल्याप्रमाणे मान खाली झुकवणाऱ्याने विचारले.

"मला सिनेमात जायचंय." ती म्हणाली.

त्याबरोबर ती चौघे जोरजोरात हसू लागली. त्यांचे हसणे वाढतच चालले. ती ओशाळवाणी होऊन खाली बसली.

मग मघाचाच तरुण, आपले हसू आवरून तिच्या शेजारी येऊन बसला. तिला म्हणाला, "कशासाठी सिनेमात जायचंय?"

"नाव, पैसा, प्रसिद्धी... सगळंच."

बाकीची तिघे पुन्हा मोठमोठ्याने हसू लागली. अगदी पोट धरधरून हसू लागली. हसता हसता कोसळायचीच तेवढी ती बाकी राहिली.

मग तो तरुण, एखाद्या लहान मुलीची समजूत घालावी, तसे तिला म्हणाला, "तू चुकीच्या ठिकाणी आली आहेस. पैसा, प्रसिद्धी याच्याशी आमचा काही संबंध नाही. नावदेखील मिळालं तर मिळालं... ते मिळावं अशी आम्ही अपेक्षा ठेवत नाही. आम्ही कलावादी आहोत. शुद्ध कलावादी. रंगभूमीवर निरनिराळे प्रयोग करून पाहण्यात आम्हांला आनंद वाटतो. ते सर्वसामान्य माणसांना समजत नाहीत. ती माणसं इकडे फिरकत नाहीत; पर आम्हांला त्याची पर्वा नाही. आम्ही आमच्या कलेच्या नशेत असतो. आनंदात असतो. आम्ही.... आम्ही..."

तो बराच वेळ बोलत होता; पण तिला जणू ते ऐकू येईनासे झाले होते. फक्त मधूनमधून त्याचे 'आम्ही' - 'आम्ही' तिला ऐकू येत होते. कारण त्या तरुणाच्या शब्दांनीच जसा काही मघाच्या त्या भयप्रद निराकार अस्तित्वाला परत आकार दिला होता. माया भयचकित झाली होती; आणि तिच्या समोरच काहीतरी अत्यंत दुष्ट, वाईट, अभद्र असे आकार घेत होते. तरुणाच्या अहंकारी शब्दांनी ती निराकार गोष्ट अधिकाधिक सबळ होत होती का? कोण जाणे. विचार करायला ती तिथे थांबलीच नाही. त्या दुष्ट शक्तीने पुरता ताबा घ्यायच्या आत ती तिथून बाहेर पडली. शोकेसमधले चार विदूषक हसतच होते. मात्र, आताच्या त्यांच्या हसण्याचा आवाज डिट्टो आतल्या चार कलावादी मंडळींच्या हसण्याचा होता.

आता कुठे जावे, काय करावे या विचारात माया काळोखाकडे पाहत तशीच उभी राहिली. मग नाइलाजाने तिथून बाहेर पडली. पत्त्याचे कार्ड हातात घट्ट धरून काळोखातून चालू लागली. थोड्याच वेळात तिला मोटरसायकलचा फर्रर्र्ऽऽ आवाज ऐकू आला. क्षणभरात मोटरसायकल तिच्या शेजारी येऊन थांबली.

"बस." मघाचा तो 'आम्ही – आम्ही' म्हणणारा तरुण म्हणाला. "तुला सर्वसामान्यांच्या नाटकाच्या थिएटरमध्ये घेऊन जातो."

"पण मला नाटकात जायचं नाही. मला सिनेमात जायचंय. कुठ जायचं, कोणाला भेटायचं हे पण पक्कं आहे. या कार्डवरच्या पत्त्यावर मला जायचंय, बस्."

"हा पत्ता मलाही माहीत नाही." तरुण प्रामाणिकपणे म्हणाला. "आणि तो शोधून काढणं ही माझ्या बस की बात नाही. नाहीतर मी तुझ्यासाठी तेवढं केलं असतं; पण सामान्यांच्या नाटकात जी मंडळी असतात, त्यांच्यापैकी कुणाला तरी हा पत्ता ठाऊक असलाच पाहिजे. म्हणून म्हणतो, आपण तिकडे जाऊया."

ती दोघे तिकडे जाऊन पोहोचली, तेव्हा तिथे नाटक अगदी रंगात आले होते. झगझगीत प्रकाशात पात्रे हसत होती, बोलत होती, प्रेम करत होती, भांडण करत होती, नाचत होती, गात होती; आणि प्रेक्षक – नाट्यगृह प्रेक्षकांनी खचाखच भरले होते, टाळ्या वाजवत होते, हसत होते, एकमेकांना कोपराने ढुशा देत होते. काही काही जण तर हसता हसता सीटखाली पडण्याच्या बेतात होते.

माया रंगमंचाच्या पाठीमागच्या काळोखात गेली. तिथे एक जाडगेले गृहस्थ घाईघाईने इकडून तिकडे फिरत होते. त्यांना तसे कां फिरावे लागत होते, हे चटकन लक्षात येणे कठीण होते; पण नीट पाहिल्यावर कळत होते, की त्यांच्या नाटकाचा प्रमुख स्टार, ज्याला पाहण्यासाठी एवढ्या मोठ्या संख्येने प्रेक्षकवर्ग जमला होता, तो स्टार रंगभूमीवर ज्या हालचाली करत होता, त्यांना समांतर अशा हालचाली पडद्यापाठीमागे हा माणूस – निर्माता करत होता. कारण हा स्टार फिरेल तसेच फिरण्याची त्याला सवय लागली होती. त्याच्या पाठोपाठ पांढरा शुभ्र सफारी सूट घातलेला त्याचा मॅनेजर बगलेत कॅशची बॅग घेऊन फिरत होता. त्यांच्या येरझारा मायाने मधेच पुढे होऊन तोडल्या आणि आपल्या हातातील कार्ड पुढे करत ती म्हणाली, "मला या पत्त्यावर पोहोचवता?"

तिच्या हातातील कार्डकडे दुर्लक्ष करून तिलाच नखशिखान्त न्याहाळत निर्माता म्हणाला, "नव्या नाटकाचं कास्टिंग उद्या व्हायचंय. ठीक बारा वाजता हजर राहा."

माया म्हणाली, "मला नाटकात काम करायचं नाही. सिनेमात करायचंय."

निर्माता चकित झाला. तोंडातल्या तोंडात काहीतरी पुटपुटला. कदाचित त्याने शिव्यासुद्धा दिल्या असतील.

मायाने पुन्हा कार्ड पुढे केले. "हा पत्ता. प्लीज. मला पोहोचवा. तुम्हाला

ते कठीण नाही.''

''मला काहीच कठीण नाही.'' निर्माता आढ्यतेने म्हणाला. त्याने आपल्या ड्रायव्हरला काही सूचना दिल्या. ''तू थांब बाहेर.'' त्याने मायाला सांगितले.

माया लॉबीत जाऊन थांबली. वर एक प्रचंड पर्शियन झुंबर लखलखत होते. आतून हशा–टाळ्यांचे आवाज येत होते.

आणि तीच – मघांची ती अभद्र दुष्ट अशा निराकाराची भीती मायाच्या भोवताली दाटू लागली. त्या दगडी काळ्या नाट्यगृहात जी आपण पाठीमागे सोडून आलो आहोत, असे तिला वाटत होते, तीच भीती या लखलखत्या, झुंबराने मढलेल्या आणि हशा–टाळ्यांच्या आवाजाचे अस्तर लावलेल्या जागी हजर झाली होती. मायाने दुपट्टा पांघरून घेतला. ते जे काय आहे, ते केव्हा ना केव्हा तरी आपल्याला गिळून टाकणार, या विचाराने तिच्या डोळ्यांत पाणी आले.

निर्मात्याने दिलेल्या उनो नाइन एट सेव्हन झिरोमध्ये बसून माया जेव्हा एका छोट्याशा बंगलीवजा इमारतीशी पोहोचली, तेव्हा काळोख दाट झाला होता, तारे नाहीसे झाले होते आणि थंडगार वारे जोराने वाहू लागले होते. ती उनोमधून उतरली; आणि आपण कुठे आलोत, हे पाहतेय तेवढ्यात उनो सुसाट वेगाने निघूनदेखील गेली. आता माया आणि काळोख – ही दोघेच तिथे राहिली.

कुडत्याच्या खिशात ठेवलेले कार्ड तिने बाहेर काढून परत पाहिले. आपण बरोबर पत्त्यावर आलो आहोत की नाही, हे समजायला काहीच मार्ग नव्हता; पण समोरच एक जिना होता. सिनेमात दाखवतात तसा, प्रशस्त, संगमरवरी वाटणारा. ती तो चढून गेली. (दुसरे काय करणार?)

समोर एक कमानदार दरवाजा होता. तिथेच एक मोठा काळा कुत्रा साखळीला बांधलेला होता. पिवळ्या डोळ्यांनी तिच्याकडे रोखून पाहत, जबडा वासून दात विचकत तो जोरजोराने भुंकत राहिला; पण कोणीच बाहेर आले नाही. आता तो साखळी तोडून धावत अंगावर येणार, असे वाटण्याइतक्या जोराने तो तिच्या रोखाने उड्या मारत राहिला. ती भिंतीच्या बाजूबाजूने चालत पुढल्या दरवाजाशी पोहोचली.

दरवाज्यावर एकच शंभर पॉवरचा दिवा जळत होता; पण त्याचा कोन असा होता, की प्रकाश थेट खालच्या छायाचित्रांवर पडेल. टीव्ही मालिकांचे स्टिल्स आणि पोस्टर्स यांनी तिथले एक लाकडी पॅनल गजबजून गेले होते. ती नटनट्यांची चित्रे पाहण्याचा मोह टाळून माया पुढे गेली. दारावर नावाची एक

छोटी पाटी होती; तिच्यावर नावाबरोबरच लिहिले होते. ‘स्मॉल स्क्रीन मुगल.’ छोट्या पडद्याचा बादशहा.

मायाने दार हलकेच लोटले; आत घंटांचे तोरण वाजावे तसा मंजुळ किणकिणाट झाला. दारावर एकदा हलकेच टकटक करून तिने आत पाऊल टाकले.

आत गडद जांभळा काळोख होता. छतातून कुठूनतरी प्रकाशाची एकच तिरीप येत होती, तिच्या विरोधात तो जांभळा काळोख अधिकच गडद वाटत होता. समोर मखमली सोफा सेट होता. त्यापैकी एका सोफ्यावर, दाराकडे पाठ करून कोणीतरी बसले होते. काहीसे स्थूल, बेढब, बेडौल. पूर्ण काळे कुळकुळीत.

त्या आकाराकडे पाहिल्याबरोबर मायाने ओळखले. हे तेच भयाण निराकार अस्तित्व, ज्याच्या भीतीने आपण अनेकदा गारठून गेलो!

क्षणभर त्याने मान वळवून तिच्याकडे पाहिले. दोन लाल निखारे तिच्याकडे रोखून पाहताना तिला दिसले. एक हास्याचा खदखदाट झाला; आणि तिला काही समजायच्या आत तो आकार बसल्या जागेवरूनच झपकन झेप घेऊन तिच्यापर्यंत आला. मधला अवकाश जसा काही त्या काळ्याकुट्ट आकाराने रबराच्या लवचिकपणे व्यापून टाकला. त्या आकाराला चुकवण्यासाठी ती दुसऱ्या बाजूला वळली. त्या आकाराने पुन्हा खदखदा हसत तिच्यावर झेप घेतली.

माया धावत, किंचाळत दारापर्यंत गेली; पण तो काळाकुट्ट आकार भिंतीत एक प्रचंड विवर पडावे, तसा दार अडवून उभाच होता. आता त्याने मायाच्या अंगावर झेप घेतली, जी माया चुकवू शकली नाही. एखाद्या घाणेरड्या गिळगिळीत पदार्थाचा प्रचंड लपका आपल्या अंगावर पडलाय आणि आपण त्यात पूर्णपणे बुडून गेलो आहोत, अशी तिची भावना झाली. अंगावरच्या त्या घाणेरड्या, चिकट पदार्थाला तिने जोर लावून ढकलून दिले. हास्याचा खदखदाट ऐकू आला. तिच्या आणि दाराच्या मध्ये एक अजस्त्र काळा हात लांबूनच येऊन थडकला आणि त्याने तिला दूर भिरकावून दिले. ती शर्थीने उठली, पुन्हा दाराच्या दिशेने धावली. हात आणि त्याच्या मागचा तो भयंकर, लिबलिबीत आकार दारापर्यंत पोहोचण्याआधीच कशी कोण जाणे, ती दार उघडू शकली आणि मधल्या पॅसेजमधून त्या काळ्याकुट्ट दंताळ कुत्र्याच्या उड्या चुकवत जिन्यापर्यंत आली. तेवढ्यात पायरीवरून तिचा पाय सटकला. सिनेमात नको असलेल्या परस्त्रिया, गरोदर बायका आणि वृद्ध जसे जिन्यावरून गडगडत खाली येतात, तशीच ती खाली आली; आणि हेच पडता पडता तिच्या मनात आले.

ती खाली पडली, तीसुद्धा बाहेर वादळाने थैमान घातले असताना घराबाहेर काढलेल्या, जुन्या सिनेमातल्या नायिकेसारखी. पडल्यापडल्याच तिने खिशातले कार्ड शाबूत आहे का, हे चाचपून पाहिले आणि ती तशीच पडून राहिली. आताच येऊन गेलेल्या भीषण अनुभवातून ती अजून सावरली नव्हती. तिच्या हातापायांचा थरकाप अजून थांबलेला नव्हता.

जवळच गाडी थांबल्याचा आवाज झाला, म्हणून ती उठून बसली.

ती मघाचीच टॅक्सी होती.

डोळ्यात फूल पडलेला टॅक्सी-ड्रायव्हर टॅक्सीतून उतरून तिच्या पुढ्यात येऊन उभा राहिला. तिला उठवण्यासाठी त्याने हात पुढे केला; पण तो न धरता, ती आपणहूनच उठून उभी राहिली. टॅक्सी ड्रायव्हरच्या चेहऱ्यावरची दुपारची उर्मट बेफिकिरी आता नाहीशी झाली होती; तिची जागा आता एका त्रस्ततेने घेतली होती. मायाने विचारले, ''पळून गेलास ना माझी पर्स, बॅग घेऊन?''

''नहीं मिस. यही चक्कर काटता राहा. एक बार इधर आ गया तो आदमी फिर कही नहीं जा सकता.''

ती टॅक्सीत जाऊन बसली. तिची पर्स आणि बॅग दोन्ही टॅक्सीत सुखरूप होती; पण तिच्या मनात आले – एकदा ठीक पत्त्यावर पोहोचले की या दोन्ही वस्तू नसल्या तरी चालणारच आहे!

ती एका प्रॉडक्शन ऑफिसमध्ये पोहोचली, तेव्हा निम्मी रात्र उलटून गेली होती.

ऑफिसमध्ये टेबलाशी तीन खुर्च्या होत्या. त्यावर तीन राखाडी कुत्रे बसले होते. मात्र, हे त्या मघाच्या कुत्र्यासारखे भेसूर आणि आक्रमक नव्हते. उलट ते बरेचसे बापुडवाणेच वाटत होते. काहीतरी मागायला बसल्याप्रमाणे ते कान पाडून लाळ गाळत बसले होते; टेबलापाठीमागच्या फिरत्या खुर्चीत जो बुलडॉग बसला होता, तो त्यांच्या अंगावर मोठमोठ्याने गुरकावत होता.

माया त्या श्वानमंडळीकडे लक्ष न देता सरळ आत गेली. समोरच बाथरूम होती. तिथल्या वॉशबेसिनमध्ये तिने तोंड स्वच्छ धुतले. डोळ्यांवर सपासप पाणी मारले. बाजूच्या स्टेनलेस स्टीलच्या दांडीवर लावलेल्या स्वच्छ नॅपकिनने तिने चेहरा खसाखस पुसला. तिला बरेच फ्रेश वाटू लागले.

शेजारीच एक दरवाजा होता. त्याच्या लाकडात वेलबुट्टीची सुंदर नक्षी कोरलेली होती. पितळी नॉब फिरवून तिने तो दरवाजा ढकलला. आत मंद संगीत चालू होते.

ती आत शिरली. सर्वत्र मंद सोनेरी प्रकाश भरून राहिला होता. इतका

वेळ पाहिलेल्या काळ्याकुट्ट, अंधारभरल्या जागांपेक्षा ही जागा अगदीच वेगळी होती. उबदार, प्रसन्न, आश्वासक अशी ती वाटत होती; आणि ओहो! समोरच एक प्रशस्त पलंग होता! चित्रातल्या, राजे-राण्यांच्या पलंगाप्रमाणे त्यावर वरून तलम पारदर्शक पडद्यांचा गोफ सोडलेला होता. दोन मखमली उश्यासुद्धा शेजारी-शेजारी ठेवलेल्या होत्या.

दिवसभराच्या फरफटीने थकून गेलेल्या मायाने सहज म्हणून त्या उश्यांवर डोके ठेवले. पाय लांब सोडले. क्षणभराच्या आतच तिला गाढ झोप लागली...

मायाला जाग आली, ती अंगावर कसले तरी ओझे पडल्याच्या जाणिवेने. तिने डोळे उघडले, तेव्हा साधारण मानवी दिसणारा, पण एकूण निराकारच असा तो - हो, तोच आकार तिच्या अंगाला लपेटून राहिलेला दिसला... एकूण त्याने तिला शेवटी गाठलेच होते!

खोलीतला सोनेरी प्रकाश आता निळसर झाला होता. संगीत अतिशय उन्मादक झाले होते. तो आरामशीर पलंग एका तालात हलत होता. मायाला जाणवले, की आपले हात आणि पाय पलंगभर पसरले आहेत. शरीरावर ओठंगून पडलेल्या त्या शक्तीने आपल्या चेहऱ्याला जणू शोषून घेण्याचा प्रयत्न चालवलाय आणि त्याच वेळी ती शक्ती आपल्या शरीरात शिरली आहे. आत आत... शरीराचे एकही रंध्र बाकी न ठेवता तिने सर्वांगात प्रवेश केला आहे... आणि ती शरीरभर सावकाश, मंदपणे, एका तालात पसरते आहे...

मायाच्या शरीराचा दाह होत होता. सारे शरीर विस्तवावर ठेवावे तसे धगधगत होते. निरीपोटाखाली कळाच कळा उठत होत्या. असह्य होत होत्या. त्याहून असह्य होती ती जाणीव बळी गेल्याची. तिला पैलतीरावरून ऐकू यावेत तसे आईचे, आजीचे शब्द ऐकू येत होते... तरणीताठी मुलगी... संकटात... बळी... पैशासाठी बळी... बळी...

कौमार्याचा बळी... निरागसतेचा बळी... माधुर्याचा बळी... एकोणीस वर्षांची माया वरदेकर त्या जाळात काही काळ तशीच तडफडत राहिली.

...आणि हळूहळू तिला त्या जाळाची धग हवीहवीशी वाटू लागली... निरीपोटाखालच्या वेदना हळूहळू उत्तेजक होऊ लागल्या. सारे शरीर एका सुखाने मोहरून गेले...

त्या शक्तीने तिचा पुरता ताबा घेतला होता... पण असे तरी कसे म्हणावे? कारण तिला आता त्या शक्तीशिवाय दुसरे अस्तित्वच उरले नव्हते. शरीराच्या रोमारोमात तीच शक्ती भरून गेली होती. ज्या शक्तीची तिला भीती वाटत होती, जिच्या पाठलागाला भिऊन ती पळत होती, ती पहिल्यापासूनच तिला वश झाली होती. आणि आता तर ती स्वतःच ती शक्ती होती. कुणाला

घाबरण्याची गरज नव्हती, कुठे कमीपणा घेण्याची गरज नव्हती, कसलेच दारिद्र्य शिल्लक नव्हते. तिच्या अंगात ती शक्ती ठासून भरलेली होती... चांगले-वाईट, पाप-पुण्य, नीती-अनीती... सारे दूर राहिले होते आणि ती केवळ सामर्थ्याची एक दाहक ज्योत होऊन गेली होती.

काही वेळाने माया उठली. चालत चालत वॉर्डरोबकडे गेली. आता तिचे प्रत्येक पाऊल ठामपणे पडत होते. चालीत डौल आला होता. तिने वॉर्डरोब उघडला आणि एक झिरझिरीत, रात्रीसारखी काळीभोर, तारे जडवलेली साडी बाहेर काढली. एक चिमुकलासा, पाठ पूर्ण उघडी ठेवणारा, नुसते दोन बंद असलेला, पण छातीची उभारी वाढवणारा चमकता काळा ब्लाउज तिने चढवला. तिने केस मोकळे सोडत आरशात पाहिले. तिच्याजवळच्या तारकांच्या छायाचित्रांच्या अल्बममध्ये शोभेल इतकी सुंदर ती दिसत होती. तसा मूळच्या रूपात फारसा फरक पडलेला नव्हता. फक्त डोळ्यांतले बालपण कायमचे संपून, तिथे एक नवी मादकता आली होती.

तिने एक छोटीशी, काळे मोती जडवलेली पर्स घेतली. त्या पर्समध्ये पत्त्याच्या कार्डखेरीज दुसरे काहीच नव्हते.

ती खाली गेली. झोपलेल्या शोफरला उठवून ती तिथल्या एका लांबलचक चंदेरी गाडीत बसली. पत्त्याचे कार्ड तिने शोफरसमोर धरले.

काही क्षणातच ती सर्वाधिक लोकप्रिय हिरोच्या पेंट हाऊसवर पोहोचली. डिस्कोथेकमध्ये अर्धी रात्र घालवून तो नुकताच परतला होता. त्या अर्ध्या रात्रीचे गुलाबी अवशेष अजून त्याच्या डोळ्यांत शिल्लक होते.

तिला पाहताच तो चमकला. किंचित भ्याला. काहीतरी अत्यंत हीन, दुष्ट, भीतीप्रद आणि शुद्ध अभद्र असे त्याला समोर दिसले. त्याच्या स्वतःच्या शरीरातल्या साऱ्या दुष्ट शक्तींनी समोरच्या काळ्याभोर आकृतीला प्रतिसाद दिला.

काही क्षणातच त्या दोघांमधल्या त्या पाशवी शक्ती एकमेकात पक्क्या मिसळून गेल्या.

एकूण, प्रोजेक्शनिस्टने दिलेल्या कार्डवरच्या पत्त्यावर माया वरदेकर जाऊन पोहोचली.

पुढे, माया वर्धन, ही हिंदी चित्रपटातली एक मोठी स्टार झाली, हे आपल्याला सर्वांनाच ठाऊक आहे.

जन्मोजन्मी

तीन वर्षांची रीना आपल्या आईबरोबर – सौ. गुप्तांबरोबर नवी दिल्लीमधल्या ओडियन चित्रपटगृहात चित्रपट बघायला गेली होती.

मध्यांतरानंतर कधीतरी एक दहा वर्षांची परकरी पोर उड्या मारत मारत पडद्यावर आली. त्याक्षणी रीनानं आपल्या आईचा दंड गच्च धरून ठेवला.

गुप्ताबाईंनी विचारलं, काय झालं गं?

रीना काहीच बोलली नाही. गुप्ताबाईही चित्रपट पाहण्यात गढून गेल्या; पण घरी जातानाही रीना गप्पच राहिली. नेहमी तिची अखंड बडबड चालायची. म्हणून आज गुप्ताबाईंना तिच्या मौनाचं खूपच आश्चर्य वाटलं.

पण गुप्ताबाई कॉन्व्हेंट शाळेत शिक्षिका होत्या. त्यामुळे मुलं कधीकधी कशी आपल्याच तंद्रीत घुम्म बसून राहतात हे त्यांना चांगलं माहीत होतं. म्हणून त्यांनी तिला अधिक छेडलं नाही. घरी पोहोचताच ती बेडरूममध्ये शिरली. तरीही तिला काही विचारलं नाही.

मात्र, त्या तिला जेवायला बोलावण्यासाठी गेल्या, तेव्हा तिला मांडीवर उशी घेऊन तिच्यात डोकं खुपसून हुंदके देताना पाहून त्यांनी आश्चर्यानं विचारलं, काय झालं गं?

मला आठवण येते... रीना रडत रडत म्हणाली... माझ्या मुलीची!

हत वेडे! गुप्ताबाई म्हणाल्या. अगं मी तुझी आई स्वत: तुझ्याबरोबर असताना तुला आईची आठवण कशाला येते?

आईची नाही–मुलीची. गुप्ताबाईंची चूक दुरुस्त करत रीना म्हणाली. माझी मुलगी तेवढीच आहे. आज ती सिनेमात होती ना, तेवढी! – आणि रीना पुन्हा रडू लागली.

गुप्ताबाई हबकल्या; पण पोरीनं उगाच काहीतरी डोक्यात घेतलं असेल, जाईल ते सकाळपर्यंत निघून, अशा विचारानं, तिला बाबापुता करून जेवायला घालून, त्या गप्प बसल्या.

पण आणखी चार दिवसांनी रीना अशीच कातरवेळेला रडत बसली.

आता तिला तिची चारही मुलं आठवत होती. थोरली दहा वर्षांची, दुसरी आठ वर्षांची, तिसरी सहा आणि आता ती ज्या वयाची होती तेवढा, म्हणजे तीन वर्षांचा गोविंद. यातलं गोविंद हे एकच नाव तिला आठवत होतं. बाकी मुलींची नावं आठवत नव्हती; पण मुली मात्र नीट आठवत होत्या.

आता मात्र गुप्ताबाई घाबरूनच गेल्या. त्यांनी हा प्रकार गुप्ताजींच्या कानावर घातला. गुप्ताजी म्हणाले, तिच्या एरव्हीच्या वागण्यावर लक्ष ठेवूया. ते जर वेडंवाकडं नसेल, तर तिच्या डोक्यात काही बिघाड नाही!

रीनाचं एरव्हीचं वागणं तीन वर्षांच्या मुलीला शोभेल असंच होतं. फक्त मधूनमधून ती आपल्या मुलांविषयी कौतुकानं बोलायची. माझी मुलं मला अंतरली! असं अगदी मोठ्या बाईसारखं म्हणून कधी हुंदके द्यायची, तर कधी सुस्कारे टाकायची.

एकदा रीना वाटीत हलवा घेऊन खात खिडकीशी खुर्चीत उभी होती. खिडकीत तिला काय दिसलं कोण जाणे! पण ती एकदम दचकली, हलव्याची वाटी तिच्या हातून खाली पडली. खुर्चीवरून तिनं एकदम खाली उडी मारली आणि ती पळतपळत माडीवर गेली. दम घेण्यापुरती क्षणभरच माडीत थांबली, मग बरसातीच्या दारात आली आणि पुढं डोकावून पाहू लागली. थोडा धीर येताच बरसातीच्या कठड्यापर्यंत आली आणि वाकून रस्त्यात पाहू लागली.

वाटीचा ठण् आवाज येताच गुप्ताबाईंनी चमकून रीनाच्या दिशेला पाहिलं होतं. ती घाबरून पळत सुटताच त्या तिच्या मागोमाग वर आल्या होत्या.

आईची चाहूल लागताच रीना वळली. तिच्या चिमुकल्या चेहऱ्यावर पराकोटीची भीती आणि संताप पाहून गुप्ताबाई थक्कच झाल्या. रीनाच्या डोळ्यांतून पाण्याच्या धारा लागल्या होत्या. ती धावत गुप्ताबाईंजवळ आली

आणि त्यांच्या कुशीत शिरली.

काहीतरी विचित्र प्रकार झाला आहे, हे गुप्ताबाईंनी ताडलं; पण रीनाच्या त्या अवस्थेत तिला काहीच न विचारता त्या नुसत्या थोपटत राहिल्या.

मग रीनाच एकदम संतापानं फुत्कारली – मला वाटलं, तोच चांडाळ आला की काय?... पण नाही... हा दुसराच कुणीतरी होता!

रीनाच्या तोंडी आजवर शिव्या कधीच ऐकू आल्या नव्हत्या. गुप्तांच्या सुसंस्कृत घरात ते शक्यही नव्हतं; पण आता हे बोलणारी रीना जणू दुसरीच कुणी व्यक्ती होती! स्वतःच्या उरातल्या धडधडीकडे दुर्लक्ष करून गुप्ताबाईंनी तिला विचारलं, कोण आला होता असं तुला वाटलं?

तो हरामखोर कसाई – माझा घरवाला! रीनाच्या डोळ्यांतून स्फुल्लिंग उडत होते.

बरोबर! मनातल्या मनात गुप्ताबाई हताशपणे म्हणाल्या. मुलांच्या उल्लेखानंतर अजूनपर्यंत घरवाल्याचं नाव कसं आलं नव्हतं हे आश्चर्यच!

मेल्यानं मला मुलांपासून तोडलं! रीना कळवळून बोलू लागली. काय सांगू एकेक त्याच्या छळाच्या कहाण्या! केस ओढायचा, विडीचे चटके द्यायचा, तुडवायचा, बुकलायचा... शेवटी मारून टाकलं मला, तेव्हा सुटला हलकट बदमाश!

मारून टाकलं?... म्हणजे? गुप्ताबाईंनी चमकून विचारलं.

म्हणजे काय? सरळ सुरा खुपसला माझ्या बरगडीत. या इथं. – रीनानं फ्रॉकवरून हात फिरवून दाखवला.

मेला नेहमीसारखाच दारू ढोसून आला होता! माझ्या भावानंच त्याला धरून घरात आणलं. अजून जेवण कां तयार नाही, म्हणून ओरडत सुटला नि मी काहीतरी बोलायला गेले, तर रसोईमधलाच मटन कापायचा सुरा उचलला नि खुपसला! भाऊ मधे पडला, तर त्याच्याही पोटात – आई गंऽ... आणि रीना मोठमोठ्यानं किंचाळत सुटली. कितीतरी वेळ ती गुप्ताबाईंना न जुमानता इकडे तिकडे धावपळ करत, किंचाळत होती. अखेरीस बरगडीवर हात धरून ती खाली कोसळली.

जणू या क्षणी तिला तो अनुभव पहिल्यासारखाच पुन्हा एकदा येत होता!... पहिल्याच तीव्रतेने!

त्या दिवसापासून मुलांच्या बरोबरीनंच रीना घरवाल्याच्याही आठवणी काढू लागली; पण या आठवणींनी तिला त्रास व्हायचा. मुलांच्या आठवणींमध्ये ती रमून जायची, हसायची, बोलायची. त्यांची तीव्रता वाढली, तर रडायची देखील! घरवाल्याच्या आठवणींनी मात्र ती घाबरायची, शहारे द्यायची, थरथर

कापायची, कधीकधी तिला आकडी येईल की काय, असंही वाटायचं!

शेवटी गुप्ता पती-पत्नी रीनाला त्यांच्या फॅमिली डॉक्टरकडे घेऊन गेले. रीना नेहमीप्रमाणे आनंदात होती. हिला काय झालंय? माझ्याकडे आणलीये कशाला? असं डॉक्टरांनी मजेत विचारलं.

सगळं वागणं नॉर्मल आहे तिचं. – गुप्ताजी म्हणाले – पण मधेच काहीतरी विसंगत बोलले.

आई-वडिलांच्या बोलण्याकडे रीनाचं बिलकूल लक्ष नव्हतं. डॉक्टरांच्या तपासणीच्या टेबलवर चढून खुर्चीवरून खाली उतरायचं, आणि पुन्हा खुर्चीवरून वर चढायचं, या उद्योगात ती गढून गेली होती.

तिची सगळी हकिगत ऐकल्यावर डॉक्टर म्हणाले – हे सगळं साधारण तीन-चार महिने चाललंय म्हणता– मग तिला यापूर्वी कां नाही घेऊन आलात?

आम्हांला वाटलं, तुम्ही आम्हांला वेड्यात काढाल! गुप्ताबाई म्हणाल्या – पण खरं सांगते डॉक्टर, तिला या आठवणी येतात ना, तेव्हा ती तीन-चार वर्षांची आहे हे विसरूनच जायला होतं. एखाद्या मोठ्या बाईसारखी भाषा ती वापरते, तसेच आविर्भाव करते, मग ते सगळं खरंच वाटायला लागतं!

ते सगळं खरंच आहे मिसेस गुप्ता. – डॉक्टर त्रिवेदी म्हणाले. – ते सगळं तिनं अनुभवलं आहे; पण या तीन-चार वर्षांत नाही. गेल्या जन्मात.

म्हणजे? सांगताय काय? – गुप्ताजींनी आश्चर्यानं विचारलं.

हे बघा, आमच्या वैद्यकीय भाषेतले कठीण कठीण शब्द वापरून मी तुम्हाला या प्रकारची शंभर स्पष्टीकरणं देऊ शकेन. – डॉक्टर त्रिवेदी म्हणाले. – तिला सायकिॲट्रिस्टकडे पाठवा म्हणेन, शॉक्स द्या म्हणेन! पण त्या सगळ्यांचा काहीही उपयोग नाही. त्या दिवशी चित्रपट पाहताना अचानक तिची गेल्या जन्मीची आठवण जागी झाली! त्यानंतर तो प्रोसेस चालूच राहिला! अजून तिला नावं आठवत नाहीत! कधीतरी तीही आठवतील... मग आपण गेल्या जन्मी कोण होतो, हे ती सांगू शकेल! त्यावरून तिच्या बोलण्यातलं सत्य पडताळून पाहता येईल! आताही ती बोलतेय त्यात असत्य काहीच नाही! लाखो लोकांमधून एखाद्याला आपला पूर्वजन्म आठवतो. अमेरिकनांचा प्रख्यात जनरल पॅटन– त्याला आपले आधीचे जन्म, आपण मारलेल्या लढाया आठवत असत... अशीही शक्यता आहे, की रीना पुढं हे सगळं विसरून जाईल. आता ती लहान आहे, पूर्वायुष्याला अधिक जवळ आहे! तिचं मनही असंस्कारीत आहे! पुढं या जन्माचे संस्कार जसजसे वाढत जातील तसतसं मागचं पुसलंही जाईल!

पण तोवर...

तोवर हे असंच चालू द्या. – डॉक्टर त्रिवेदी निक्षून म्हणाले. – तिच्यावर कुठलेही उपचार करू नका. तिच्यावर अविश्वासही दाखवू नका. तिला मधूनमधून येणारे हे झटके तुम्ही सहन करा! शी इज् अ पर्फेक्टली नॉर्मल चाइल्ड! ट्रीट हर लाइक वन!

रीना आता पाच वर्षांची झाली. ती कधीच शाळेत जायला लागली होती. तिथं रमलीही होती. गुप्ताबाईंनी तिला बजावून सांगितलं होतं, की तुझी मुलं, तुझा घरवाला, हे आपलं–तुपलं खास गुपित आहे. बाहेर कुणाकडे ते बोलायचं नाही! काही आठवलं तर फक्त आम्हांला दोघांना येऊन सांगायचं!

रीनानं ते मानलं होतं. मात्र, बाहेर फिरताना ती सतत चहूबाजूला लक्ष ठेवून असायची! खिडकीतून कितीतरी वेळ बाहेर पाहत बसायची! बरसातीमध्ये उभी राहून रस्त्यातून येणाऱ्या–जाणाऱ्याकडे बघायची! कारमध्ये बसल्यानंतरही बाहेर ध्यान देऊन पाहायची! एवढं काय बघतेस, विचारलं, तर म्हणायची, माझी मुलं दिसतात का, ते पाहते!

एके दिवशी ती गुप्ताबाईंबरोबर बंगाली मार्केटमध्ये गेली होती. तिथल्या भाजीबाजारात गुप्ताबाईंनी बरीच जंगी खरेदी केली. पैसे देऊन वळल्या तर काय, रीना गायब! तिला धरायला दिलेल्या पिशव्या खाली धुळीत ठेवून ती कुठेशी निघून गेलेली!

गुप्ताबाईंनी चौफेर पाहिलं. माणसाच्या गर्दीत हातावरचं माणूस दिसणंही कठीण होतं. त्यांनी भाजी विकणाऱ्यांना विचारलं; पण कुणीच काही सांगू शकलं नाही.

रीना इथंच कुठं असेल, मग तिला सोडून कसं जायचं, या विचारानं गुप्ताबाईंना जागचं हलवेना; पण त्या गर्दीत तसं उभं तरी किती वेळ राहणार? त्यांनी भाजीच्या पिशव्या उचलल्या आणि त्या गाडीशी आल्या. शेकडो शंका मनात येत असतानाही संयम ठेवण्याचा प्रयत्न करत शोफरला म्हणाल्या – रीना कुठं दिसत नाही रे!

तो खाली उतरला. इतस्तत: शोधून आला. मग त्यानं निराशेनं विचारलं – कुठं जायचं?

पोलीस स्टेशनवर घे गाडी. – गुप्ताबाई खंतावून म्हणाल्या.

पोलीस ठाण्यावर इन्स्पेक्टर धवन ड्युटीवर होते. गुप्ताबाईंनी त्यांना रीनाचं वर्णन दिलं आणि भाजी घेत असताना ती अचानक नाहीशी कशी झाली, हेही सांगितलं.

धवन लक्षपूर्वक ऐकत होते. त्यांनी विचारलं – तुम्ही खरेदी करत असताना कुणी तुमच्याजवळ येऊन उभं राहिलं? कुणी तिच्याशी काही बोललं?

नाही. तसं असतं तर माझ्या लक्षात आलं असतं! – गुप्ताबाई म्हणाल्या.

मुलीचा मूड कसा होता? आनंदी होती, का रागावलेली, रुसलेली होती?

त्या क्षणी गुप्ताबाईंच्या मनात विचार आला, की तिच्यात मधूनच होणारा फरक, तिचं मधेच पूर्वजन्माविषयी बोलणं, हे त्यांना सांगावं का? त्यामुळे त्यांच्या तपासाला काही मदत होईल का?

पण एकदा का ही गोष्ट जाहीर झाली, की रीनाकडे पाहण्याची सगळ्यांचीच दृष्टी बदलेल! तिला सर्वसामान्य आयुष्य जगणं मुष्कील होईल!

त्या म्हणाल्या – नाही. तशी आनंदात होती ती!

एरवी कधी तिच्या वागण्यात काही विचित्रपणा दिसला आहे?... माफ करा. असं विचारणं तुम्हाला आवडणार नाही; पण अशा वेळी मुलांच्या सवयी माहीत असणं...

...झालं! नेमक्या मुद्यालाच हात घातला यांनी! गुप्ताबाई मनात म्हणाल्या. पण नाही, मी नाही सांगणार यांना काही!

इन्स्पेक्टर धवननं आपल्या डायरीत नोट केली – वागणं नॉर्मल. याचा अर्थ, मुलगी आपणहून इकडे–तिकडे कुठं गेली नाही. तिला कुणीतरी पळवून नेलं! – त्यांनी गुप्ताबाईंना – लगेच हालचाली करू, असं आश्वासन दिलं. एवढंच नाही, तर चार हवालदारांना बंगाली मार्केटजवळचा सारा परिसर पिंजून काढायच्या ऑर्डर्स देऊन, ते स्वत:, किडनॅपिंग रेकॉर्डची फाइल घेऊन, संशयित व्यक्ती आणि टोळ्या यांची नोंद करू लागले...

पोलिसांवर भरवसा ठेवून गुप्ताबाई ठाण्याच्या बाहेर पडल्या खऱ्या; पण आपण अपुरी माहिती दिली, आता तपासात अडचणी येतील, अशी चुटपुट त्यांना लागून राहिली.

घरी आल्यावर त्या तशाच, फक्त एक फुलपात्र पाणी पिऊन टेलिफोनशी बसून राहिल्या.

आणि तासाभरातच त्यांच्या शाळेतली गणिताची शिक्षिका वर्जिंदर कौर रीनाला हाताला धरून घेऊन येताना दिसली...

बंगाली मार्केटमध्ये गुप्ताबाई तरकारीवाल्याशी घासाघीस करत असताना छोट्या रीनाचं लक्ष इकडे–तिकडे फिरत होतं. तेवढ्यात तिला एका दुकानातून फुलाफुलांचा सलवार–कमीज घातलेली एक स्त्री उतरताना दिसली. क्षणार्धात तिचं डोकं भराभर अतीताच्या प्रवासाला निघालं आणि एकदम तिला ओळख

पटली. त्यासरशी बाजूबाजूचं सारं विसरून, हातातल्या पिशव्या तिथंच टाकून, ती धावत सुटली...

रस्त्यामधली वाहनं, फेरीवाले आणि पादचारी टाळून, त्या स्त्रीवरची नजर न काढता पळणं रीनाला भलतंच कठीण जात होतं. त्यातून ती स्त्री मधेच कुठल्या इमारतीत शिरेल, याचा नेम नव्हता. तिला हाक मारून थांबवावं, असं वाटत होतं; पण तिचं नाव काही केल्या आठवत नव्हतं. रीनाला पळता पळता धाप लागली. ...पण या स्त्रीला सोडून देऊन चालण्यासारखं नव्हतं... कधी नव्हे तो एक दुवा सापडला होता...

शेवटी तिनं त्या स्त्रीला गाठलंच! धाबकन तिच्या पाठीत एक धबका मारला.

ती स्त्री वळली. या मुलीनं आपल्याला कां मारलं, ते तिला कळेना.

मला ओळखलं नाहीस? रीनानं विचारलं. तू काम करतेस ना आमच्याकडे? माझं लग्न झालं त्या दिवसापासून, चांगली बारा वर्षांची गट्टी आहे आपली!

ती स्त्री घाबरली. एक पाच-सहा वर्षांची मुलगी मोठ्या माणसासारखी आपल्याशी अधिकारानं आणि सलगीनं कशी बोलते, हे तिला कळेना. ती रीनाला झटकून जाऊ लागली.

थांब गं, मला माझ्या मुलांकड घेऊन चल! – तिला गच्च धरून ठेवत रीना विनवू लागली.

त्या स्त्रीनं रीनाच्या हाताला हिसडा दिला आणि ती भेदरून पळतच सुटली... रीना त्या हिसड्यानं धुळीत पडली आणि रडू लागली. आपल्या जिवाभावाच्या कामवालीनं आपल्याला दूर ढकलून द्यावं, हे तिच्या मनाला फारच लागलं होतं...

ती स्त्री एव्हाना दिसेनाशी झाली होती. रीना उठली, आणि ती गेली त्या दिशेनं हळूहळू चालू लागली.

काही वेळानं ती भानावर आली. आपण आईला मार्केटमध्ये सोडून आलो, हे तिला आठवायला लागलं. ती परत मार्केटकडे निघाली.

पण तासभर धुडूनही बंगाली मार्केट काही तिला सापडेना. आपण रस्ता चुकलो हे लक्षात येऊन ती मुळूमुळू रडत एका दुकानाच्या पायरीवर बसली.

वजिंदर कौरना ती भेटली ती त्याच अवस्थेत. चांगल्या घरातील कोणी लहान मुलगी मुळूमुळू रडत एकटीच बसली आहे, हे विचित्र वाटलं, म्हणून त्या चौकशी करायला थांबल्या. पाहतात तर काय, गुप्ताबाईंची रीना! कधीकधी त्यांनी तिला गुप्ताबाईंबरोबर पाहिलेली होती, त्यामुळे झटकन ओळख पटली.

त्यांनी ऑटोरिक्षा बोलावली आणि रीनाला घेऊन त्या गुप्तांकडे आल्या...

वाटेत ही काय काय चमत्कारिक बोलत होती गं! – रीनाला गुप्ताबाईंनी जेवायला बसवल्यानंतर, त्यांना दुसऱ्या खोलीत नेऊन वजिंदर कौर म्हणाल्या. तिला म्हणे एक बाई भेटली. तिच्या मागं ती रस्ता चुकली – आणि ती बाई हिच्या घरी कामाला होती! – हिच्या लग्नापासून! आणि चार मुलांची आठवण येते, म्हणून रडायला लागली!... तिच्या डोक्यावर काही परिणाम झालाय का गं?

वजिंदर कौरनं असं विचारल्यावर गुप्ताबाईंच्यानं राहवेना. हे सगळं कुणाकडे तरी एकदा बोलून टाकावं, असं त्यांना झालं होतं. त्यांनी आपल्या मैत्रिणीला सगळी हकिगत सांगितली. शेवटी म्हटलं, डॉक्टरांनी सांगितलंय, की ती वयानं वाढेल तसतशी हे सगळं विसरून जाईल... पण आता पाहवं, तर वाढत्या वयाबरोबर तिचं हे वाढतच चाललंय!

वजिंदर कौर डोळे विस्फारून ऐकत होत्या; पण गुप्ताबाईंच्या हकिगतीवर त्यांनी अविश्वास दाखवला नाही.

कधीकधी काय गंमत करते माहितेय का? – गुप्ताबाई म्हणाल्या – एखादा पदार्थ असाच कां केलास? तसाच कां केला नाहीस? त्यात असकं कां घातलं नाहीस? तुला शिस्तच नाही न् रीतच नाही, असं अगदी एकेरीवर येऊन बोलते... हे कोण बोलतंय हे ओळखून मी गप्प बसते; पण मनातनं काळजी वाटते! ती जर हळूहळू अशी पूर्वीचीच होत गेली तर तिच्यातल्या रीनाचं काय होईल? इतके दिवस तिला एक गोविंद नाव तेवढं आठवायचं. आता हळूहळू सगळी नावं आठवतील. परवा सरनो, सरनो असं काहीतरी चालवलं होतं. मी विचारलं सरनो कोण? तर म्हणाली, माझी बहीण!

वजिंदर कौर घरी गेल्या त्या एक नवीनच विषय डोक्यात घेऊन! रीनाचं दुसरं जग कदाचित सबंध जगभर शोधूनसुद्धा सापडलं नसतं; पण याउलट ते अगदी जवळच असण्याचाही संभव होता!... कारण रीनाच्या घरीच काम करणारी स्त्री रीनाने हुडकून काढली होती! पण घरी म्हणजे, माहेरी की सासरी? कुठं का असेना? एक घर सापडलं की दुसरं सापडेलच!

आणि त्यांना लख्कन एक जाणीव झाली. सरनो! मघापासून हे नाव कुठंतरी ऐकलंय, असं आपल्याला कां वाटतंय? सरनो! बरोबर, कॉलेजमध्ये आपल्या वर्गात स्वर्णा नावाची मुलगी होती, तिला तिच्या घरची माणसं सरनो म्हणायची!

सरनो! स्वर्णा! तिचं काय झालं बरं पुढं? इंटरनंतर तिनं कॉलेज सोडलं! मग आपल्या वाटा वेगळ्या झाल्या; पण आपण एक काहीतरी फारच चमत्कारिक गोष्ट ऐकली, तिच्याबद्दल! – कुठली? – कुठली बरं?

ती गोष्ट आठवताच वजिंदर कौर बसल्या जागेवरून तीनताड उडाल्यासारख्या दचकल्या! स्वर्णा सिंगच्या थोरल्या बहिणीचा तिच्या नवऱ्यानं खून केला होता!

लोधी कॉलनीमधलं स्वर्णा सिंगचं घर शोधत शोधत वजिंदर कौर तिथं पोहोचल्या आणि त्यांनी बेल वाजवली, तेव्हा सरदार किशन सिंगांनी दार उघडलं.

सत्तरीच्या घरातले किशन सिंग हाडापेरानं मूळचे मजबूत असूनही, ऐंशी वर्षांच्या हडकलेल्या म्हाताऱ्यासारखे दिसत होते. अधू डोळ्यांनी चाचपडल्यासारखं बघत ते, कोण आहे? कोण आहे? असं विचारू लागले.

वजिंदर कौरनी ओढणी कपाळावर ओढून त्यांच्या पायाला हात लावला आणि त्या म्हणाल्या, मी वजिंदर! – कॉलेजमध्ये स्वर्णाच्या वर्गात होते!

म्हाताऱ्यानं त्यांना आता बोलावलं. बैठकीच्या खोलीत नेलं. घर नुसतं रिकामं रिकामं दिसत होतं. सामानही कमी आणि त्याची राखलेली निगा त्याहून कमी! रंग उडालेला, पोपडे निघालेले!

स्वर्णा बेटी इकडं नाही राहत, तिकडे लांब... जालंदरला दिलीये! – किशन सिंग पांढऱ्या दाढीवरून हात फिरवत म्हणाले. – इकडे मी एकटाच! बोलावणं येण्याची वाट पाहतोय! पण ते येत नाही! तरण्याताठ्या पोरीला न तिच्या भावाला नको त्या वयात बोलावणं आलं आणि मी अजून जगतोय... त्या मानानं पोरींची आई भाग्यवान! गुरुदीप आणि गुरूचरण गेले, त्या धक्क्यानं, ती सहा महिन्यात गेली! – तेव्हाच घर उजाड झालं!...

त्यानंतर बराच वेळ सरदार किशन सिंग आपल्या पिकलेल्या पापण्या खालीवर करत राहिले.

वजिंदर कौर त्यांचा आवेग हटेपर्यंत गप्पच बसून राहिल्या. मग त्यांनी हलकेच विचारलं – तुम्हाला गुरूदीप कौरला भेटायचंय का बाबा?

काय? – खडबडून जागं झाल्यासारखं सरदार किशन सिंग यांनी विचारलं.

तुमची थोरली बेटी गुरूदीप कौर परत आलीये. – वजिंदर कौर म्हणाल्या. तिला भेटायचंय का तुम्हाला?

ऑटोरिक्षातून आपल्या बंगल्याच्या दारात वजिंदर कौर आणि एक पांढरी शुभ्र दाढीवाले शीख उतरलेले पाहून गुप्ताबाई पुढे झाल्या आणि त्यांनी त्यांचं स्वागत केलं. त्यांना हॉलमध्ये बसवून लगबगीनं पाणी आणून दिलं.

हे गुरुदीप कौरचे वडील, सरदार किशन सिंग. वजिंदरनी ओळख करून

दिली. गुप्ताबाईंच्या चेहऱ्यावरचं प्रश्नचिन्ह पाहून त्या पुढे म्हणाल्या – अरे हो, गुरुदीप कौर कोण ते सांगायचं राहिलंच! गुरुदीप म्हणजे गेल्या जन्मातली रीना. तिचे हे वडील; आणि ही – गुप्ताबाईंकडे नजर टाकून वजिंदर कौर म्हणाल्या – ही तिची या जन्मातली आई!

गुप्ताबाई थक्कच होऊन गेल्या होत्या. मनातून धास्तावल्याही होत्या. रीना आपल्या हातातून जाणार तर नाही? – या विचाराने.

त्यांची धास्ती ओळखल्याप्रमाणे किशन सिंग म्हणाले – मी तिला नुसतं पाहायला आलोय. दाखवलीत तर मेहरबानी होईल!

आत्ताच झोपली आहे ती. – गुप्ताबाई म्हणाल्या.

झोपू दे तिला. – किशन सिंग मायेने म्हणाले. मी थांबतो ती उठेस्तोवर.

मग गुप्ताबाई जरा मोकळेपणाने त्यांच्याशी बोलू लागल्या. त्यांना सगळ्यात अधिक उत्सुकता होती, ती रीनाच्या 'घरवाल्या'विषयी; पण त्याचा विषय काढायला त्या कचरत होत्या. न जाणो, वृद्ध किशन सिंगांनी अति संतापानं स्वत:ला त्रास करून घेतला तर?

पण नंतर त्याचा विषय निघाला तरी सरदार किशन सिंग शांतच होते. सत् श्री अकाल! – त्याची मर्जी म्हणून सुरजित सिंगाला तशी बुद्धी झाली! माझ्या गुरुदीपने फार सोसलं! दारू पिऊन जसं काही जनावर व्हायचं तिच्या नवऱ्याचं! पण तो प्रत्यक्ष सुरा खुपसेल, असं कधी वाटलं नव्हतं! तिनं तरी त्याची बायको बनण्याचा गुन्हा केला होता! पण गुरुचरण–तो बिचारा हकनाक मेला! आणि एवढं करून मिळवलं काय सुरजित सिंगनं? स्वत: जन्मठेपेवर गेला तो गेला, आणि आता पोरांना लांबच्या चुलत्याकडे दिवस काढावे लागताहेत!

सुरजित सिंग! गुरुदीप सिंग! सगळी नावं कळली. त्यांना रीनाशी जोडणारा हा माणूस आपल्यासमोरच उभा आहे! आता सगळं स्पष्ट होईल! रीना गुरुदीप बनून जाईल! मग आपल्या हाती काय राहील? या विचारानं गुप्ताबाई खिन्न झाल्या. तरीही किशन सिंगना म्हणाल्या – थांबा. मी बघून येते, तिची झोप झाली का ते!

त्या वर रीनाच्या खोलीत गेल्या. रीना चुळबुळ करत होती. हळूहळू ती जागी झाली. तिनं डोळे उघडले. गुप्ताबाई तिच्याकडे पाहत राहिल्या. – ही रीना आहे! नक्कीच ही रीना आहे!

रीनाच्या तोंडावर हसू पसरलं. ती एकदम उठून बसली – आणि गुप्ताबाईंच्या लक्षात आलं, हे आपल्यासाठी नाही. आपल्या पाठोपाठ वर आलेल्या, आपल्या मागेच उभ्या असलेल्या – रीनाने बिछान्यावरून उडी

मारली आणि धावतच जाऊन – सरदार किशन सिंगांच्या कमरेला मिठी मारली. बापू-बापू म्हणत ती त्यांचे मटामट मुके घेऊ लागली...

आणखी आठ-पंधरा दिवसांनी स्वर्णा जालंदरहून आली. आधी ठरल्याप्रमाणे गुप्ता पती-पत्नी आणि वजिंदर कौर, रीनाला लोधी कॉलनीत घेऊन गेले. कॉलनीत शिरल्याबरोबर रीना गुप्ताबाईंचा हात सोडून पळत सुटली, ती थेट आपल्या घराशी जाऊन थांबली. क्षणभर मागे वळून तिने बरोबरच्या मंडळींना बोलावल्यासारखं केलं आणि ती घरात शिरली. आत शिरताच तिने सरदार किशन सिंगांच्या पायावर डोकं ठेवलं आणि त्यांच्या बोटाला धरून त्यांना खेचत ती माडीवर घेऊन गेली. तिथे एका खोलीत शिरली आणि तिथल्या जुन्या लाकडी पेटीवर चढून बसली.

तोवर सगळी मंडळी वर आली होती. रीनाने पेटीवरच उभं राहून एका छोट्या फडताळातलं काही काही सामान काढून बघायला सुरुवात केली. गुप्ताबाई तिला खाली उतर म्हणणार होत्या; पण किशन सिंगांनी त्यांना थांबवलं. रीनाला एक लहानशी फोटो फ्रेम मिळाली. ती घेऊन ती धावत गुप्ताबाईंकडे आली. त्यातला, पंचविशीच्या तरुणीचा फोटो दाखवून सांगू लागली – ही मी! ही मी!

गुरुदीपचाच आहे तो फोटो! – किशन सिंग म्हणाले आणि त्यांनी रीनाच्या डोक्याचा मुका घेतला.

गुप्ताबाई पाहत राहिल्या. त्या तरुणीच्या आणि रीनाच्या चेहऱ्यात फारसं साम्य नव्हतं; पण तो फोटो तिने ओळखला, हे मात्र विशेष होतं.

एवढ्यात स्वर्णा वर आली. ती दारात आली मात्र, सरनो, सरनो म्हणत रीना तिला बिलगली. स्वर्णाला अर्थातच हा सर्व प्रकार माहीत होता. तरीही ती सुरुवातीला बिचकली. मग रीना तिला दुसऱ्या एका खोलीत घेऊन गेली आणि पलंगावर लवंडून तिच्याशी गप्पा मारू लागली. नंतर स्वर्णाने सांगितलं, की रीना सगळं अगदी गुरुदीपसारखं बोलत होती. पहिल्यांदा पाच-सहा वर्षांच्या मुलीच्या तोंडून ते सगळं ऐकायला मला अगदी विचित्र वाटलं; पण नंतर ही गुरुदीपच आहे असं समजून जेव्हा मी बोलायला लागले, तेव्हा आमच्या गप्पा खूप रंगल्या.

निघताना मात्र स्वर्णाने एक चूक केली. लहान मुलांच्या हातात खाऊसाठी देतात, तशी तिने रीनाच्या हातावर दहाची नोट ठेवली. रीनाने ती परत दिली. वर म्हणाली – वा गऽ तू माझ्यापेक्षा धाकटी आणि मला कसली पैसे देतेयस? तशी स्वर्णा म्हणाली – हो गं बाई. विसरलेच होते मी. आणि वर जाऊन ती एक

कापड घेऊन आली. याचा सलवार-कमीज शीव बरं का दिदी! - ती म्हणाली.

गुप्ता दांपत्याने कितीही गुप्तता राखली, तरी सरदार किशन सिंगला आपला आनंद लपवता आला नाही. मुद्दाम अगदी गावभर जरी त्याने ढिंडोरा पिटला नाही, तरी जवळच्या लोकांकडे तो बोलल्याशिवाय राहिला नाही. हळूहळू ही वार्ता सगळीकडे पसरायला लागली. लोक अधूनमधून गुप्तांकडे डोकवायला लागले. याच घरातल्या मुलीला पूर्वजन्म आठवलाय ना, असं विचारायला लागले. गुप्ताजी आणि गुप्ताबाई त्यांना काहीतरी सांगून वाटेला लावत. रीनाला शक्यतो कुणाला भेटू देत नसत; पण लोकांचा उपद्रव वाढत चालला, तसं त्यावर काहीतरी उपाय काढणं आवश्यक झालं. त्यांनी रीनाला दिल्लीच्या लोधी कॉलनीच्या वातावरणापासून दूर मुंबईच्या आपल्या बहिणीकडे, निदान तीन-चार वर्ष ठेवायचं, असं ठरवलं.

पण ती मुंबईला जायला दोनच दिवस राहिले असताना एक मोठा विचित्र प्रकार घडला. रीना संध्याकाळच्या वेळी घरापुढच्या अंगणात खेळत होती. एकदम तिने रस्त्याच्या दिशेने पाहिलं आणि ती पाहतच राहिली. क्षणभराने ती खेळ टाकून घरात शिरली, माडीवरच्या खोलीत गेली आणि दार गच्च लावून घेऊन बसून राहिली.

तिच्या मागोमाग सुरजित सिंग गुप्तांच्या घरात शिरला.

किशन सिंगांच्या परिचितांमधलंच कुणीतरी नेहमीप्रमाणे रीनाला बघायला आलं असेल, अशा कल्पनेने गुप्ताबाईंनी प्रथम त्याच्याकडे फारसं लक्षच दिलं नाही. मला तुमच्या मुलीला पाहायचंय, असं त्याने सांगताच - ती घरात नाहीये, असं त्यांनी फाडकन सांगून टाकलं.

मला एकदाच भेटायचंय तिला. सुरजित सिंग म्हणाला. तुम्ही मला ओळखत नाही; पण ती म्हणते ते खरं असेल, तर ती मला ओळखेल! मी सुरजित सिंग. गुरुदीप कौरचा नवरा!

गुप्ताबाई चकित होऊन त्याच्याकडे पाहतच राहिल्या. त्यांच्या कल्पनेतल्याइतका तो भयंकर दिसत नव्हता. उलट बराच हडकल्यामुळे थोडा केविलवाणाच वाटत होता!

पण सुरजित सिंग तर जन्मठेपेवर... - त्या कसंबसं म्हणाल्या.

जन्मठेप झाली होती मला... पण साडेदहा वर्षांनी मला चांगल्या वागणुकीबद्दल सूट मिळाली...

चांगल्या वागणुकीबद्दल?

तुम्हाला आश्चर्य वाटेल; पण तुरुंगात खूपच सुधारलो मी. पिणं तर बंदच

झालं. माझ्या हातून किती भयंकर गुन्हा घडला, हेही रात्रंदिवस विचार केल्याने नीट समजलं. गुरुदीपला मी खूप छळलं. तुमच्या मुलीची क्षमा मागितली तरच मला माझ्या पापातून थोडी सूट मिळेल...

गुप्ताबाई माडीवर गेल्या. रीना, बाहेर ये – त्या म्हणाला.

नाही. त्याला आधी घालवून दे. तो मला मारून टाकील परत एकदा. मारून टाकील! – रीना थरथरत म्हणाली.

गुप्ताबाईंनी तिला खूप समजावण्याचा प्रयत्न केला; पण रीनानं काहीच ऐकून घेतलं नाही. ती घाबरून रडत होती, अगदी वरच्या टिपेला बोलत होती. तिचा तो आक्रोश करणारा आवाज ऐकून गुप्ताबाई स्वत:च घाबरून गेल्या. त्या खाली आल्या आणि त्यांनी सुरजित सिंगला वाटेला लावलं...

तास–दोन तासांनी रीनानं दरवाजा उघडला. बाहेरची चाहूल घेतली. घर शांत होतं. खालून कुणाच्यातरी बोलण्याचा आवाज आला. एका लहान मुलाचा... अगदी पुसटपणे ओळखीचा वाटणारा...! पण त्याहूनही अधिक ओळखीचा एका मुलीचा आवाज. त्यावर चढाओढ करून बोलणारा दुसरीचा... ती नेहमी अशीच बोलायची, दुसऱ्यावर कुरघोडी करत...

रीना धावतच खाली आली. चौघंही तिच्यासमोर उभी होती – रेश्मा, संजोग, सती आणि हा... हा मुलगा गोविंदच असला पाहिजे!

मुलं गोंधळून त्या पाच–सहा वर्षांच्या मुलीकडे पाहत उभी होती; पण रीना पुढे झाली. तिने रेश्माला मिठी मारली. मग संजोग आणि सतीही तिच्याजवळ आल्या. मग तिघींबरोबर गोविंदालाही कवटाळून रीना रडत सुटली.

आणि दूरवर उभा असलेला सुरजित सिंग परमात्म्याला धन्यवाद देऊ लागला.

('जो फिशर' याने अभ्यासपूर्ण संशोधनाच्या आधारे, पुनर्जन्म, त्याचं धर्मातलं स्थान आणि पदार्थविज्ञानाशी संबंध, यांविषयी लिहिलेल्या 'द केस फॉर रीइन्कारनेशन' या पुस्तकात वरील घटना दिलेली आहे. तिच्यातली नावं खरीच आहेत. २ जून १९६१ रोजी सुरजित सिंगाने आपली पत्नी गुरुदीप हिचा व मेव्हण्याचा खून केला; पण नंतर तो जन्मठेपेतून सुटला व त्याची रीना गुप्ताशी भेट झाली. नवी दिल्ली इथे घडलेली ही घटना मला वाचायला मिळाली, ती 'जो फिशर'च्या पुस्तकात! पण आपल्याकडे या विषयावर कितीशी पुस्तकं आहेत? अंधश्रद्धा निर्मूलन आणि शास्त्रीय दृष्टिकोन, यांबरोबर पारलौकिक शास्त्राच्या, शास्त्र म्हणून अभ्यासाचं महत्त्व, आम्ही कधी जाणणार आहोत? की त्याला शास्त्र न मानणं यातच आमची विज्ञाननिष्ठा आहे? – लेखक.)

'हॉन्टेड हाउस'

'आम्ही मराठी' वाहिनीच्या ऑफिसमध्ये, क्रिएटिव्ह हेड रीता चौधरी आपल्या केबिनमध्ये एकटीच बसली होती.

हाताने मेसेज टाइप करताकरताच ती छोट्या स्क्रीनवर आपल्याच एका चालू मालिकेचा एपिसोड फास्ट फॉरवर्ड करत पाहत होती. त्याविषयी समोरच्या पॅडवर एखाद-दोन शब्दांच्या नोट्स लिहीत होती. वरवर पाहताना ती कामात गुंतून गेल्यासारखी दिसत असली, तरी तिला मनातून त्या सगळ्याचा विलक्षण कंटाळा आला होता. एव्हरीथिंग वॉज सो टेरिबली बोअरिंग! नव्या कल्पना नाहीत, प्रतिभावंत माणसे नाहीत. तरी दिवसभराची चक्की चालू ठेवायची. चॅनल नवा. म्हणून अपेक्षा मोठ्या. प्रस्थापित चॅनेल्सबरोबर स्पर्धा... त्यांना सोडून आमचा चॅनल पाहा. पाहत राहा... आमचाच चॅनल! ज्या योगे आमचा टी.आर.पी. वाढेल! त्या प्रमाणात जाहिराती वाढतील! उत्पन्न वाढेल तसे सर्व स्टाफचे पगार वाढतील! आपोआप क्रिएटिव्ह हेडचे महत्त्व वाढेल! नवीन चॅनेल जॉइन करताना घेतलेली कॅलक्युलेटेड रिस्क यशस्वी होईल!... पण हे जमवून आणण्यासाठी रात्रंदिवस प्रयत्न करायचे... वेगवेगळ्या 'ढ' माणसाशी 'मीटिंगा' घ्यायच्या! ...सुमार माल दिवसरात्र बघायचा आणि लोकांना दाखवायचा! ओ, इट सक्स!

दारावर टकटक करून "मे आय कम इन?" म्हणत म्हणतच विराज आत आला.

रीताने वर पाहिले... "ओ, विराज!" त्याच्याशी गप्पा मारण्याच्या निमित्तानेच रुटिन कामातून थोडी सुटका होईल. काहीतरी नवीन सुचेल! कम्बाइनिंग बिझनेस विथ प्लेझर!

विराज टिपिकल प्रोड्युसर होता. अनेक चॅनल्सवर त्याच्या एका वेळी चार-पाच तरी सीरिअल्स चालू असत. यशस्वी निर्मात्याला हवी तेवढी चालूगिरी आणि त्याबरोबरच एक प्रकारचा प्रसन्न चांगुलपणा याचे मिश्रण त्याच्यात होते. रीतासारख्या बिगर मराठी बाईला मराठी चॅनल चालवताना त्याच्यासारख्या हुशार मराठी निर्मात्याची खूपच मदत होत असे!

"बस." म्हणता म्हणताच तिने बेल वाजवली आणि इंटरकॉमवर दोन कडक कॉफीची ऑर्डर दिली.

"हं... आज कसल्या फालतू आयडियाज् घेऊन आलायस?" तिने हसत हसत विचारले. जन्म मुंबईत काढल्यामुळे तिला कामचलाऊपेक्षाही अधिक बरे मराठी येत असे.

"काय करणार? चांगल्या कल्पनांची तुम्हाला ॲलर्जी असते ना?... व्ह्यूअर्सना हे समजणार नाही आणि ते आवडणार नाही, असल्या काहीतरी समजुतींनी तुम्ही सगळ्या ओरिजिनल आयडियाज् देता डस्टबिनमध्ये टाकून आणि जुन्या-पान्या सास-बहूच्या नाहीतर विक्रम-वेताळाच्या सीरियल्स करत बसता!"

"टी.आर.पी.बाबा!... आम्हीच निर्माण केलेला हा राक्षस आता आमच्या डोक्यावर नाचतोय!" कॉफीचे सिप घेत रीता म्हणाली.

"एनी वे, आज मी एक फर्स्ट क्लास आयडिया घेऊन आलोय. इतकी ग्रेट आहे, की तिच्यामुळे 'आम्ही मराठी' सगळ्या मराठी चॅनल्सना झोपवतो की नाही बघ!"

"हे प्रत्येकच चॅनलला सांगितलं असशील!" रीता मिष्कीलपणे म्हणाली.

"नो, एक्सक्ल्यूझिव्हली फॉर यू!... तुझा चॅनल मोठा व्हावा म्हणून..." कॉफीचा रिकामा कप खाली ठेवत विराज म्हणाला. "माझ्या तुझ्याविषयीच्या भावना माहीतच आहेत तुला!"

"प्लीज, नो टाइम फॉर फ्लर्टिंग!... कसलं प्रपोजल आहे ते बोलून टाक!"

"मराठी चॅनलवरचा पहिला रिॲलिटी शो!"

"कमॉन... पहिला कसा असेल? ते गाण्या-नाचण्याने शोज् सगळ्या चॅनल्सवर असतात ते?"

“तसा करमणुकीचा कार्यक्रम नाहीये हा! भाग घेण्याऱ्यांच्या आणि त्यांच्याबरोबर प्रेक्षकांच्या भावभावना चाळवणारा नक्कीच आहे!... पण भावजी-बिवजी नाही. सत्याची परीक्षा नाही... जनरल नॉलेज नाही...”

“समथिंग ऑन द लाइन्स ऑफ बिग बॉस?”

“समव्हॉट. बट विथ हॉरर एलिमेंट!”

“किडे खाणं... मगरीशी खेळणं... चिखलात लोळणं...”

“नो नो - मच क्लीनर!... मात्र हिंदी चॅनल्सच्या लाइन्सवर! मराठी चॅनलला मोठं व्हायचं असेल तर त्यांनी सेटवर बसल्याबसल्या वधू-वरांच्या जोड्या जुळवून कसं चालेल?... थोडं अधिक धाडसी व्हायला नको?”

“हिंदीसारखा रिॲलिटी शो आपल्याकडे हवा, हे मला पटतं!” रीता म्हणाली. मग विराजने तिला तपशील सांगायला सुरुवात केली.

“शोचं टायटल... ‘हॉन्टेड हाउस’. एक वाडा... भुताने झपाटलेला. त्यामध्ये पाच जणांनी, फॉर अ सर्टन पीरियड ऑफ टाइम राहायचं. दडवलेले कॅमेरे त्यांच्या हालचाली, त्यांची घबराट प्रेक्षकांपर्यंत पोहोचवतील! आठवड्यातून चार वेळा रोज पाऊण तास!... प्रत्येकाच्या परफॉर्मन्ससाठी लोकांनी एसेमेस पाठवायचे! त्यातून विनर निवडला जाईल!”

“साउन्ड्स इंटरेस्टिंग!” रीता म्हणाली.

चॅनलच्या क्रिएटिव्ह हेडने निर्मात्याकडे, त्याच्या कुठल्याही प्रोजेक्टविषयी फार उत्साह दाखवणे योग्य नव्हते. मात्र, ती मनातून मोहरून गेली होती. हिंदी चॅनलवर शोभेल, असा रिॲलिटी शो मराठीमध्ये... तोही हॉरर जॉनरमधला!... अगदी सहजपणे लोकप्रिय होऊ शकेल असा!... झपाटलेल्या घराविषयी कोणाला कुतूहल नसते? भुतांच्या कल्पनेने येणारा भीतीचा शहारा कोणाला नको असतो?

“मी सगळे डिटेल्स वर्कआउट करतो. परवा संध्याकाळी सात वाजता आपण ‘हॉटेल रेव्हन’मध्ये भेटू.” विराज म्हणाला.

“नथिंग डुइंग - हे ऑफिशिअल काम आहे. त्यासाठी आपण ऑफिसातच भेटायला हवं.”

“आता या प्रोजेक्टसाठी वरचेवर भेटायला लागेल. तू जर गॉसिपला घाबरून हॉटेलमध्ये भेटणार नसशील, तर इथं वरचेवर भेटण्यानं तुझा स्टाफ किती गॉसिप करेल याचा विचार कर.”

“ओके. येईन मी रेव्हनमध्ये. मात्र, आपल्या गप्पा स्ट्रिक्टली प्रोजेक्टशीच संबंधित राहतील, असं बघ.”

“अ वुमन इन अ हाय पोझिशन इज इन नो पोझिशन टु बी अ वुमन.”

“असं कोणी म्हटलंय?” रीताने विचारलं.

“मी.” असे म्हणून विराज हसत हसत निघून गेला.

रीता एका नव्या उत्साहाने कामाला लागली. तिचा कंटाळा कुठल्या कुठे पळून गेला होता...

रीता आणि विराज यांच्या ‘हॉटेल रेव्हन’मधल्या भेटी जसजशा वाढू लागल्या, तसतसा ‘हॉन्टेड हाउस’ला आकार येऊ लागला. शोविषयी हवा तापवण्याचे काम सुरू झाले. एक प्रोमो वरचेवर दाखवला जाऊ लागला. पूर्णचंद्र... त्यावर ढग येतात... खालून वर येते एका अंधाऱ्या वाड्याची छायाकृती. वाड्याच्या एका खिडकीत अचानक दिवा लागतो. त्याबरोबरच एक दचकवणारी दीर्घ किंकाळी ऐकू येते. पडद्यावर शब्द येतात – ‘येताय या झपाटलेल्या घरात राहायला? लवकर अर्ज पाठवा. फक्त पाचांची निवड केली जाईल. भित्र्यांनी किंवा कमकुवत हृदयाच्या माणसांनी अर्ज करू नयेत’... पुढे ई-मेल आय डी...

प्रोमो पडद्यावर आल्याच्या दुसऱ्याच दिवसापासून अर्जांचा पाऊस पडायला सुरुवात झाली.

“आपण फक्त सेलिब्रेटीजना निमंत्रित करायला हवं होतं!” रीता चौधरी म्हणाली.

“आय डोन्ट थिंक सो. सेलिब्रेटीजचे नखरे पुरवताना पुरेवाट होते. बरं, मीडिया त्यांना इतकं फूटेज देतो, की आपला शो राहतो बाजूलाच!... आणि गरज काय सेलिब्रेटीची? आपल्या शोमध्ये भाग घेतला, की कोणीही सोम्या-गोम्या सेलिब्रेटी होईल!” विराज म्हणाला.

अर्ज स्वीकारणे शेवटी थांबवावे लागले.

“महाराष्ट्रात इतके धाडसी आणि निर्भय लोक असतील, असं मला वाटलं नव्हतं.” विराज म्हणाला. “किती लोक तयार आहेत बघ भुताटकीच्या घरात राहायला!”

“न राहायला काय झालं?... दहा दिवस राहण्याची नुसती तयारी दाखवली म्हणून एक लाख रुपये मिळायचेत त्यांना... आणि विनरला पाच लाख!... काय वाईट आहे?” रीता शिष्टपणे म्हणाली.

“तू राहशील झपाटलेल्या जागेत?” विराजने विचारले.

“आमच्या चॅनलचं ऑफिस म्हणजे काय आहे असं वाटतं तुला?” दोघंही हसत सुटली.

...अर्जांची छाननी करून (किती अर्ज आले, त्यांना कशा आणि किती चाळण्या लावल्या, मान्यवरांनी त्यातून कशी निवड केली, इत्यादी भागाचे दोन, आणि महाराष्ट्रातल्या झपाटलेल्या घरांविषयीचा एक, असे तीन एपिसोड्स

या निमित्ताने चॅनलने प्री-पब्लिसिटी म्हणून दाखवले.) त्यातून पाच जणांची निवड केली गेली. त्या पाचांच्या मुलाखती, त्यांची लाइफ स्टाइल इत्यादींवर आणखी दोन एपिसोड्स केले गेले.

या पाचांची वये वेगवेगळी, व्यवसाय वेगवेगळे, स्वभाव वेगवेगळे! असे असले, तरी एक गोष्ट त्यांच्यात एकसारखी होती. ती म्हणजे, त्यांपैकी प्रत्येकजण एकटा राहत होता; आणि त्यांचे या 'शो'मध्ये काय होईल याची काळजी करायला कोणीच नव्हते. त्यांच्यापैकी सर्वात ज्येष्ठ होते ते, पन्नाशी उलटलेले परशुराम धारकर हे नुकतीच नोकरीतून व्ही.आर. एस. घेतलेले रहस्यकथा-भयकथा लेखक... आणि सर्वात तरुण होती, ती तीन-चार 'सी'ग्रेड भयपटात भूमिका केलेली, पंचविशीच्या आतली 'स्टारलेट' मधुरिमा. टाइल्सचा बिझिनेस करणारा बिपिन संघवी चाळिशीचा होता; फ्री लान्स पत्रकारिता करणारी स्मिता उजगरे आणि हायकिंगमध्ये, धावण्याच्या मॅरॅथॉनमध्ये नेहमी भाग घेणारा, पण एरवी खालमानेने एका अकाउंटंट्स फर्ममध्ये काम करणारा सागर सरवटे ही दोघं तिशीच्या आसपासची होती. सागरचे लग्न अजून व्हायचे होते; आणि विशीच्या आतच त्याचे आई-वडील थोड्याफार अंतराने निवर्तले होते. स्मिता उजगरेने कायम लग्नावाचून राहून पत्रकारिता करायचे ठरवले होते; पण ती एकाच वृत्तपत्राशी बांधील नसल्यामुळे तिची गैरहजेरी कुणालाच जाणवण्यासारखी नव्हती. बिपीन संघवीचे मोठे कुटुंब बडोद्यात होते; पण त्यांच्याशी न पटल्यामुळे मुंबईत येऊन त्याने एकट्याने धंदा सुरू केला होता. गंमत म्हणजे, त्याची बायको मात्र बडोद्याच्या मोठ्या एकत्र कुटुंबातच राहत होती. मधुरिमा कुठेतरी पेइंग गेस्ट म्हणून राहत होती; आणि चांगला नावलौकिक मिळाल्याशिवाय आई-बापांना तोंड दाखवणार नव्हती. धारकरांना मूलबाळ नव्हते; आणि पत्नी नुकतीच वारल्यामुळे ते एकटेपणाच्या दुःखात होते. ही सगळी एकटी माणसे योगायोगाने एकत्र आली नव्हती. त्यांची निवड करताना त्यांचे एकटेपण आवर्जून विचारात घेतले गेले होते.

निवडीसाठी अर्ज यायला आणि प्रोमो व इतर प्री-पब्लिसिटी कार्यक्रम दिसायला सुरुवात झाली तेव्हापासून, हा शो प्रेक्षकांच्या मनात भुताखेतांवर विश्वास निर्माण करणारा आणि म्हणून अंधश्रद्धेला उत्तेजन देणारा आहे, अशी पत्रं चॅनलकडे आणि वृत्तपत्रात यायला लागली. एक अंधश्रद्धा-विरोधक तर 'शो'वर बंदी आणावी यासाठी कोर्टातही गेले; पण बऱ्याच कार्यक्रमांमधून भुताखेतांच्या गोष्टी असतात, त्या कोणी गंभीरपणे घेत नाही, असे सांगून कोर्टाने त्यांचा अर्ज फेटाळला. अर्थातच या सर्वांमुळे 'शो'ला अतोनात प्रसिद्धी मिळाली, हे सांगायला नकोच!... विराजच्या कल्पनेवर रीता चौधरी बेहद्द खूश होती!

होडी किनाऱ्याला लागली आणि रीताने विराजला विचारले, ''विराज, तू मला कुठं आणलंयस?''

''हनिमूनला... ओके?'' विराज म्हणाला.

यावर रीता काहीच बोलली नाही. एका पाऊलवाटेने ती दोघे चालत निघाली. दोन्ही बाजूंनी दाट झुडपे होती. अजून संध्याकाळ झाली नव्हती; तरी गर्द झाडीमुळे अंधारल्यासारखे वाटत होते.

शेवटी ती पायवाट संपली आणि झाडेही थोडी विरळ झाली. मधेच थोडीशी मोकळी जागा तयार झाली होती, तिथे विराज अचानक थांबला. अर्थात, रीताही थांबली. दोघे समोर पाहत राहिली.

''सो... दॅट्स द हॉन्टेड हाउस, हां?'' रीतीने विचारले. ''वाव! इट्स ग्रेट!''

मोकळ्या जागेला लागूनच एक दुमजली घर होते. एके काळचा खानदानी वाडा असावा, तसे ते वाटत होते. आता मात्र त्याची अवस्था, बऱ्याच वर्षांत कोणी डागडुजी न केल्यामुळे खराब झाली होती. छपराची कौले फुटली होती आणि पायऱ्यांमध्ये तण माजले होते. वरच्या मजल्यावर एक खिडकी होती. तिच्या तावदानाच्या फुटलेल्या काचेवर मधेच एक सूर्यकिरण पडला आणि एकाक्ष घराने मधेच डोळा उघडावा तसे ते लख्कन चमकून गेले.

खिशातून चाव्यांचा जुडगा काढून विराजने कोरीव नक्षीच्या लाकडी दरवाज्याचे कुलूप उघडले. तक्रार केल्याप्रमाणे, गंजलेल्या बिजागऱ्यांचा आवाज करत दारे उघडली. दोघे आत गेली.

आतल्या धुळीने रीताला ठसका लागला.

''हनिमूनला छान आहे नाही जागा?'' विराजने पुन्हा डिवचले.

''यू आर विअर्ड.'' रीता म्हणाली.

मात्र 'हॉन्टेड हाउस शो'साठी तिला ती जागा फारच आवडली. मोठा हॉल, वर जाणारा जिना, त्याच्या दोन्ही बाजूंच्या खिडक्यांमधून दिसणारे, बाहेरचे गर्द रान... घर झपाटलेले वाटत होते खास!

''हे घर खरंच झपाटलेले आहे!'' विराज म्हणाला. ''आपला प्रॉजेक्ट मार्गी लागण्याच्या आधीपासूनच मी अशा घरांची माहिती काढत होतो ज्यांना वाईट इतिहास आहे! इथे दीडशे वर्षांपूर्वी दोन जमीनदार भाऊ राहत होते. इस्टेट आपल्याला एकट्यालाच मिळावी, म्हणून त्यांच्यातल्या एकानं दुसऱ्याला विष घालून मारलं; आणि त्याचा सूड म्हणून त्याच्या मुलाने काकाचा, फासाला लटकावून खून केला. पुढे म्हणे आपल्या या कृत्याचा पश्चात्ताप होऊन, त्या मुलानं संन्यास घेतला. जरा विक्षिप्तच होता म्हणतात तो! आता मात्र त्या कुटुंबातलं कुणीच हयात नाही!''

"मग पंधरा दिवसांसाठी हे घर भाड्यानं घेण्याचं डील तू केलंस, ते कोणाबरोबर?"

"इस्टेट एजंटबरोबर. तो म्हणाला, आता सगळे अधिकार त्याच्याचकडे आहेत. अधिक काही बोलेना. मीदेखील अधिक खोलात शिरलो नाही. आपल्याला हवं तसं ऑथेन्टिक हॉन्टेड हाउस मिळालंय ना? मग झालं तर!... त्यातून हे विरारपासूनही बऱ्यापैकी लांब आहे. मधे हा लहानसा ओढा आहे. इथनं पळून जाणं तितकंसं सोपं नाही. डिस्टर्ब करायलाही कोणी येणार नाही. कारण मनुष्यवस्ती लांबच आहे... मधे सगळी झाडी आहे!"

"टू गुड टु बी टू!" रीता चांगलीच इम्प्रेस झाली होती.

एवढ्यात दारात एक टेम्पो येऊन पोहोचला. तिच्यातून दोघेजण उतरले. त्यांनी आतले सामान उतरवायला सुरुवात केली. अनेक छोटे कॅमेरे, लाइट्स असं बरंच काही. त्यापाठोपाठ एक व्हॅन आली आणि आतून कॅमेरामन, व 'शो'चे पाच स्टार्स खाली उतरले.

रीताने त्या पाचही जणांच्या ऑडिशन सीडीज पाहिल्या होत्या; पण प्रत्यक्षात ती त्यांना प्रथमच पाहत होती. विराजने त्यांची आणि तिची ओळख करून दिली. सर्वांना घर पाहण्याची उत्सुकता होती... पण आता ते शक्य नव्हते. कारण टेम्पोमधून आलेल्या दोन कर्मचाऱ्यांनी साफसफाईला सुरुवात केली होती. त्यामुळे सर्वांना बाहेरच दारातल्या पिंपळाच्या पारावर बसावे लागले.

"आपल्या शोचे नियम तुम्हाला सर्वांनाच माहिताहेत. दहा दिवस तुम्ही इथे स्वतःच्या बळावरच राहायचं आहे. आमच्यापैकी कोणीही इथं येणार नाही. फक्त इनकमिंग असलेला फोन इथं आहे... त्याच्यावरून, अगदी गरज पडेल, तरच आम्ही सूचना देऊ. तुम्ही तुमचे मोबाइल्स सरेंडर केलेले असतील. त्यानंतर तुमचा बाहेरच्या जगाशी संबंध तुटेल. दहा दिवसांत कोणीही इथे येणार नाही, की जाणार नाही. इथलं फूटेज आमच्याकडे येत राहील. दिवस-रात्र मिळून साधारण दहा तास शूट होत राहील. ते एडिट करून आठवड्यातून चार दिवस, पाऊण तासाच्या एपिसोड्समधून साधारण पाचेक महिने दाखवले जातील. तुमचे पैसे मात्र तुम्हाला दहा दिवसांनी, आपला इथला स्टे फायनली संपेल, तेव्हाच विराज टेलिफिल्म्सच्या ऑफिसमधून मिळतील... ॲम आय राइट? बरोबर सांगितलं ना मी सगळं?" विराजने रीताला विचारले. तिने मान डोलावली. "तुला आणखी काही सांगायचंय?" त्याने विचारले.

"विशेष काही नाही." ती हसून म्हणाली. "नंतर तुम्ही घर बघालच. त्यासाठीच तुम्हाला इथं बोलावलंय. मला फक्त एवढंच सांगायचंय, की तुम्ही

सगळे निर्भय असलात, तरी जेव्हा भीती वाटेल तेव्हा ती दडपू नका. घाबरण्यासारखं इथं काही आहे आणि तुम्ही त्या भीतीच्या सावलीत राहताय, हे प्रेक्षकांना दिसू द्या. डोन्ट ओव्हर अॅक्ट... पण निर्विकार राहू नका. अॅक्ट नॅचरल... ओके? माय बेस्ट विशेस टू ऑल ऑफ यू.''

आणखी चार दिवसांतच 'हॉन्टेड हाउस'चे सितारे झपाटलेल्या वाड्यात हजर झाले. प्रत्येकाजवळ एक छोटीशी हॅन्डबॅग होती. नावापुरती. बाकी त्यांना लागणारे कपडे, प्रसाधने, वाचण्याचे साहित्य (वर्तमानपत्र येणार नव्हते), फर्स्ट एड आणि खाण्यापिण्याच्या पदार्थांचा सहज दहा-बारा दिवस पुरेल एवढा मोठा साठा (जुन्या इराण्याकडचा एक अवाढव्य फ्रिज आणि त्याबाहेर) खोल्याखोल्यांमध्ये सज्ज करून ठेवला होता. त्यामुळे त्या वास्तूचा निर्जनपणा थोडा कमी होत होता; पण त्याला इलाज नव्हता. सर्वत्र कॅमेरे लावलेले होते; पण तेही मुद्दाम शोधले, तरच सापडण्यासारखे.

''वा! बरीच काळजी घेतलीय तुम्ही आमची!'' लेखक धारकर, बरोबर आलेल्या विराजला म्हणाले.

''घ्यायलाच हवी! तुम्ही आमचे स्टार्स आहात!... शनिवारपासून सुरू होतोय हा कार्यक्रम!... तुम्हाला आणखी दहा दिवसांनंतर पाहता येईल तो!''

विराजने सर्वांना त्यांच्या खोल्या दाखवल्या. मधुरिमा आणि स्मिता उजगरे यांना खालच्या मजल्यावरच्या शेजार-शेजारच्या दोन खोल्या दिल्या होत्या. प्रत्येक खोलीत एक सिंगल बेड आणि ड्रेसिंग टेबल व दोन-दोन मोढे होते. तशीच आणखी एक बेडरूम, हॉलच्या दुसऱ्या बाजूला होती, तिथे धारकरांची सोय केलेली होती. वरच्या मजल्यावर मोठा पॅसेज आणि त्याला लागून तीन बेडरूम्स होत्या. त्यातल्या दोन, बिपीन संघवी आणि सागर सरवटे यांच्यासाठी होत्या. तिसरी बंदच होती. तिच्यात वेळप्रसंगी लागू शकेल असे सामानसुमान होते. किचन खालीच होते. चांगले प्रशस्त होते.

सगळ्यांची सोय लागल्यावर विराज परत जायला निघाला. ''फार नाही, फक्त दहा दिवसांनी भेटणार आहोत आपण!'' तो म्हणाला. ''तोवर काही गैरसोय झाली, तर तेवढी चालवून घ्या. आराम करा. आता तुम्हाला फक्त एकच काम आहे.''

''कोणता बोला.'' बिपीन म्हणाला. ''कसला पण कामला आमी घाबरते नाय.''

''घाबरण्याचंच काम करायचंय तुम्हाला.'' विराज हसून म्हणाला. ''ते नीट करा म्हणजे झालं. प्रत्येकानं चांगलं परफॉर्म करा. त्यावर एसेमेस यायच्येयत.

एन्जॉय युअर स्टे इन द हॉन्टेड हाउस. ऑल द...'' त्याने मधेच, दचकून छपराकडे पाहिले.

इतरांनीही पाहिले. ''काय झालं?'' त्यांनी विचारले.

''काही नाही. छपरावरून कुणीतरी पाहतंय असा मला भास झाला!'' क्षणात सर्वांच्या अंगातून शिरशिरी गेली.

विराज मोठमोठ्याने हसला. ''आय वॉज जस्ट फूलिंग.'' तो म्हणाला. सगळे एकदम मोकळे झाले. ''हॅव फन. गुड नाइट.'' म्हणत तो कारमध्ये बसला.

त्याची कार दिसेनाशी होईपर्यंत सगळे पाहत राहिले. ''मी इतके प्रोड्युसर्स पाहिले आतापर्यंत...'' मधुरिमा म्हणाली, ''...पण हा त्या सगळ्यांच्यात अधिक जंटलमन वाटला!''

सगळे वळले आणि घरात परतले. एक-दोघांची नजर छपराकडे गेल्याशिवाय राहिली नाही.

मंडळी हॉलमध्ये जाऊन बसली. आता अंधारू लागले होते. सागरने उठून हॉलमधले दिवे लावले. मध्यभागी दोन जुन्या पद्धतीच्या हंड्या होत्या; पण त्यांमध्ये विजेचेच दिवे होते. बाकी भिंतीलगत काचेच्या शेड्समध्येही दिवे होते. ''मी चहा करून आणते सर्वांसाठी.'' स्मिता म्हणाली आणि पटकन उठून किचनमध्ये गेली. तिला दिव्याचे बटन सापडतेय ना, यावर सागरचे लक्ष होते.

''एक सांगून ठेवते...'' बिपीन म्हणाला, ''आता ते प्रोड्युसरने जोक मारला ना छप्परचा, तसा कोणी पण करायचा नाय. नायतर खरा काय पण झाला तरी आपण ते जोक समजून जायेल.''

''काही होत नाही.'' धारकर म्हणाले, ''आपण टेन्शन घ्यायचं नाही. घाबरल्यासारखं दाखवायचं; पण खरोखर घाबरायचं नाही!''

''तुमचं ठीक आहे... तुम्ही त्या घाबरवणाऱ्या कथा-कादंबऱ्या लिहिता ना? म्हणून सवय आहे तुम्हाला असल्या गोष्टींची.'' मधुरिमा म्हणाली. ''मला बाई खरीखुरीच भीती वाटते!''

सागर उठला आणि स्मिताच्या मदतीला किचनमध्ये गेला. त्याने एक ट्रे काढला, तो तिथेच अडकवलेल्या स्वच्छ फडक्याने पुसून घेतला आणि स्मिताने भरलेले चहाचे कप त्याने ट्रेमध्ये ठेवले. तिने चहाची भांडी सिंकमध्ये टाकली, तोवर तो ट्रे घेऊन बाहेर आला. त्याच्या पाठोपाठ किचनचा दिवा मालवून स्मिताही आली.

सगळे शांतपणे चहा पिऊ लागले. आता अंधारून आले होते. बाहेर कुठल्या किड्या-पाखराचासुद्धा आवाज नव्हता. एक जड शांतता सगळीकडे

पसरली होती. ती मोडण्यासाठी म्हणून असेल, पण धारकर सांगू लागले – ''मी दहा वर्षांपूर्वी असाच एका वाड्यात गेलो होतो...''

''प्लीज... नो घोस्ट स्टोरीज!'' मधुरिमा कळवळून म्हणाली.

एवढ्यात एकाएकी थंड हवा आत घुसली. सारे काही अगदी बर्फ पडत असल्यागत थंडगार होऊन गेले. मधुरिमाने एक अस्फुट किंकाळी फोडली. सागर उठला आणि त्याने मुख्य दरवाजा लावून घेतला. मागचा दरवाजा लावायला तो जाणार, एवढ्यात एकाएकी दिवे विझले. सर्वत्र ठार काळोख झाला. तरीही दिशेचा अंदाज घेऊन सागर मागच्या दरवाजापर्यंत पोहोचला. त्याने तो जड लाकडी दरवाजा ओढून बंद करून घेतला...

''कसला आवाज झाला?'' मधुरिमाने घाबरून विचारले.

''मी दरवाजा लावून घेतला, त्याचा.'' सागर म्हणाला आणि सावकाश आपल्या जागेवर येऊन बसला.

''घाबरायचा काय कारण नाय!'' बिपीन सांगू लागला – ''लोडशेडिंग तर असणारच इकडे... दिवसमधली धा वेळ दिवे जाणार!''

''मघाशी मी किचनमध्ये कँडल स्टँड पाहिलाय, तो घेऊन येतो.'' सागर उठून जाता जाता म्हणाला. ''माचिसदेखील होती ओट्यावर.''

''अंधारात कसा जाशील?'' धारकरांनी काळजीने विचारले.

पण तोवर सागर बहुधा पोहोचला असावा.

''हा तर मांजरच आहे बहुतेक.'' मधुरिमा म्हणाली. तसे सगळे हसले. हसल्यामुळे सर्वांनाच जरा बरे वाटले.

एवढ्यात तीन मेणबत्त्या पेटवलेला कँडल स्टँड घेऊन सागर आला. त्या प्रकाशाने सगळेच जरा निर्धास्त झाले. ''सॉरी फोक्स! अशा ठिकाणी एक मेणबत्ती घेऊन गाणं म्हणत जाणाऱ्या स्त्रीची आकृती दिसण्याची अपेक्षा आहे! पण तुम्हाला दिसतोय तो तीन मेणबत्त्या घेतलेला मी!'' तो मोठ्याने हसला.

टेबलाच्या मध्यभागी कँडल स्टँड ठेवून तो जाग्यावर येऊन बसला आणि एवढ्यात कोणीतरी, जशी काही त्याची जिरवण्यासाठी, हाताचा पंजा ठेवून मालवाव्यात, तशा एकेक करून तीनही मेणबत्त्या विझवून टाकल्या.

पुन्हा एकदा सर्वत्र काळोख पसरला.

यावेळी बिपीन किंवा धारकर, यांच्यापैकी कुणीच काही बोलले नाहीत. स्मिता हलकेच म्हणाली, ''सागर...''

सागर काहीच बोलला नाही.

आता थंडी कमी झाली होती. एकदम सगळे दिवे परत आले आणि हो... कँडल स्टँडवरच्या मेणबत्त्याही, जशा काही मधे विझल्याच नव्हत्या, अशा

प्रकारे पुन्हा जळू लागल्या. हळूहळू हवामान पहिल्यासारखे झाले. सागरने उठून मेणबत्त्या विझवल्या.

''डोन्ट वरी. या सगळ्या ट्रिक्स आहेत, आपल्याला घाबरवण्यासाठी. 'शो'चा भाग म्हणून निर्मात्यांनी तयार केलेले इफेक्ट्स आहेत ते.'' धारकर म्हणाले.

''मग आपण घाबरायला पायजे. तसा अेक्टिंग करायचा ठरला हाय! हाय ना?'' – बिपीन.

हळूहळू गप्पा नॉर्मल झाल्या. भीतीविषयी आणि विचित्र गोष्टीविषयी बोलायचेच नाही, असे जणू त्यांनी नकळतच ठरवून टाकले.

रात्रीच्या जेवणाची तयारी सुरू झाली. स्मिता आणि मधुरिमा यांना सागर मदत करू लागला. साधेच वरणभात, राजमा आणि ब्रेड असे जेवण त्यांनी तयार केले. कसलाही भीतिदायक प्रकार न होता सगळे मजेत जेवले.

सागर आणि बिपीन यांनी भांडी विसळली आणि सगळे आपापल्या खोलीत झोपायला गेले. त्याआधी सागरने खिडक्या बंद करून घेतल्या. नंतर दोघी मुलींना खोल्यांबाहेरूनच त्याने ''एव्हरीथिंग ओके?'' असे विचारले. त्यांनी ''हो'' म्हणताच ''गुडनाइट'' म्हणून तो धारकरांच्या खोलीत गेला आणि त्यांना थंडीबिंडी वाजत नाहीये ना, हे विचारून वरच्या मजल्यावरच्या आपल्या खोलीत झोपायला गेला. बिपीनच्या दारावरून जाताना ''गुडनाइट, बिपीन'' म्हणायला तो विसरला नाही.

रात्री मधेच मधुरिमाला जाग आली. खिडकीबाहेरच्या काळोखात, कोणीतरी उभे होते. पूर्ण आकृती दिसत नव्हती; पण दोन लाल निखाऱ्यांसारखे डोळे तिच्याकडे रोखून पाहत होते.

मधुरिमा किंचाळत सुटली, तशी शेजारच्या खोलीतून स्मिता पळत आली. ''काय झालं?'' तिने विचारले.

हुंदके देत देतच मधुरिमाने खिडकीकडे बोट दाखवले.

''तिथं तर कोणीच नाहीये.'' स्मिता म्हणाली.

''होतं... माझ्याकडे पाहत होतं...''

''तुला स्वप्न पडलं. चल, झोप बघू.'' स्मिताने खिडकीचा पडदा ओढून घेतला.

''मला भीती वाटते. झोप नाही येणार...'' मधुरिमा.

स्मिता तिला आपल्या खोलीत घेऊन गेली. एकाच बेडवर दोघी कशीतरी जागा करून झोपल्या.

सकाळी सागरला लवकर जाग आली. उजाडू लागले होते. तो तसाच बाहेर पडला आणि एक चक्कर मारून आला. सर्वत्र झाडीच झाडी होती. मात्र, आश्चर्य हे, की कुठेही पक्ष्यांची किलबिल ऐकू येत नव्हती. सारे नि:शब्द होते.

तासाभराने तो परत आला, तोवर धारकर जागे झाले होते. तेदेखील थोडेफार चालून यावे अशा विचारात होते. त्याने, ''जा, पण सांभाळून – वाट उंचसखल आहे... दोन्ही बाजूंना झुडपं आहेत.'' अशी सावधगिरीची सूचना दिली. ते सावकाश चालत बाहेर पडले.

थोड्या वेळाने स्मिता उठून आली. तिने काल रात्रीचा प्रकार सागरला सांगितला.

''नक्कीच स्वप्न पडलं मधुरिमाला.'' तो म्हणाला. ''नाहीतरी ती घाबरलेलीच आहे पहिल्यापासून.''

''या नट्यांचं काही सांगता येत नाही.'' स्मिता हसून म्हणाली. ''खरंच घाबरते, की स्वत:कडे लक्ष वेधून घेण्यासाठी तशी वागते, कोण जाणे!''

सागरही हसला. ''मी चहा करतो'' म्हणत तो किचनकडे वळला. स्मिता तोंड धुवायला गेली.

चहा करून सागर ब्रेकफास्टची तयारी करायला लागला, एवढ्यात त्याला स्मिताची किंकाळी ऐकू आली. तो धावतच तिच्या खोलीत गेला. ती आरशासमोर उभी होती आणि ''आईऽऽ आई गंऽ'' असे ओरडत होती.

''काय झालं स्मिता?'' सागरने विचारले. तिच्या आरडाओरडण्याचा अर्थच त्याला कळत नव्हता.

''मी कशी झालेय बघ! – बऽघ!'' ती ओरडली. मधुरिमा दारात उभी होती, तिच्याकडे वळून ती म्हणाली, ''पाहिलंस, कशी दिसतेय मी?''

''काही झालं नाहीये तुला!'' मधुरिमा म्हणाली. ''अशी का घाबरलीयेस तू?''

''माझा चेहरा... विद्रूप नाही झालेला?'' ती भीतीने थरथरत म्हणाली.

''अजिबात नाही! मघाशी माझ्याशी बोलत होतीस, तेव्हासारखीच दिसतेयस तू!'' सागरने तिची समजूत घातली.

मधुरिमाने तिला जवळ घेतले. ती स्फुंदत होती. हळूहळू ती शांत झाली.

''आरशात मला माझा चेहरा भयंकर विद्रूप झालेला दिसला. सगळी कातडी भाजलेली... दोन दात पडलेले... डोळे विस्फारलेले... भुवया नाहीतच... केसांच्या जटा झालेल्या... आई गं!... कशानं तरी मी अशी होणार आहे का?'' ती पुन्हा स्फुंदू लागली.

मधुरिमाने सागरकडे पाहिले; पण त्याच्याकडे काहीच स्पष्टीकरण नव्हते.

दिवसाची वेळ... त्यातून स्मिता टक्क जागी... नुकतीच त्याच्याशी बोलून गेलेली...

"भास झाला तुला! भयंकर असेल; पण भासच!" तो स्मिताला म्हणाला. "परत बघ पाहू त्या आरशात!" तो तिला धरून आरशाशी गेला. तिची समोर बघायची तयारीच नव्हती. तोंडावर हात धरूनच ती उभी होती. हळूहळू तिची समजूत पटली. तिने चेहऱ्यावरचे हात दूर केले. अजून तिचे हुंदके थांबले नव्हते. पण "बघ-बघ" या सागरच्या शब्दांनी कसातरी धीर गोळा करून तिने आरशात पाहिले.

तिचे प्रतिबिंब पुन्हा पहिल्यासारखे झाले होते.

एव्हाना धारकर फिरून परतले होते. "फार एकटं एकटं वाटतं हो... मुंबईच्या रस्त्यानं माणसांच्या सोबतीनं चालायची सवय!... इथं झाडीतून वाट काढत काढत एकट्यानं पुढं जायचं म्हणजे फार चमत्कारिक वाटतं!" ते म्हणाले. "कायम लक्षात राहील हे!"

"नाहीतरी आपल्या निर्मात्यांनी आपल्याला सांगून ठेवलंच आहे, की धिस इज गोइंग टू बी अ लाइफ एक्सपिरिअन्स." सागर हसत हसत म्हणाला.

सगळे ब्रेकफास्टला जमले. सावधगिरी म्हणून प्रत्येकाने आपल्याला आलेला वेगळा अनुभव इतरांना सांगायचा आणि त्यावर सर्वांनी विचार करायचा, असे धोरण ठरवून ठेवलेले होते. त्याप्रमाणे मधुरिमाने रात्रीचा आणि स्मिताने सकाळचा, असे आपले अनुभव सांगितले.

"असा काय पण खराखरा झालेला नाय!" बिपीन म्हणाला. "हे हेलुसिनेशन हाय!" बोलता बोलता त्याचा आवाज एकदम बदलला. तो पुष्कळच घोगरा झाला आणि त्याचा वेगही चांगलाच कमी झाला. रेकॉर्डरची टेप स्लो व्हावी, तसे बिपीनचे बोलणे वाटू लागले. "आपण होन्टेड हाउसमधी हाय म्हंजी आपलेला असा भास व्हायलाच पायजे असा आपला सायकोलोजी असते, म्हणूनशी..." आपला आवाज बदलल्याचे लक्षात येऊन, तो आपणहूनच गप्प झाला. ऐकणारेही हादरून गेले होते. कोण काय बोलणार...? चमत्कारिक शांतता पसरली.

"रात्रीची थंडी बाधली बहुतेक बिपीनला. आवाज बसलाय त्याचा. गरम पाण्याने गुळण्या कर बिपीन!" धारकर म्हणाले.

बिपीन काहीच न बोलता उठून गेला. बहुधा आपल्या खोलीत जाऊन, पुनःपुन्हा बोलून, आवाज बदलतो का, ते पाहण्याचा त्याचा इरादा असावा.

हळूहळू सगळेच पांगले. मात्र, ते जेवायला परत जमले तोपर्यंत बिपीनचा आवाज पूर्ववत झालेला नव्हता. अर्थात, बिपीन गप्पच राहिला. स्मिताने आपले

पत्रकारितेतले दोन-चार गमतीदार अनुभव सांगून वातावरण हसते-खेळते ठेवण्याचा प्रयत्न केला. तो अर्थातच कृत्रिम होता, कारण सकाळचा अनुभव ती अजून विसरलेली नव्हती.

"सकाळी बिपीन सांगत होता, ते खरंच आहे!'' सागर म्हणाला. ''शो हॉरिफाइंग व्हावा, यासाठी निर्माते जागोजागी निरनिराळ्या घाबरवणाऱ्या क्लृप्त्या पसरून ठेवणारच! पण आपण स्वत:लाच घाबरून घेतोय!... म्हणजे हे भास- या कल्पना- आपण आपले विचार थोडे-अधिक वास्तववादी-रॅशनल ठेवायला हवेत!''

सागरच्या बोलण्याला धारकरांनी दुजोरा दिला. स्मितालाही ते पटले. मधुरिमाच्या डोक्यात ते कितपत शिरत होते कोण जाणे; पण सागरचे बोलणे तिला ऐकावेसे वाटत होते. बोलताना, हावभाव करताना तो किती आकर्षक दिसतोय, याचाच विचार ती करत होती. आवाज बदलल्यापासून बिपीनचा आवेश मात्र एकदम ओसरल्यासारखा झाला होता.

दुपारी सगळ्यांनी ताणून दिली. आराम केल्यावर मनावरचे दडपणही थोडे कमी झाले. दिवसभरात घाबरण्यासारखे काही घडले नाही. मधे एकदा कोणीतरी दारावर थापा मारल्या, तिकडे मंडळींनी दुर्लक्ष केले. थोडा वेळ दिवे गेले; पण तो लोडशेडिंगचा भाग असावा, अशी सोयीची समजूत सर्वांनी करून घेतली.

रात्रीचे जेवण झाल्यावर सगळे गप्पा मारत बसले. गप्पांमध्ये कोणाला फार रस होता, असे नाही; पण आपल्या खोलीत एकट्याने जाण्याचे प्रत्येकाच्याच जिवावर आले होते. बिपीन मात्र तोंडातून अवाक्षर न काढता सैलपणे चालत आपल्या खोलीत गेला.

त्याने कपडे उतरवून नाइट ड्रेस चढवला; कपड्यांच्या घड्या करून, त्या कपाटात ठेवल्या आणि तो वळला... आणि असा काही दचकला!

दारात भगवी कफनी चढवलेला एक माणूस उभा होता. रंगाने काळा, तुळतुळीत टक्कल केलेला; आणि नजर – निखाऱ्यासारखे रोखलेले ते डोळे...

"सागर... सागर...'' बिपीन घोगऱ्या आवाजात ओरडू लागला.

सगळ्या मंडळींनी त्या हाका ऐकल्या; बिपीनच्या बदललेल्या आवाजामुळे त्या, कुणीतरी गळा दाबत असल्यासारख्या येत होत्या. सागर धावत जिना चढून वर गेला.

त्याच्यामागून धारकर सावकाश वर गेले. स्मिताही त्यांच्या पाठोपाठ निघाली; पण मधुरिमाने तिला गच्च धरून ठेवले. तिचे हातपाय लटलट कापत होते.

सागर वर पोहोचला तेव्हा त्याला डोळे विस्फारून दाराकडे पाहणाऱ्या

बिपीनशिवाय दुसरे काहीच दिसले नाही. बिपीनच्या तोंडून भीतीने शब्द फुटत नव्हता; पण हळूहळू सागर आणि धारकर यांनी, बिपीनला काय दिसले, हे त्याच्याकडून काढून घेतले. बिपीनच्या आग्रहावरून, त्याच्या सोबतीसाठी सागर आपल्या खोलीतून गादी घेऊन आला आणि ती जमिनीवर पसरून झोपला. बिपीनलाही थोड्याच वेळात गाढ झोप लागली.

सकाळी सागरला, उजाडतानाच जाग आली.

बिपीनचे पांघरूण बिछान्यावरून खाली लोंबकळत होते; पण त्याचा बिछाना रिकामा होता. बाथरूम उघडी होती.

सागर घाईघाईने खाली आला. अजून इतर कुणाची हालचाल नव्हती; आणि बिपीन कुठेच दिसत नव्हता. सागरने बूट चढवले आणि तो वाड्याला एक प्रदक्षिणा घालून आला. मग लांबवर एक चक्कर मारून आला. आपण परत येईपर्यंत बिपीन हॉलमध्ये येऊन बसला असेल, अशी एक छुपी आशा त्याच्या मनात होती... पण सगळे चहा घेत बसले होते, त्यांच्यात बिपीन नव्हता.

''बिपीन कुठाय?... तुझ्याबरोबर नव्हता बाहेर गेला?'' धारकरांनी विचारले.

''नाही... एकटाच गेला असेल कुठंतरी. येईल.'' सागर म्हणाला.

पण ब्रेकफास्टच्या वेळी नाही, जेवणाच्या वेळेवर नाही, संबंध दिवसात बिपीन परतच आला नाही. जणू तो एकाएकी नाहीसाच झाला होता...

'हॉटेल रेव्हन'मध्ये विराज आधीच येऊन बसला होता. रीता नेहमीप्रमाणेच लगबगीने आली आणि सरळ त्याच्यासमोर येऊन बसली.

''कॉग्रॅच्युलेशन्स!... व्ह्यूअर्स आर लॅपिंग अवर शो! प्रेस महत्त्वाचा नाही; पण तोही चांगलं बोलतोय 'हॉन्टेड हाउस'विषयी. एसेमेस येताहेत... टी.आर.पी. चांगला आहे... पण मला पर्सनली विचारशील तर इट्स अ बिट स्लो. जस्ट अ बिट. लोकांना घाबरवणाऱ्या गॅग्ज थोड्या अधिक हव्यात!''

''ही हॉरर स्टोरीजची सीरिअल नाहीये रीता... दर पाच मिनिटांनी व्ह्यूअरच्या पोटात लाथ मारायला!... हा रिॲलिटी शो आहे!... खरोखरीच्या झपाटलेल्या घरात काय दर पाच मिनिटांनी भुतं स्पेशल अपिअरन्स करत नाहीत! एखादंच छोटं-मोठं काहीतरी घडतं... ज्यामुळे तिथे काहीतरी वेगळं अस्तित्व आहे, असं जाणवतं!''

''ते सगळं मला पटतं...'' थोडासा विचार केल्यासारखे करून रीता म्हणाली. ''पण आपल्याला विचार करावा लागतो, तो...''

“...टी.आर.पी.चा!” विराज तिरसटपणे म्हणाला.

“रागावू नकोस... तुझं एडिटिंग चांगलं आहे... चर्चा-बिर्चा सगळं काढून टाकून तू फक्त हॉरिफाइंग मटिरिअल तेवढं ठेवतोयस – म्युझिकही स्पेलबाइंडिंग आहे... त्यामुळंच तर आपला शो लोकांना आवडलाय! आय रिअली ॲप्रिशिएट दॅट!... रिअली! आय ॲम क्वाइट हॅपी!”

“बय आय ॲम नॉट!” विराजच्या उद्‌गाराने रीता चमकली. “काल या पाचांपैकी एकजण नाहीसा झाला!”

“तुला म्हणायचंय – पळून गेला!”

“नाही, तिथनं पळून जाणं शक्यच नव्हतं! मधल्या दोन टप्प्यांवर मी गन्स घेतलेले सुरक्षारक्षक ठेवलेयत! पुढे ओढा आहे! बिपीन संघवीसारख्या स्थूल माणसाला... मला काळजी वाटते! त्याचं काय झालं असेल?”

“कमॉन–” रीता म्हणाली. “शोमधून नाहीतरी एकेक माणूस कमी होणारच आहे एसेमेसच्या मोजणीतून!... डोन्ट वरी... शोवर काही परिणाम होणार नाही! इट विल गो ऑन! ...आता नसत्या काळज्या करणं सोड आणि प्रमोशनच्या नव्या आयडियाज काढ. ओके? अँड प्लीज, डोन्ट बी सो डॅम सीरियस! नेहमीसारखा हसत नाहीयेस तू आज!”

विराज तिच्याकडे पाहत राहिला. आज पहिल्यांदाच आपण तिला ओळखू लागलो आहोत, असे त्याला वाटले.

मध्यरात्रीचा सुमार होता. सगळे शांत झोपले होते. वाड्याच्या कुठल्याही भागात अंधुक का होईना, पण उजेड असावा, या धोरणाने हॉलमधल्या दोन हंड्या रात्रभर जळत ठेवलेल्या असत.

बिपीन गेल्यापासून वरच्या मजल्यावर सागर एकटाच राहत होता. रात्री-अपरात्री तो बिपीनच्या नाहीसे होण्याचा विचार करत जागाच राही. आताही तो तसाच अर्धवट जागत असताना एकदम कोणीतरी धाड धाड आवाज करत जिन्यावरून खाली गेले.

सागर ताडकन उठला आणि खोलीबाहेर आला. बाहेरच्या अंधुक उजेडात त्याने पाहिले, तर त्याला जिन्याच्या तळाशी कोणीही दिसले नाही. तो खोलीत परतला आणि टेबलावरचा टॉर्च घेऊन बाहेर आला. कानाकोपऱ्यात टॉर्चचा झोत मारत मारत तो सावकाश जिना उतरून खाली आला. तसाच बाहेर जाऊनही सर्वत्र टॉर्च फिरवून परत आला. कुठेही कसलीही हालचाल नाही. मग धडधडत जिना उतरून कोण गेले?

आपल्याल आला, तसा इतर तिघांना हा आवाज नाही ऐकू आला? मग त्यांच्यापैकी कोणीच, दार उघडून बाहेर कसे नाही आले?... म्हणजे आपल्यालाच

हा भास झाला तर! आपण एकसारखे इथल्या घटनांचा विचार करतो, म्हणून का हे भास आपल्यालाच होतात? स्वत:ला भास होऊ द्यायचे नाहीत, कारण त्यामुळे आपले मन दुर्बळ होते; आणि ते आपल्याला घाबरवू पाहणाऱ्याच्या पथ्यावरच पडते! असे ठरवूनही भास का होतात? की ते भास नसतातच?... हे सारे घडते, ते खरोखरीचे घडते?... अरे बापरे! मग आता खरोखरच कुणीतरी जिना धडधड उतरले की काय? – कोण?

सागर वळला आणि परत वर जाऊ लागला. इतक्यात त्याला काहीतरी दिसले; आणि तो जागच्या जागी थबकला.

धारकरांच्या खोलीचे दार सावकाश उघडले आणि धारकर बाहेर आले. ते झोपेत चालावे तसे चालत होते. मात्र, त्यांचे डोळे उघडे होते.

सागर त्यांच्याजवळ गेला आणि म्हणाला, ''कुठं निघालात?... झोपा तुमच्या खोलीत जाऊन. अजून सकाळ झाली नाहीये.''

''मला जायला हवं बाबा.'' धारकर झोपेतच बोलल्याप्रमाणे म्हणाले. ''तो घेऊन चाललाय मला.''

''तो कोण?''

''तो चाललाय ना समोर... तो बघ, भगवी कफनी घातलेला... महंत आहे तो...''

सागरने धारकरांना, त्यांचे दोन्ही खांदे धरून वळवले. त्यांच्या दंडाला धरून तो त्यांना त्यांच्या खोलीत परत घेऊन गेला. त्याने त्यांना त्यांच्या बिछान्यावर निजवले. ते क्षणात झोपी जाऊन घोरू लागले.

सागर उठला आणि वर जाऊन आपल्या खोलीत झोपला.

पहाटे त्याला जाग आली तेव्हा पहिला विचार मनात आला, तो धारकरांचाच. रात्री ते झोपेत चालत होते, की खरेच त्यांना कोणी घेऊन चालले होते?... न दिसणारे कुणीतरी?... आपण थांबवले नसते, तर ते थोडे फिरून परत येऊन झोपले असते का?... नाहीतर कुठे गेले असते ते?

या विचारासरशी, जणू काही आतल्या आवाजाने काहीतरी सांगितल्याप्रमाणे सागर खाली उतरून आला आणि धारकरांच्या खोलीत गेला.

खोली रिकामी होती.

पलंगावर पांघरूण विस्कळीत पडले होते. टेबलवर एक उघडे पुस्तक होते. कोपऱ्यात चपला होत्या. बाथरूमचे दार उघडे होते.

संगणकाच्या पडद्यावर यावेत, तसे त्याच्या मनात शब्द उमटले, ''धारकर – नाहीसे. शोधण्यात अर्थ नाही. सापडणार नाहीत.''

...थोड्या वेळाने स्मिता आणि मधुरिमा उठल्या. तिघे चहा पिऊन

वाड्याच्या दारात, पिंपळाच्या पारावर येऊन बसली.

''इथे पक्ष्यांचा आवाज ऐकायला येत नाही, हे किती जाणवतं नाही?'' स्मिता म्हणाली. ''एरवी ऐकू येत असतो, तिथं लक्षातसुद्धा येत नाही!''

''स्मिता, मधुरिमा – धारकर नाहीसे झालेयत.''

अत्यंत शांत आवाजात, त्यांना भीती वाटू नये म्हणून, केवळ एक बातमी– जी द्यायलाच हवी होती, ती द्यावी तसे त्याने सांगितले; पण त्याचा काही उपयोग झाला नाही. ''म्हणजे आता आपणही...'' असे काहीतरी मधुरिमा पुटपुटली आणि दोघीही एकमेकींना मिठी मारून रडू लागल्या.

या वेळचे फूटेज पाहिल्यावर विराज अतिशयच बचैन झाला. त्याने लगेच रीताला फोन लावला. तिने तो घेतला नाही; पण पंधरा मिनिटात आपणहून फोन केला.

''रीता, पुढचं फूटेज आलंय माझ्याकडे.''

''सगळं मिळून किती दिवस पुरेल?''

''ॲट लीस्ट थ्री वीक्स!''

''गुड! एनीथिंग काँन्ट्रोव्हर्शिअल?... म्हणजे गेल्या वेळी तो गुज्जु नाहीसा झाला, त्या वेळेसारखं?''

''लोकांना सहन झालं नव्हतं ते त्या वेळेस. किती आरडाओरडा केला त्या तीन भागांमध्ये प्रेस आणि पब्लिक यांनी!''

''पण टी.आर.पी. सर्रर्र वर गेला ना?... त्या वेळेपासून हिंदी स्पीकिंग लोक पाहायला लागलेयत आपला चॅनल!... इतर मराठी चॅनल्सचं तर विचारूनच नकोस! दे आर ग्रीन विथ जेलसी! त्यातला फक्त एकच आपल्या पुढे आहे ॲड्समध्ये!''

''रीता, आय ॲम व्हेरी नर्व्हस. आणखी एकजण नाहीसा झालाय.''

''कोण? तो मस्क्युलर आहे तो? हीरो टाइप? हायकिंग वगैरे करतो... तो?''

''नाही, सागर सरवटे नाही. ते मिडल एजेड रायटर होते बघ... हॉरर स्टोरीज लिहायचे ते...''

''नो प्रॉब्लेम. सागर आणि ती स्टारलेट आहे ना... मधु समथिंग – ती दोघं शोचे व्हिज्युअल ॲसेट्स आहेत... ते राहिले पाहिजेत शेवटपर्यंत...''

''रीता, आय ॲम टॉकिंग अबाउट रिअल पर्सन्स! जे दोघे नाहीसे झाले, ते – ती जिवंत माणसं होती रीता आणि ती नाहीशी झालीयेत!''

''प्रोड्युसरनं असा विचार करायचा नसतो... तू बदलत चाललायस!''

“मी या शोची आयडिया तुला सांगितली, तेव्हा तो रिअल रिॲलिटी शो होईल, असं मला वाटलं नव्हतं...”

“फाइन! आता एवढंच लक्षात ठेव, की तो सध्याचा मोस्ट सक्सेसफुल रिॲलिटी शो आहे! बी हॅपी. कम ऑन. डोन्ट बी अ क्राय बेबी.”

“आय वॉन्ट टू स्टॉप शूटिंग... उरलेल्या तिघांना वेळीच परत बोलावून घ्यावं म्हणतो मी.”

“ओ.के.! यू कॅन स्टॉप द शो.” रीताचा आवाज कठोर झाला. “ॲंड गेट रेडी टू पे असं कॉम्पेन्सेशन. आतापर्यंतचा एअर टाइम, प्रोमोज, दिलेला ॲडव्हान्स... मी अकाउंटना सांगते कॅल्क्युलेट करून ठेवायला. प्लस, लीगल प्रोसिडिंग्जही चालू होतील. चॅनलला डिच करून त्यांची पब्लिक इमेज बिघडवल्याबद्दल... प्लस, त्या नाहीशा झालेल्या...”

“ओके! आय गेट द पॉइंट, आइल कन्टिन्यू.”

“दॅट्स लाइक अ गुड बॉय!” रीताच्या हास्याची एक लकेर ऐकू आली, आणि फोन बंद झाला.

दुपार टळून गेली होती. स्मिता एक इंग्रजी मासिक वाचत पडली होती. अचानक तो आवाज तिला ऐकू आला. हमसून हमसून रडण्याचा – आणि त्याबरोबरच लांब सूर लावून विव्हळण्याचा.

ती घाईघाईने खोलीबाहेर आली. त्याच वेळी मधुरिमाही तिच्या खोलीतून बाहेर आली.

“ऐकलंस ना तू?” स्मिताने विचारले.

“हो, मला इतकी भीती वाटतेय!”

स्मिताने पुढे होऊन सागरला हाक मारली.

सागर खोलीत व्यायाम करत होता. नॅपकीनने घाम पुसतच तो उघड्या अंगाने खोलीबाहेर आला. दोघी एकमेकींना घट्ट धरून जिन्यात उभ्या होत्या. “आलोच मी!” असे म्हणून तो खोलीत परत गेला आणि अंगात टी-शर्ट चढवून बाहेर आला. “काय झालं?” जिना उतरता उतरता त्याने विचारले.

दोघींना काही सांगावेच लागले नाही. खाली येताच, ते रडणे-विव्हळणे सागरच्या कानावर पडेलच!... आता ते चांगलेच मोठ्याने ऐकू येऊ लागले होते. विव्हळण्याचा आवाज तर इतका चमत्कारिक होता, की तो बाईचा होता की पुरुषाचा, हे सांगणेही कठीण होते!

“कोण रडत असेल?... इथं तर आता आपल्या तिघांशिवाय आणखी कुणीच नाही!” मधुरिमा म्हणाली.

"बघूया आपण सबंध घर शोधून!" सागर म्हणाला. स्मिता आपल्या खोलीतून टॉर्च घेऊन आली. मधुरिमाला त्या दोघांबरोबर जाण्याची भीती वाटत होती; पण एकटे राहण्याची भीती त्याहूनही अधिक होती.

आवाज जणू त्यांना चकवू पाहत होता. कधी अगदी जवळून आल्यासारखा वाटे, तर तिथपर्यंत पोहोचल्यावर तो एकदम दूर जाई. मधेच अचानक थांबे, तर सर्वांनी हायसे वाटल्याचा सुस्कारा सोडताच, एकाएकी परत सुरू होई. बाहेरपर्यंत ती तिघे शोधून आली. वर जाऊन, अगदी बंद खोलीचे दार उघडूनदेखील पाहून आली. सर्व कोपऱ्यांवर टॉर्चचा प्रकाश टाकून झाला. भिंतीवरदेखील बोटाने वाजवून आत पोकळ काही नाही ना, हे पाहून झाले. आवाज कुठून येतो हे काही कळले नाही. तो थांबवणे तर अशक्यच होते. तिघेही थकून एका जागी बसली. मग स्वतःही दमल्याप्रमाणे ते रडणारे-विव्हळणारे जे कुणी होते, ते हळूहळू थांबले. तरीही, त्याचे रडणे परत कधी सुरू होतेय याची वाट पाहत तिघेही कितीतरी वेळ तणावाखाली राहिली.

मग मधुरिमा स्वतःच हलक्या आवाजात रडू लागली... "मला घरी जायचंय. आताच्या आता." ती लहान मुलीसारखी बोलली. "मला पैसे नकोत, काही नको. फक्त घरी जायचंय. मला नाही सहन होत हे!"

"पण जाणार कसं?" स्मिता म्हणाली. "वाटेत दोन टप्प्यांवर, गन्स घेतलेले पहारेकरी आहेत. पाहिलंय ना आपण येताना? त्यांच्या गोळ्यांना का बळी पडायचंय? हे प्रॉडक्शनचे लोक एक फोनसुद्धा करत नाही, आपण आपली परिस्थिती सांगू म्हटलं तर!"

"आपली परिस्थिती चांगली माहितेय त्यांना. त्यांच्याकडे सगळे फूटेज आहे. हे आता आपण बोलतोय ना, तेसुद्धा कळतंय त्यांना. जाऊ दे. डोन्ट पॅनिक. आता फक्त पाचच दिवस राहिलेत." सागरने त्यांना धीर दिला; पण हे बोलणे त्याला स्वतःलाच पोकळ वाटत होते!

त्या रात्री त्यांनी गाद्या आणून हॉलमध्ये टाकल्या आणि तिघेही हॉलमध्येच झोपली, कारण मधुरिमा आणि स्मिता आपापल्या खोल्यांमध्ये एकटं झोपायला तयार नव्हत्या. हंडीचा उजेड होताच. सागर अधूनमधून उठून बसत होता. चाहूल घेत होता. सगळे ठाकठीक आहे ना, कुठे कसली हालचाल नाही ना, याचा अंदाज घेत होता.

पहाटेकडे मधुरिमा बिछान्यातून उठली. "कुठे चाललीस गं?" तिच्या चाहुलीने अर्धवट जागे होऊन सागरने विचारले.

"किचनमध्ये. पाणी पिऊन येते."

"मी येऊ का बरोबर?" सागरने झोपेतच विचारले.

“नको, मी आलेच.” म्हणेपर्यंत ती किचनशी पोहोचली. सागरचा लगेच डोळा लागला.

त्याला आज बहुधा रात्री नीटशी झोप न लागल्यामुळे, पहाटे लवकर जाग आली नाही. सकाळ झाली तरी तो झोपलेलाच होता. त्याला जाग आली, ती स्मिताच्या किंकाळीने!

तो धडपडत उठून बसला. आवाज किचनकडून आला, हे ध्यानात येताच तो त्या दिशेला धावला. किचनमध्ये स्मिता उभी होती. समोरच्या भिंतीतल्या उघड्या – दोन्ही दारे सताड उघडलेल्या – कपाटाकडे पाहत!

सागर पुढे झाला आणि तिच्या किंकाळीचे कारण त्याला समजले.

कपाटातील सर्व फळ्या आणि त्यावरच्या बाटल्या, भांडी जे काय होते ते सर्व सामान नाहीसे झाले होते! तिथे एक ढोलीसारखे मोठे विवर तयार झाले होते. ओट्यावरचा टॉर्च घेऊन सागरने आत पाहिले. ती रिकामी पोकळी किती मोठी होती, याचा काही अंदाजच येत नव्हता.

त्याने कपाटाची दोन्ही दारे लावली. थोड्या वेळाने परत उघडली. जसे काही मधल्या काळात सारे काही जागच्या जागी येणार होते!

एका विलक्षण जाणिवेने तो धावत हॉलमध्ये आला. त्याने अंथरुणांकडे पाहिले. “मधुरिमा मधुरिमाऽ” तो हाका मारत सुटला. त्याच्या हाका घुमल्या; पण त्यांना ‘ओ’ आली नाही.

तो किचनमध्ये परतला. स्मिता कपाटाची दारे उघडून, आतल्या काळोखाकडे पाहत राहिली होती.

“मधुरिमा गेली... तिकडे... आत!” ती उद्गारली.

‘आम्ही मराठी’ ने खास ‘हॉन्टेड हाउस’साठी ‘लीला पेन्टा’मध्ये प्रेस कॉन्फरन्स बोलावली होती. सगळ्या वृत्तपत्रांचे वार्ताहर हजर होते. रीता चौधरी खुशीत सर्वांची विचारपूस करत होती. विराज शांतपणे तिच्या हालचाली पाहत बसला होता.

‘हॉन्टेड हाउस’च्या यशाविषयी कुणाचेच दुमत नव्हते. गेल्या कित्येक वर्षांत इतका रंजक, रोमहर्षक असा शो कुठल्याही मराठी वाहिनीने दिला नव्हता. याचे सारे श्रेय वार्ताहरांनी रीता चौधरीला दिले होते; आणि ती मात्र उदारपणे विराजला त्या श्रेयात वाटेकरी करून घेत होती.

एका कोपऱ्यात एक खडूस वार्ताहर मख्खपणे बसला होता. (प्रत्येक पत्रकार परिषदेमध्ये असा एखादातरी असतोच!) विराजचे त्याच्याकडे पहिल्यापासून लक्ष होते. हा कुठेतरी आपल्याला अडचणीत आणून स्वत:चे महत्त्व वाढवून

घेणार, हे विराजला आजवरच्या अनुभवाने ठाऊक झाले होते; आणि झालेही त्याप्रमाणेच!

सगळ्यांची गुणगानपर प्रश्नोत्तरे झाल्यानंतर या वार्ताहराने शांतपणे विचारले, "'हॉन्टेड हाउस'मधला वाडा खरोखरच भुतानं झपाटलेला आहे का?"

रीताने विराजकडे पाहिले. विराज म्हणाला, "अर्थातच. हा रिॲलिटी शो आहे. त्यातलं सगळं काही खरंच असणार! सीरिअल किंवा चित्रपट यात दाखवतात, तसं ठरवून केलेलं खोटं खोटं इथं काही असत नाही, हीच तर या शोची खासियत आहे!"

"तर मग-" तो वार्ताहर म्हणाला. "यातले दोघे जे नाहीसे झाले, ते खरोखरच नाहीसे झाले, असं समजायचं का?"

"ते त्या वाड्यातून नाहीसे झाले; जगातून नव्हे. आम्ही त्यांच्या संपर्कात आहोतच!" बोलता बोलता विराजला घाम फुटला.

"पण मग ती माणसं नाहीशी झाली, म्हणजे गेली कुठं?"

विराजला उत्तर सुचेना. हे ओळखून रीताने एका गोड हास्याची लकेर घेतली. वार्ताहर थोडा विचलित झाला. रीता हसत हसत म्हणाली, "तो तर या शोमधला सस्पेन्स आहे! तो आत्ताच सांगून टाकला तर सर्वांचाच विरस नाही का होणार?" ती परत हसली. उगाचच. ती हसली म्हणून वार्ताहरही उगाचच हसले. वातावरण एकदम खेळीमेळीचे होऊन गेले. त्या खडूस वार्ताहरालाही पुढे काही बोलायला सुचले नाही.

सगळी मंडळी खाण्यापिण्यात दंग असताना विराज रीताला हळूच म्हणाला, "या मंडळींना दोघांविषयीच माहितेय; पण आता तिसरी मुलगीही..."

"डोन्ट टॉक शॉप, डिअर. कामाचं आपण ऑफिसमध्ये बोलू. पार्टीच्या वेळी पार्टी!" रीता म्हणाली. तो गप्प झाला.

स्मिता आणि सागर, गेले दोन दिवस गप्पच बसून होते. त्यांच्या डोळ्यांसमोर तीन माणसे नाहीशी झाली होती आणि तोच प्रसंग त्यांच्यावरही कधी येईल, याचा अजिबात भरवसा नव्हता; पण येणार याची मात्र जवळपास खात्रीच होती.

"सागर-" स्मिता हलकेच म्हणाली, "मी हे बोलणार नव्हते; पण आता आपण... निदान मी तरी इथून सुखरूप बाहेर पडणार नाही. मग बोलायचं राहून गेलं, असं नको व्हायला..."

"बोल ना." सागर म्हणाला. "काय बोलणार आहेस याची थोडीशी कल्पना आहे. तरीसुद्धा..."

"आपण इथून बाहेर पडलो असतो ना सागर, तर... तर तू माझ्याशी

लग्न केलं असतंस?'' स्मिता खाली पाहत म्हणाली.

''तू एवढी पत्रकार... आणि मी एक साधा कारकून, अकाउंटंट्स फर्ममधला...''

''कारकून असशील; पण साधा नाहीस... तू मोठा होशील. मोठा आहेसच. तुझा आधार वाटतो मला. कुणालाही वाटेल!''

''अजूनपर्यंत मी कधी लग्नाचा विचार केला नव्हता; पण तू भेटलीस आणि वाटलं, काय हरकत आहे?''

ती दोघे लग्नाच्या विचारात रंगून गेली. इतकी, की काही काळासाठी त्यांच्या मनातली भीतीदेखील दूर पळाली...

त्या रात्री ती दोघे स्मिताच्या बेडरूममध्येच झोपली. तोवर त्यांना कल्पनाही नव्हती, की त्या झपाटलेल्या वाड्यामधल्या भीतीच्या तांडवात एक रात्र अशी अनपेक्षितपणे अकल्पित सुखाची आणि आनंदाची येईल...

अकस्मात स्मिताच्या किंकाळीने सागरला जाग आली. ''सागर... सागर... मला वाचव.'' ती ओरडत होती.

सागरने पाहिले. त्याच्या शेजारी स्मिता नव्हती. ती त्याच्या डोक्याच्याही वर हातभर उंचीवर हवेत तरंगत ओरडत होती. तिचे हात-पाय शरीराच्या दोन्ही बाजूला बांधल्यासारखे चिकटले होते. क्षणाक्षणाला ती पुढे चालली होती.

भीतीने सागरची दातखीळ बसली; पण तो जिवाचा धडा करून बेडवरून खाली उतरला आणि उडी मारून तिला धरण्याचा प्रयत्न करत करतच तिच्या मागे धावू लागला. मात्र, तरंगत पुढे-पुढे निघालेल्या स्मिताचा वेग इतका होता, की त्याला तिला धरताच येईना. वाऱ्याच्या झोतात सापडलेले पान जसे वेगाने कुठल्या कुठे भिरकावले जाईल, तशी स्मिता झपाट्याने खोलीच्या दाराबाहेर पडली आणि हॉलमधून पाठीमागच्या दाराबाहेर भिरकावली गेली. तिच्या दोन किंकाळ्या ऐकू आल्या; पुढे तिची शुद्ध हरपली असावी... तिला पकडण्याच्या प्रयत्नात सागर खाली पडला... परत उठला... धावू लागला... पण ती आता नाहीशीच झाली होती...

लटपटत्या पायांवर तोल सावरत सागर दारातून बाहेर आला. बाहेर उजाडू लागले होते. त्या अर्ध्यामुर्ध्या प्रकाशात स्मिताची काहीच नावनिशाणी नव्हती. पायांवरचा ताबाच सुटल्यासारखा सागर धावत पायऱ्या उतारून खाली आला, आणि...

त्याला थांबणे भागच पडले. समोर एक आकृती त्याचा रस्ता अडवून उभी होती. अंगावर भगवी कफनी, डोक्याला टक्कल... काळा वर्ण... बघता बघता ती आकृती उंच उंच वाढू लागली... सागरला अडवणारे तिचे दोन्ही

हात दोन्ही बाजूंनी पसरत गेले...

सागर मागे फिरला. हॉलमधून तो मुख्य दरवाजाशी आला. दरवाजा उघडून बाहेर पळत सुटला... भयाने त्याचा पुरताच ताबा घेतला होता. इथून पळायचे – दूर दूर पळायचे एवढेच त्याच्या पायांना कळत होते...

झाडीतून पळतच सागर हद्दीशी आला. कुंपणाशी सुरक्षारक्षक होता; पण अजून त्याची सकाळ व्हायची होती. सागरने झडप घालून त्याची बंदूक काढून घेतली, तेव्हा तो धडपडत उठला; पण सागरने इतक्या जोराने बंदुकीचा दस्ता त्याच्या डोक्यात घातला, की तो चीत्कारत मागच्या मागे कोसळला. कुंपणावरून उडी मारून सागर पळत सुटला. कुंपणाच्या तारांनी पायातून रक्त काढाले, याचीही जाणीव त्याला नव्हती.

दुसऱ्या हद्दीशी आणखी एक सुरक्षारक्षक होता. सागरला पळत येताना पाहून तो पुढे सरसावला; पण त्याने बंदूक उचलण्याच्या आतच सागरने नेम धरून त्याच्या हातावर गोळी झाडली. तो विव्हळत असतानाच सागरने त्याची बंदूक उचलली आणि कुंपणावरून उडी टाकली.

झपाटल्यासारखा सागर धावत होता. त्याला आता फक्त धावत राहायचे, पुढे जायचे, याशिवाय दुसरे काही समजत नव्हते. तो ओढ्याशी आला. होडी अजून चालू झाली नव्हती. सागरने बंदुका तिथेच टाकल्या, पाण्यात उडी घेतली आणि तो ओढ्यातून पोहत जाऊ लागला...

दहा-पंधरा मिनिटांत त्याने ओढा ओलांडला आणि तो किनाऱ्यावर येऊन पडला. त्याच्या शरीराने त्याला साथ देण्याचे नाकारले. अंगात फक्त एक शॉर्ट घातलेला उघडाबंब सागर तिथेच पसरला. त्याला गाढ झोप लागली.

विराज बाहेर निघण्याची तयारी करत असतानाच दारावरची बेल वाजली. त्याने दार उघडले, तर एक अर्धी चड्डी घातलेला, उघडाबंब, पीळदार शरीराचा, भ्रमिष्ट वाटणारा माणूस दारात उभा होता! मात्र, क्षणभरात त्याने त्याला ओळखले, ''ये सागर... ये...'' म्हणत त्याला आत घेतले.

''साहेब ते गेले... सगळे गेले... ती गेली... आज पहाटे गेली... मी पळून आलो... पण तुम्ही त्या सगळ्यांना... परत आणा...''

''सगळे गेले तरी तू आहेस ना? सर्व्हायव्हर इज द विनर!'' एका ग्लासमध्ये थोडी ब्रँडी पाण्याबरोबर मिसळून विराजने त्याच्यापुढे ठेवली. ''घे. पिऊन टाक. बरं वाटेल!''

एका घोटात ब्रँडी पिऊन ग्लास खाली ठेवत सागर म्हणाला, ''मी जाब विचारायला आलोय तुम्हाला... तुम्हाला ठाऊक होतं, की या वाड्यात कुणी

राहू शकत नाही. तिथला महंत प्रत्येकाला नाहीसं करतो. त्यानं पहिला बळी घेतला, तेव्हा तुम्ही हे सत्र थांबवू शकला असता; पण नाही, तुम्ही तुमच्या शोसाठी चौघांचा बळी दिलात! कां?... कां असं केलंत? आमच्या प्राणांची किंमत तुमच्या रिॲलिटी शोपेक्षा कमी आहे का?''

''हे बघ.. आपण हे सगळं बोलू... पण नंतर...'' सागरची समजूत घालत विराज म्हणाला. ''आता आधी तू आंघोळ कर. खाऊन-पिऊन घे, मी तुला कपडे देतो, ते घाल. पाहिजे तर त्याआधी विश्रांती घे. ही माझी बेडरूम.''

विराज सागरला आत घेऊन गेला. त्याने आपल्या कपाटातून त्याला कपडे काढून दिले, बाथरूम दाखवली, छोट्या फ्रिजमधून वाटेल ते घे, असे सांगितले आणि तो बेडरूमच्या बाहेर आला. त्याने दार लोटून घेतले आणि रीताला फोन लावला.

''तो आलाय... द ओन्ली सर्व्हायव्हर. त्या पाच लोकांमधून वाचलेला एकमेव माणूस!''

''त्याला माझे काँग्रॅट्स दे...'' रीता कोरडेपणाने म्हणाली. ''मात्र, पाच लाख रुपये, शोचा पूर्ण सीझन संपल्यावरच मिळतील, हेही सांगून ठेव. तेसुद्धा त्यानं तोवर तोंड बंद ठेवलं तर!'' इतर चौघांविषयी जाहीरपणे काय सांगायचं ते, म्हणावं, आम्ही तुला लेखी देऊ. ते पाठ करून बोलायचं; पण नंतर. तोवर कुठंही काहीही बोललास तर तुझी अवस्था कठीण करून टाकू म्हणावं!''

विराज ऐकत राहिला. रीताचा हा कठोरपणा त्याला अपेक्षित नव्हता.

''बाय द वे, 'हॉन्टेड हाउस'चा पहिला सीझन संपल्यावर एक महिन्याच्या आत दुसरा सीझन सुरू करायचा आहे. असंच फॅन्टॅस्टिक घर शोधायला हवं. नाही मिळालं, तर हेच रीपिट करता येईल.''

''सॉरी. काऊंट मी आउट. आय ॲम नॉट इन्टरेस्टेड.''

''पर एपिसोड पन्नास हजार वाढवून देतेय मी. म्हणजे तुला थोडं कमी गिल्टी वाटेल... ॲज इट इज, त्या चौघांना आपण मारलं नाही. ते भीतीने मेले! त्यांना निरनिराळे भास होत राहिले! त्यांची मनं कमकुवत होती... म्हणून ते मेले!''

''यू मीन... हॉन्टेड हाउसमधल्या स्पिरिट्सनी त्यांना मारलं नाही?''

''सिली!... स्पिरिट, भूतप्रेत असा काही प्रकार नसतो, हे तुझ्यासारख्या एम.बी.ए. झालेल्या माणसाला सांगायला लागावं? सुपरनॅचरल केवळ मनोरंजनासाठी असतं. हेच आपण त्या अंधश्रद्धावाल्यांना सांगितलं होतं ना? मग आताच...? बाय द वे, सीझन टू मध्येही पाच-सहाजण असेच मारले गेले पाहिजेत - ओके? आपला टी.आर.पी. सतत वाढता राहायला हवा!''

आणि एका हास्यलकेरीनंतर फोन बंद झाला!

शेला

दोस्त! यह कहानी कैसे सुनाऊँ समझमें नहीं आता. मी काही पढेलिखेला आदमी नाही. कुणी मास्टरजी नाही की अखबारवाला नाही. मी आहे सीधासाधा सवारीवाला. – टांगेवाला. जिंदगीमें बातचीत कधी केलीच तर ती जिगरदोस्तांच्या अड्ड्यावर.

अगदी खासच बात करायची तर ती शहेनशहाशी.

माशाल्ला! शहेनशहा कोण म्हणून पूछता?

शहेनशहा म्हणजे आपल्या टांग्याचा घोडा.

हसू नका. अहो आजकाल दरबार–दरबारी राहिलेयत कुठं? शाही अंमल गेला – नुसतं नाव उरलं, नाव! त्याचीच यादगार म्हणून घोड्याला शहेनशहा म्हणतो. आणि तसं पाहिलं तर माझा शहेनशहा म्हणजे खराच राजा आहे राजा!

एकदम खानदानी औलाद! पांढरीशुभ्र मिजाज आणि कपाळावर एकच एक तपकिरी चाँद! आयाळ कशी भरघोस, रुपेरी! संध्याकाळी भरतीच्या लाटेवर उगवत्या चंद्राची चाँदनी चमकते तशी! आपण तर बुवा जिंदगी त्याच्यावरच कुर्बान करून टाकलीय! तेव्हा तो तर आपला शहेनशहा!

या जिंदगीमध्ये शहेनशहाशिवाय दुसरं कुणी आपलं नाही. शहेनशहालाही आपल्याशिवाय दुसरं कोणी नाही. काही परेशानी

असली, खुशी असली तर आपण त्याच्या पाठीवर थोपटून त्याला ती सांगतो. त्यालाही ती समजते आणि तोदेखील कधीकधी फुरफुरून आपली दिलकी बात मला सांगतो. किती आले, किती गेले, हँसी पाहिली, आँसू पाहिले; पण या दुनियेत शहेनशहाशिवाय कुणी आपलं झालं नाही. – आपणही कुणाला जीव लावला नाही!

जीव लावायचा म्हणजे भय्या एकदम बुरी बात! जहर खाना लेकिन दिल नहीं लगाना, असं म्हणतात ते काय उगाच? बरे आहोत आम्ही दोघेच – आबादी–आबाद. मस्तीमध्ये राहातो.

पण यार, कधीकधी असे अनुभव येतात, की जीव नुसता मेणासारखा पिघलून जातो. एकदम पोटात खड्डा पडतो. वाटतं, एका रात्रीत सारी दुनिया बदलून तर गेली नाही ना? आपला तर बुवा अशा वेळी भेजा चालेनासा होतो, नींद खराब होते; आणि सांगितलं तर हसाल तुम्ही, पण या बुढ्ढ्या डोळ्यांमध्ये पाणीसुद्धा तरारून जातं.

सांगणार आहे ती बात अशापैकीच आहे. तुम्ही लोक खरं मानणार नाही दोस्त, ठाऊक आहे मला. पण घडलं ते खरोखरच घडलं. तुम्ही शाळा–कॉलेजात चार बुकं शिकलेले लोक आणि मी अनाडी टांगेवाला. तेव्हा तुम्ही मला पागल ठरवाल, माझ्या मनाचा भास म्हणाल, मी झोकली होती, अंमल केला होता म्हणाल. (अल्लाकसम, आपण त्या कशाला हात लावत नाही!) ठेवायचा नसेल विश्वास तर नका ठेवू; पण अल्लाच्या दुनियेत अमुक एक घडलं नसेल, असं म्हणू नका. तिथं काहीही होतं. पत्थराचं फूल होतं. अंगारा शबनम होतो. (काही शेरशायरी वाचता की नाही तुम्ही लोक? का नुसते अखबार पढता आणि हररोज किती मेले याची खबर घेता?) तर सांगतो काय, अल्ला आपल्याला दिसत नाही आणि त्याची दुनिया समजत नाही. समजली म्हणतो, तो झुठा!

झालं त्याचा एक सबूद माझ्यापाशी होता. – शेला. भरजरी, रेशमी शेला. पण मीच तो…

जाऊ दे. कहाणी सांगायची तर जिथं ती सुरू होते तिथपासूनच सांगावी. उगाच मागलं–पुढलं करण्यात काय मतलब?

कहानी या फैझपुरातलीच आहे. फैझपूर त्या वेळेस आताचं नव्हतं. ही अशी गर्दी नव्हती माणसांची, घरांची. चार–दोन अमीर लोकांच्या हवेल्या होत्या, नाही असं नाही. पण आतासारख्या ठिकठिकाणी चारचार–पाचपाच मजली बिल्डिंगा नव्हत्या. गावात मुख्य वस्ती मुसलमानांचीच. पाच–दहा घरं

हिंदूंची होती, एवढंच. पण होती ती चांगली अब्रूदार घराणी होती. सगळे मिळूनमिसळून, एकमेकांवर विश्वास टाकून राहात होते. हा हिंदू – हा मुसलमान, असं कुणाच्या मनात येत नव्हतं.

आणि मग एकदम काय झालं कुणास ठाऊक! एकाएकी फैझपुरात हिंदू–मुसलमानांचा दंगा सुरू झाला. बघता बघता वैर पेटलं आणि हाऽ आगडोंब उसळला. यार, आपल्याला कळत नव्हतं, की हे सारं कशाकरता? आखीर भगवान आणि खुदा काय दोन का आहेत? पण हे कुणाकडे बोलायची सोय राहिली नाही. काफर म्हणाले असते. पहिला सुरा खुपसला असता माझ्या छातीत आणि दुसरा हिंदूच्या. म्हणून तोंड मिटून बसलो होतो, समोर भडकलेल्या आगीकडे पाहात. स्वस्थ. जशी शहेनशहाला वाचा नव्हती, तशी माझीही बंद झाली होती. बाकी दोघांच्याही मनात काय चाललं होतं हे एक आमचं आम्हांला, आणि दुसरं त्या अल्लाला ठाऊक!

तसं म्हटलं तर फैझपुरात हिंदूंची घरं आज इतकी वर्षं मुसलमानांच्या खांद्यावर विश्वासानं मान टाकून होती. त्यांच्या मानेवरून सुरी फिरवणं म्हणजे भय्या बुरा काम होतं. पण सगळे जमले की माथी भडकतात. मग असल्या भडकलेल्या जमावाला अडवणार कोण आणि कसं?

त्याच भडकलेल्या दिवसातली गोष्ट.

रात्रीची वेळ होती. अस्मानात चाँद ढगांमधून जा–ये करत होता. त्यामुळे अधूनमधून थोडीशी वाट दिसण्यापुरता उजेड व्हायचा, की लगेच पुन्हा अंधार! दुतर्फा झाडी होती, त्यामुळे काळोख अधिकच दाट वाटत होता. शहेनशहा अगदी आरामात चालला होता. अगदी संथ तालात टप्टप् पावलं टाकत होता. मीदेखील त्याला घाई करत नव्हतो. बिचारा दिवसभर दौड करून दमला होता. आणि भय्या, जाऊन–जाऊन असं जायचं होतं कुठं? आपल्याच खोपटात!

मी अधूनमधून शहेनशहाशीच गप्पा मारत होतो. त्याच्या टापांच्या तालात शीळ घालत होतो.

आणि एकदम झाडीच्या टोकाशी कुणीतरी पांढुरकं उभं असलेलं मला दिसलं.

मी घाबरलो. म्हटलं काय असेल नि काय नाही! तोवर तसलं काही पाहिलं नव्हतं म्हणा! मनातून चरकलो; पण तसाच धीर करून गाडी हाकत राहिलो. शहेनशहादेखील काही बिचकलेला दिसला नाही.

टांगा जवळ गेला तसं स्वत:चंच हसू आलं. भीती वाटण्यासारखं भय्या काहीच नव्हतं. एक बाई होती ती. मध्यम वयाची. काटकुळी, पण उंच. वाळक्या

अंगाची. दाईलोक नेसतात तशी पांढरी साडी गुंडाळलेली. डोक्यावरून पदर घेतलेली.

आणि काय वाटलं कुणास ठाऊक, एकदम अंगातून शिरशिरी गेली.

टांगा पुढं जाणार इतक्यात लक्षात आलं, की बाई मलाच खाणाखुणा करत होती. कसा कोण जाणे, शहेनशहादेखील थांबला.

पहिल्यांदा वाटलं, बाई कोण असेल, कशी असेल? कसल्या खुणा करत असेल? आपण कधी 'तसल्या' बायकांच्या वाटेला गेलो नाही; पण दुसऱ्यांचा अनुभव ऐकला होता.

बाई पुढं आली. म्हणाली, "सवारी नेणार?"

"एवढ्या रातच्या टायमाला?" मी म्हणालो, "घरी निघालोय मी."

बाई गयावया करत म्हणाली, "नड आहे बाबा. द्येवासारखा आलास तू. कसंबी कर, पन या सवारीला न्हाई नगं म्हनूस."

चाँद ढगांतून बाहेर आला न् तिच्या तोंडावर चाँदनी पडली. तिच्या काळ्या-सावळ्या चेहऱ्यावरून तिची बेकरारी नुसती सांडत होती. स्वत:ला म्हटलं, 'थुत् तुझी लेका! तू सवारीचे पैसे घेणार अन् बाया-बापड्यांनी पाय धरायचे तुझी मेहेरबानी असल्यागत?'

"नेणार ना?" अगदी गरजू आवाजात ती बोलली, "तू न्हाई म्हनलास तर कुठं जाऊ बाबा मी या रातीच्या वखताला?"

मी म्हटलं, "चला. कुठं जायचंय?"

ती एकदम हायसं वाटून हसली. "द्येव तुझं भलं करील बाबा!" एवढं म्हणून ती पुढं चालू लागली.

मी बुचकळ्यात पडलो. ही टांग्यात का बसली नाही? बरं, दुसरं कुणी येणार असेल तर त्यानं या बाईला टांगा आणायला कां पाठवलं असेल? आणि ही चाललीय तरी कुठं?...

पण मी काही न बोलता टांगा तिच्यामागून हळूहळू चालवला.

थोडंसं चालल्यावर एक भिंत लागली. आणि एकदम माझ्या ध्यानात आलं, की ही सरदार उमराठीची गढी. भिंत होती ती गढीच्या पिछाडीची.

भिंतीत एक लहानसा दरवाजा होता.

माझ्यापुढं चालणारी बाई त्या दरवाजाशी थांबली. तिनं हलकेच, अगदी हलकेच तो दरवाजा लोटला.

जुनं गंजलेलं दार ते. कितीही हलकेच लोटलं तरी 'कुईऽऽ' आवाज करत गेलं किरकिऱ्या बुढ्ढ्यासारखं. तशी ती क्षणभर थांबली. आजूबाजूची चाहूल

घेत उभी राहिली. त्या दाराच्या आवाजानं कुठं हालचाल होतेय का, याचा अंदाज घेत.

पण कुठं काही हालचाल झाली नाही.

हातानं मला थांबण्याची खूण करून ती त्या चिंचोळ्या दरवाजातून आत गेली. आणि हा सारा प्रकार काय असावा, याचा विचार करत मी गाडीतच बसून राहिलो.

सरदार उमराठी हे फैझपुरातलं दांडगं प्रस्थ. सरदारांचे आजोबा सरदार होते मोठ्या मानाचे; पण आजचे जे वारस होते त्यांनादेखील लोक 'सरदार'च म्हणत. सरदारांचा दरारा गावात दांडगा. जी कुणी चार प्रतिष्ठित मराठी घराणी होती, त्यात एक सरदारांचं. दंगल होवो, नाहीतर आणखी काय वाटेल ते होवो, उमराठी घरावर हात टाकायला कुणी धजलं नसतं.

आणखीही एक गोष्ट मी ऐकली होती.

सरदारांना एक तेवीसएक वर्षांची मुलगी होती; आणि ती अतिशय खूबसूरत होती.

भिंतीपलीकडे गढीचा एक जिना दिसत होता. पाठीमागच्या बाजूचा. कदाचित नोकराचाकरांनी वापरावा म्हणून राखून ठेवलेला. छोटा, लोखंडी जिना.

त्यावरून कुणीतरी उतरत होतं.

भाई, मला समजेना, की ही भानगड काय आहे? हे एवढं अमीराचं घर! त्यांच्या स्वत:च्याच दोन घोडागाड्या असतील, बग्या असतील आणि भाड्याचा टांगा बोलावणारं बाईमाणूस – ती म्हणा त्यांची कुळंबीण असेल! पण हे सगळं चूपचाप, चोरीचोरी चाललंय तरी काय? ही सगळी लपवालपवी कशासाठी?...

त्या एवढ्याशा चिंचोळ्या जिन्यावरून कुणीतरी सांभाळून उतरत होतं. जिना गोलाकार, फिरकीचा होता. जिन्यावरून उतरणाऱ्या व्यक्तीकडे कंदीलसुद्धा नव्हता, चंद्राचा प्रकाश पडला होता. तेवढ्याच अपुऱ्या प्रकाशात ती आस्तेआस्ते, धीमेधीमे उतरत होती.

पुन्हा 'कुईऽऽ' आवाज झाला आणि भिंतीतला तो छोटा दरवाजा उघडला. मघाची ती दाई बाहेर आली.

आणि तिच्यामागून ती तरुण मुलगी.

त्या मुलीनं डोक्यावरून पदर घेतला होता, त्यामुळे तिचा चेहरा अर्धवट झाकला गेला होता. जी काय थोडीफार चाँदनी तिच्या चेहऱ्यावर पडली होती, त्यावरूनच तिचं रूप कळत होतं. पण काय सांगू भय्या! असं देखणेपण मी

यापूर्वी कधी पाहिलं नव्हतं. विलक्षण गोरा वर्ण, डोळे कवठीचाफ्यासारखे टपोरे, सरळ नाक, ओठांच्या पाकळ्या... पण हे तर दोस्त तिच्या नाकाडोळ्यांचं वर्णन झालं. तिचं देखणेपण – ते तर वर्णन करण्याच्या पलीकडे होतं. फार तर मी इतकंच म्हणू शकेन, की तिला पाहिलं आणि वाटलं, की चाँदनीच जणू जमींवर उतरलीय आणि तिनं रूप घेतलंय तरुण छोकरीचं.

तिचे कपडे अगदी साधे होते. एक नऊवारी लुगडं ती चापूनचोपून नेसली होती.

पण तिच्या हातांत एक शेला होता. भरजरी, बुट्ट्याबुट्ट्यांचा, जांभळा रेशमी शेला. आज असले शेले पाहायला मिळत नाहीत. पूर्वीदेखील सरदार उमराठींसारख्यांच्याच घराण्यात ते दिसायचे.

टांग्याच्या दिव्याचा प्रकाश तिच्या तोंडावर पडला आणि एक गोष्ट माझ्या एकदम ध्यानात आली.

ती मुलगी देखणी तर होतीच; पण विलक्षण घाबरलेली होती. थरथरणारा ओठ तिनं दातांखाली दाबून धरला होता. नजर जमिनीकडे होती.

तिच्या दाईनं तिच्या पाठीवरून, चेहऱ्यावरून हात फिरवले आणि बोटं कानांवरून कडाकडा मोडली. तसा तिला हुंदका अनावर झाला आणि तिनं दाईला गच्च मिठी मारली. दाईनं तिला थोपटल्यासारखं करून हलकेच बाजूला केलं.

ती गाडीत चढून बसली.

दाईनं डोळ्यांना पदर लावला.

"कुठं जायचं?" मी तिला विचारलं.

आणि तिनं जो पत्ता सांगितला तो ऐकून माझ्या काळजात चर्र झालं.

सरदार उमराठींसारख्या प्रतिष्ठित घरातली ही तरुण लडकी अपरात्री चालली होती कुठं, तर एका मुसलमानाच्या हवेलीवर! या अशा दंग्याच्या दिवसांत. आणि मुसलमान म्हणजे तोही कसा, तर सबंध गावात गुंड म्हणून प्रख्यात असलेला! मीर सय्यद!

मीर सय्यदची कोळशाची वखार होती. आणखीही पानपट्टीचे वगैरे कसलेकसले चिल्लर उद्योग होते. पण त्याचे धंदे इतके सरळ नव्हते. पाचपन्नास गुंड लोक त्याच्या हाताशी. सगळ्या वाईट धंद्यांमध्ये याचा हात. त्यामुळे पैशाला वाण नव्हती. हवेली नुसती गाण्याबजावण्यांनी, नाचरंगांनी आणि बाटल्यांच्या किणकिणाटानं दुमदुमलेली असायची. मोहरमला फटाक्यांची रोषणाई अशी, की सबंध फैझपुरात कुठूनही तिचा लखलखाट दिसलाच पाहिजे. पण दोस्त,

नुसत्या पैशाला काय चाटायचंय? माणसापाशी पाहिजे इन्सानियत; आणि मीर सय्यदपुढं तर प्रत्यक्ष शैतान शरमला असता.

मीर सय्यदचं वय पन्नाशीच्या घरात होतं. त्याला एक मुलगा होता – जवान, देखणा. युसुफखान. तो मात्र बापासारखाच होता, की नव्हता, हे मला ठाऊक नव्हतं.

आणि ही तरुण मुलगी त्या मीर सय्यदच्या हवेलीवर निघाली होती. अपरात्री.

माझ्या मनात चलबिचल सुरू झाली. उघड्या डोळ्यांनी आपण हिला जाऊ द्यायचं?

– पण थांबवायचं तरी कसं? टांगेवाल्यानं गिऱ्हाइकाची चौकशी कशी करायची? त्यातून हे गिऱ्हाईक नेहमीसारखं नव्हतं. बाईमाणूस. त्यातून बड्या घरचं.

मी काहीच बोलू शकलो नाही. नुसताच इशारा केला शहेनशहाला. त्यासरशी तो एकदम उधळल्यासारखा चौखूर धावू लागला.

गाडीतून टक्टक् ऐकू आली. त्यामागून काही शब्दही. पण चाकांच्या खडखडाटात आणि टापांच्या आवाजात काही ऐकू आलं नाही, म्हणून मी लगाम खेचला. टांगा थांबला.

मी खाली उतरलो. तिच्या जवळ गेलो.

ती गाडीच्या एका कोपऱ्यात अंग चोरून बसली होती नि तिनं अंगावरून शेला गच्च लपेटून घेतला होता.

ती कशीबशी एवढंच म्हणाली, "जरा धीरे चलना."

पण एवढे तीन शब्द बोलतानाही तिचे ओठ थरथरल्याचं माझ्या लक्षात आलं. तसं म्हटलं तर हवेत गारवा फारसा नव्हता. मग तिला इतकी हुडहुडी भरण्याचं कारण काय?

मी जागेवर जाण्यासाठी वळलो. दोन पावलं गेलो, एवढ्यात काय वाटलं कोण जाणे. परत वळलो आणि तिला विचारलं, "बाई, बरं नाही का वाटत आपल्याला?"

"बरंय." एवढंच म्हणून तिनं शेला अधिकच गच्च लपेटून घेतला. पण तिची भीती काही कमी झालेली दिसली नाही.

मग मात्र माझ्यानं राहावेना. मी तिला म्हणालो, "बाई, एक विचारलं तर रागावणार नाही?"

या सवालानं तिला धीर आल्यासारखा वाटला. ती म्हणाली, "विचारा."

मग मी सरळच विचारायचं ठरवलं. म्हटलं, ही पोर आपल्याला बेटीसारखी.

तिची पूछताछ करायचा हक आपल्याला जरूर आहे. पण तिला धीर द्यायची गरज असेल तर... मी विचारलं, ''बाई, इतक्या रात्रीचं मीर सय्यदच्या हवेलीवर काय काम काढलं?''

ती खाली पाहत म्हणाली, ''मीर सय्यदकडे जात नाहीये मी. युसुफखानकडे.''

''युसुफखान? पण तो त्याचाच बेटा ना?''

''हो. पण वेगळा आहे तो त्यांच्यापेक्षा. फार वेगळा.''

''असेल. पण बेटी, या अशा दंग्याच्या दिवसांत एखाद्या मुसलमानाकडे एकटीनं जाणं खतरनाक आहे. एकट्यादुकट्या माणसाला जिवंत सोडणार नाहीत ते.''

क्षणभर तिच्या ओठांच्या पाकळ्या विलग झाल्या. डोळे चमकले. ती म्हणाली, ''चाचा, तुम्हीदेखील मुसलमानच आहात ना?''

त्या वेड्या पोरीच्या त्या सवालावर मला तरी काही जवाब चटकन सुचला नाही. पण तीच पुढं म्हणाली, ''युसुफ मला दगा देणार नाही. पण हे आमच्या घरी कुणाला समजायचं नाही. त्यांना कळतो तो धर्म, जात!... त्यांना कुणाचं मन कळायचं नाही. म्हणून मला एकटीलाच जायला हवं.''

''पण बेटी, यात किती धोका...''

''मला नाही दिसत यात धोका.'' छातीवर हात ठेवून भीती लपवत ती म्हणाली, ''युसुफ आपल्या वडिलांची समजूत घालणार होता; आणि तुम्हाला वाटतं तशी मी एकटी नाही.''

मी चक्रावून गेलो.

तिनं तो भरजरी, रेशमी शेला पुढं केला. ''हा आहे माझ्या सोबतीला. कुणी दिलाय ठाऊक आहे? माझ्या आईनं. तिची अखेरची भेट आहे ही. मरताना दिलेली. एवढी एकच वस्तू त्या घरातून घेतलीय मी. मला प्राणापेक्षाही प्यारी आहे ती!''

बोलता बोलता तिचे डोळे भरून आले. तो जांभळा रेशमी शेला तिनं छातीशी गच्च धरला. जसं काही तिच्या माँनंच तिला छातीशी गच्च धरलं होतं. मला काही सुचेनासं झालं. फक्त आईची आठवण घेऊन ही मुलगी एकटी घर सोडत होती. प्रियकराकडे जाण्यासाठी.

मी काहीच बोललो नाही. घशाशी एक आवंढा दाटून आला. मी गाडीवर चढलो आणि लगाम हातांत घेतले.

जिंदगीमध्ये कधीच वाटली नाही इतकी बेचैनी त्या क्षणी मनाला चाटून गेली. काय होईल आणि काय नाही, अशी हुरहुर वाटत राहिली. पण

शहेनशहासारखाच मीदेखील मुका झालो होतो. काय बोलणार आणि कसं बोलणार? इश्काची बातच अशी आहे, की दुसऱ्या कुणी आशिकाला काही सांगू नये की अडवू नये. गालिबसाहेब म्हणूनच गेले आहेत, –

इश्क पर जोर नहीं है ये वो आतश 'गालिब'
कि लगाये न लगे और बुझाये न बुझे।

मी सय्यदच्या हवेलीसमोर टांगा थांबवला. ती उतरली. तिनं पोलक्यातून एक लहानसं पाकीट काढलं. मला काय वाटलं कुणास ठाऊक. मी म्हटलं, "राहू दे बेटी. मला भाड्याचा सवारीवाला समजू नकोस. मला तुझा चाचा मान."

तिनं चमकून माझ्याकडे पाहिलं आणि ती हसली. तिच्या त्या हसण्यातून तिला खूप बरं वाटल्याचं दिसलं. तिची भीती थोडी कमी झाल्यासारखं वाटलं. अचानक आधार मिळाल्यासारखं वाटलं.

तिनं शेला खांद्यावरून पांघरून घेतला आणि ती हवेलीत गेली.

मी तिच्या पाठमोऱ्या आकृतीकडे क्षणभर पाहात राहिलो. तो शेला पांघरून ती एखादी दुल्हन दिसत होती. दुल्हन होतीच म्हणा ती! बापाचा आधार सोडून ती आपल्या साजनच्या हवेलीत पाय ठेवत होती. ताशा नव्हता की सनई नव्हती. रोषणाई नव्हती की बारात नव्हती. कुणी सगेसोयरे नव्हते की मेहमान नव्हते. आभाळात फक्त चंद्राचं एक झुंबर जळत होतं; आणि मी तिचा नुकताच सगेवाला झालेला बुढा चाचा दाढीवरून हात फिरवत, डोळे टिपत एकटाच गाडीशी उभा होतो. तिची पालकी वाहून थकलेल शहेनशहा मधूनमधून हवेलीच्या दिशेला मान वळवत जागच्या जागी झुलत होता.

आणि एकदम चंद्राला खळं पडलं. सारं वातावरणच विषण्णतेनं भरून गेलं. सारं काही विलक्षण शांत, गप्पगप्प वाटू लागलं. कुठं रातकिड्यांची चिरचिरसुद्धा ऐकू येईना, की कुठं कुत्रंदेखील भुंकेना. वारा निपचित पडून राहिला होता.

काय झालं कुणास ठाऊक, पण त्या ठिकाणावरून माझे पाय हलेचनात. गाडीत चढावंसं वाटेना. मी शहेनशहाजवळ गेलो. त्याची पाठ हलकेच थोपटली. त्याचं शरीर थरथरलं. माझ्या मनातलं त्याला कळलं.

शहेनशहाला सोडून मी तसाच आत गेलो. हवेलीच्या बाहेरच्या कमानीशी उभा राहिलो. चांदण्यामध्ये ती बसकट हवेली एखाद्या थडग्यासारखी दिसत होती. वरच्या गच्चीच्या कठड्याला मधमधे छोटे-छोटे पांढुरके घुमट होते. त्यामुळे बारा-पंधरा मुंडकी आपल्यावर नजर ठेवून दबा धरून बसली आहेत,

असं वाटत होतं. बाहेरच्या खांबावरचे दगडी कुत्रे उडी घेण्याच्या पवित्र्यात होते.

एकदम मला कुणाचंतरी मोठ्या आवाजातलं बोलणं ऐकू आलं. ऐकता–ऐकता ते मधेच तुटलं.

आणि एकाएकी एक गुदमरलेली किंकाळी माझ्या कानांवर पडली.

दुसऱ्याच क्षणी सगळीकडे शांतता पसरली.

माझा जीव गलबलून गेला. तसा धडधडत मी हवेलीच्या पायऱ्या चढलो; पण पायऱ्यांच्या टोकाशी येताच माझ्या छातीवर रायफलचं टोक टेकवलं गेलं. करड्या आवाजात प्रश्न आला, ––

''किधर जाता है?''

गाडी घेऊन मी घरी परतलो. शहेनशहाला सोडलं, त्याच्यापुढे गवत टाकलं, तरीही माझी खिन्नता कमी झाली नव्हती. कशाला मदत करायला गेलो आणि कशाला ही सवारी नेली, असं होऊन गेलं होतं. आपण काय करून बसलो, ही टोचणी मनाला लागली होती. उरलेली सबंध रात्र मला झोप लागलीच नाही. सकाळी पाहिलं, तर शहेनशहानं गवताच्या काडीलाही तोंड लावलेलं नव्हतं.

त्यानंतर तिसऱ्याच रात्रीची गोष्ट.

मी घरी परत येत होतो. अचानक माझ्या लक्षात आलं, की आपण मीर सय्यदच्या हवेलीवरून चाललो आहोत. त्यासरशी परवाचा तो प्रकार आठवला आणि पुन्हा डोक्यात विचारांचं काहूर माजलं. परवा त्या हवेलीत काय घडलं असेल आणि काय नाही असं वाटू लागलं. आणि एवढ्यात –

हवेलीच्या बाहेरच्या दाराशी कुणीतरी उभं असलेलं दिसलं. त्या व्यक्तीनं हात हलवून गाडी थांबवली.

ती तीच होती.

आणि तिनं हातांवर शेला घेतला होता.

गाडी थांबली; पण ती गाडीत चढली नाही. मी म्हटलं, ''बैठो.'' पण ती तशीच उभी राहिली. अखेरीस मीच खाली उतरलो. तिला म्हटलं, ''बसा ना.'' तिला गाडीत चढायला मदत करण्यासाठी मी तिच्या दंडाला आधार दिला. तिनं गाडीत पाऊल ठेवलं मात्र –

– तत्क्षणी शहेनशहा उधळला. तो पाठीमागच्या पायांवर उभा राहिला आणि गाडी कलंडण्याच्या बेतात आली. त्याची गोंडेदार शेपटी हिंदकळली, आयाळ थरथरली आणि तो फुरफुरू लागला.

शहेनशहाला असं कारणाशिवाय उधळलेलं मी कधीच पाहिलं नव्हतं. मोठ्या मुष्कीलीनं मी त्याचा लगाम खेचून धरला, त्याला चुचकारलं आणि कसंबसं आवरलं.

ती हसली आणि म्हणाली, ''मला फार लांब जायचं नाही. जाऊ झालं चालत. येता सोबतीला?''

मी गाडी तशीच उभी केली. वेळ रात्रीची होती; आणि सगळीडे निर्मनुष्य होतं, तेव्हा गाडी कुणी नेण्याची भीती नव्हती. मी तिच्याबरोबर चालू लागलो.

जाताजाता वळून पाहिलं. शहेनशहा आता शांत झाला होता.

आम्ही थोडं अंतर चालून गेलो. म्हणजे अंतरच थोडं असेल किंवा त्या वेळी तिच्याबरोबर चालताना ते फार वाटलं नसेल!

''इथंच राहते मी हल्ली.'' तिला हवं असलेलं ठिकाण येताच थांबून ती म्हणाली, ''हवेलीवर गेले होते माझा शेला परत आणायला. चुकून तिथंच राहिला होता तो.''

तिनं दाखवलेलं ठिकाण पाहताना मला भोवळ येणारसं वाटलं. मी सुन्न झालो.

एवढ्यात काळोखातून कुठूनतरी तीन-चार माणसं धावत आली. त्यांच्या हातात काठ्या होत्या.

दुसऱ्याच क्षणी माझ्या डोक्यावर काठ्यांचे तडाखे बसले; आणि माझी शुद्ध गेली. ...

मी शुद्धीवर आलो तेव्हा पहाट होत असावी. समोरची दिशा उजळत होती. पाखरंही कुलकुलत होती.

मी उठून बसण्याचा प्रयत्न केला. त्याबरोबर डोक्यातून भणणदिशी एक कळ गेली. माझा हात डोक्याशी गेला. डोकं करकचून बांधलेलं होतं. मी हात फिरवला. - आणि हाताला जे लागलं त्यामुळे दचकून तो खाली घेतला.

माझ्या डोक्यातल्या जखमेवरून बांधलेला होता - तो रेशमी, भरजरी शेला!

मी कसाबसा उठून चालू लागलो. टांगा पुष्कळच लांब उभा केला होता म्हणून, नाहीतर त्या गुंडांनी त्याची विल्हेवाट लावायलादेखील मागं-पुढं पाहिलं नसतं.

अल्लाकी रहेम, टांगा आणि शहेनशहा - दोघेही सुरक्षित होते. वाट पाहून पाहून मात्र शहेनशहा अगदी बेचैन झाला होता. मला पाहिल्याबरोबर तो आनंदानं खिंकाळला.

मी त्याला थोपटलं, गाडीवर चढलो आणि गाडी चालू केली.

डोकं भयंकर ठणकत होतं. आग-आग होत होती.

दिवसभर मला घरातून बाहेर पडणं अशक्यच होतं. जखमेत जालिम गावठी औषधं मात्र भरून ठेवली.

संध्याकाळच्या सुमाराला शेजारचा सुलेमान आला. मला पाहून त्यानं 'डोक्याला काय झालं' असं विचारलं. मी त्याला मुद्दामच खरी हकिकत सांगितली नाही. म्हटलं, काळोखात पायाखालचा दगड उलटला आणि खोक पडली.

सुलेमानला साऱ्या गावच्या बातम्या ठाऊक. त्यानंच मीर सय्यदकडील त्या रात्रीची बातमी ऐकवली. एव्हाना ती सगळ्या फैझपूरला माहीत झाली होती.

पहाटेच्या सुमाराला मी हिंदूंच्या स्मशानात गेलो. दिवसाउजेडी माझ्यासारख्या मुसलमानानं तिथं जाणं धोक्याचंच होतं. एकदा मी डोकं फोडून घेतलं होतंच. पुन्हा मला तो धोका पत्कारायचा नव्हता.

आदल्या रात्री तिनं मला दाखवलेल्या चितेच्या जागी मी तिचा तो शेला ठेवला आणि म्हटलं, ''बेटी, तुझा शेला परत करायला आलोय. मला ठाऊक आहे, तो शेलाच तुझं सारं काही आहे. या जगात तुला फार काही मिळालं नाही. पण एक लक्षात ठेव, आणखी एक गोष्ट तुझी आहे. मुसलमान मीर सय्यदनं तुझा जीव घेऊन प्रेत तुझ्या बापाच्या दारात आणून टाकलं असेल. तुमच्या हिंदू गुंडांनी स्मशानात पाय टाकल्याबद्दल माझं डोकं फोडलं असेल. पण ज्याची जखम तू आपल्या शेल्यानं बांधलीस, तो बुड्ढा तुझा चाचा आहे - तुझाच आहे!''

वाऱ्याची एक झुळूक आली आणि आसपासची झुडपं हुंकारल्यासारखी सळसळली.

समोर उजाडत होतं.

(सुमारे ४३ वर्षांपूर्वीची ही कथा, आजवर कुठल्याही कथासंग्रहात आलेली नाही. यातील इतर कथांप्रमाणेच ती इथे प्रथमच संग्रहित होत आहे. इतक्या वर्षांपूर्वीच्या या कथेचा, लेखकाच्या अलीकडच्या कथांबरोबर तौलनिक अभ्यास करता यावा, हाही, ती या संग्रहात देण्यामागचा एक हेतू आहे.)